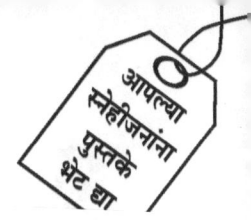

आपल्या स्नेहीजनांना पुस्तके भेट द्या

माझा गाव

रणजित देसाई

मेहता पब्लिशिंग हाऊस

Please contact us at **Mehta Publishing House,** Pune.
Email : production@mehtapublishinghouse.com
Website : www.mehtapublishinghouse.com

MAZA GAON by RANJEET DESAI

माझा गाव : रणजित देसाई / कादंबरी

© पारु नाईक व मधुमती शिंदे

Email : author@mehtapublishinghouse.com
प्रकाशक : सुनील अनिल मेहता, मेहता पब्लिशिंग हाऊस,
१९४१, सदाशिव पेठ, माडीवाले कॉलनी, पुणे -४११ ०३०.

मुखपृष्ठ : सुभाष अवचट
प्रकाशनकाल : ४ जानेवारी, १९८६ / सप्टेंबर, २००० / सप्टेंबर, २००४ / जानेवारी, २००८ / जून, २०११ / जानेवारी, २०१५ /
पुनर्मुद्रण : फेब्रुवारी, २०१९

P Book ISBN 9788177660647
E Book ISBN 9788184986143
E Books available on : play.google.com/store/books
www.amazon.in/b?node=15513892031

ती. आबांना

आज मी हे गाव सोडून जात आहे. ह्या गावात आता माझं असं काहीच उरलं नाही. तरीही गाव सोडून जात असताना कसली तरी हुरहूर मनाला वाटत आहे. डोळे अकारण भरून येत आहेत. कुठंतरी आत... मनात वाटतं की, हे गाव सोडून कधी जाऊच नये. ह्या भावनेला आता फारसा अर्थ उरलेला नाही, हेही जाणवतं. हे सारं समजतं. तरीही मागं पाहायचं नाही, असं कितीही वेळा ठरवलं, तरी मागं पाहतोच आहे.

बैलगाडीच्या चाकांमुळं उडणाऱ्या तांबड्या मातीच्या बुक्क्यातून मंद पावलांनी दूर जाणारं हे माझं गाव दिसत आहे. अस्ताला जाणाऱ्या सूर्याची किरणं माझ्या गावाला लपेटून जाणाऱ्या ताम्रपर्णीच्या धवल प्रवाहावर पडली आहेत. त्यामुळं नदीचा सोनेरी पट्टा नजरेत भरतो आहे. त्या सोनेरी किरणांत उभ्या असलेल्या गावातल्या कौलारू घरांच्याही वर उंच गेलेली दोन पिंपर्णीची झाडं अजूनही स्पष्ट दिसत आहेत. त्यांना पाहून मन कसं बेचैन झालं आहे.

त्या पिंपर्णीच्या झाडांशेजारी रामाचं देऊळ आहे. बालपणातील बरीचशी वर्षं त्या रामाच्या पोळीवर मी खेळण्यात घालविली आहेत. रामाच्या देवळाचा जो रस्ता आहे, तो गाव दुभंगत जातो. त्या रस्त्यानं जरा खाली गेलं की, तिथं माझा वाडा उभा आहे. हुरमंजीचा तांबडा रंग दिलेला त्याचा भव्य दर दरवाजा अद्यापि नजरेसमोर दिसत आहे. रात्री जेव्हा तो दरवाजा बंद केला जाई, तेव्हा त्याची करकर साऱ्या वाडाभर ऐकू जाई. अडणा सरकवताना होणारा आवाज वाडाभर घुमे. त्या दरवाज्यातून आत गेलं की, पहिला चौक लागतो. त्या चौकाच्या पूर्वेला भला मोठा गोठा आहे. पश्चिमेला तबेला आहे. त्या तबेल्याला लागून असलेल्या धुमीत सदैव चार-दोन बाभळीचे गठ्ठे जळत असायचेच. त्या तबेल्याला लागून दुभत्या जनावरांचा गोठा आहे. सकाळी चराईसाठी जनावरं सोडताना व संध्याकाळी जनावरं परतताना ह्या चौकात धनगरांची धावपळ उडायची. गाई-म्हसरांच्या हंबरानं आणि बैलांच्या उधळण्यानं एकच गोंधळ उडायचा.

हा पहिला चौक ओलांडून मुख्य वाड्याकडं जाताना चौघडा-सोपा लागतो. लक्ष्मी हे आमचं कुलदैवत. वाड्यात महादेवाचं देऊळ असल्यानं दर सोमवारी व शुक्रवारी पहाटेला व सांजेला तिथं चौघडा-सनई वाजवली जाई. चौघडा - सोपा ओलांडून आत प्रवेश केला की, उजव्या हाताला सदर व सोनारसोपा आहे. ह्या सदरेच्या कट्ट्यावर आबा बसलेले असायचे. तेथून येणारी आबांची हाक आजही मला ऐकू येत आहे. ती हाक कानांत घुमत आहे. ह्या कट्ट्याच्या समोरच सोनारसोपा व कचेरी आहे. सोनारसोप्याचा दरवाजा ओलांडून आत गेलं की, दुसरा मोठा चौक लागतो. ह्या चौकाच्या मध्यभागी उभं असलेलं महादेवाचं मंदिर नजरेत भरतं. पूर्वजांनी हा वाडा बांधताना तिथं मिळालेल्या पिंडीची स्थापना ह्या मंदिरात केली आहे. दसऱ्याला रामाची पालखी सीमोल्लंघनाहून आली की, नीट वाड्यात येते. वर्षातून एक दिवस राम वस्तीला आमच्या वाड्यात येतात.

ह्या दुसऱ्या चौकात मंदिरासमोर कोठारघर आहे. कोठारघराला लागूनच असलेल्या पूर्वेकडील सोप्यात वहिनींची खोली आहे. त्या खोलीत बाळपणाची सारी वर्षं वहिनीच्या मायेखाली मी काढली आहेत. ह्या वाड्याच्या आठवणींबरोबर त्याचं रंगरूप सारं डोळ्यांसमोर उभं राहत आहे. मन कसं बेचैन झालं आहे. तो जामदारखाना, देवघर, सारं कसं अगदी स्पष्ट आठवतं, आणि त्याच्या पाठोपाठ सारी माणसं आठवतात. सारे प्रसंग जसेच्या तसे उभे राहतात. गावात अचानक शिरलेल्या चक्रीवादळात असंख्य वाळलेली पानं आकाशात दूरवर भिरभिरली जावीत आणि वादळ शमताच ती पानं चक्रं घेत खाली यावीत, तशा माझ्या या स्मृती गावावर नजर टाकताच उफाळून वर आल्या आहेत. त्या स्मृती अशाच गिरक्या घेत-घेत कुठं जातील, कुठं पडतील, कुणास ठाऊक ! त्या स्मृती मला मागं खेचताहेत. तेवढ्याच काय त्या आता माझ्याबरोबर राहिलेल्या आहेत... आयुष्यभर सोबत देण्यासाठी !

त्या माझ्या पंधरा वर्षांच्या ह्या विस्कळीत स्मृती !....

१

थंडीचे दिवस. भल्या पहाटेची वेळ होती. फिका चंद्र क्षितिजावर अद्यापही दिसत होता. पूर्वेला फिकी प्रकाशकिनार दिसू लागली होती. त्या अंधूक प्रकाशात पायवाटेवरून झरझर पावलं टाकीत तात्यांची पिवळीधमक, सडपातळ अंगयष्टीची, बंडीधोतर परिधान केलेली मूर्ती चालत होती. त्यांच्या डोक्यावर घेरा होता. मानेवर शेंडी रुळत होती. हातातल्या काठीला अडकवलेलं बोचकं पावलांच्या तालावर हेलकावे घेत होतं.

कुणी तात्यांना जवळून पाहिलं असतं, तर अशा थंडीचाही त्यांच्या कपाळी फुटलेला घाम व पायांतले धुळीनं माखलेले जोडे पाहून ते खूप वाटचाल करून आले आहेत, हे सहज ओळखलं असतं.

तात्या डोंगरमाथ्यावर आले, त्यांनी समोर नजर टाकली. चोहोंबाजूंनी डोंगरांनी बंदिस्त झालेला तो मधला मुलूख त्यांनी न्याहाळला. विरळ धुक्यानं तो पार आच्छादून गेला होता. धुकं हळूहळू डोंगराच्या कडेनं दाट बनत होतं. त्या धुक्यातून त्यांनी निरखून पाहिलं. एक अस्पष्ट पांढुरका पट्टा त्यांच्या नजरेत भरला. नदीच्या अस्पष्ट दर्शनानं तात्यांचे पाय क्षणभर घोटाळले. त्याच नदीच्या काठावर त्यांचं गाव होतं.

तात्या तो सारा मुलूख न्याहाळीत काही क्षण डोंगरमाथ्यावर उभे राहिले आणि पुन्हा झरझर पावलं टाकीत टापू उतरू लागले.

डोंगर उतरून आल्यावर तात्यांनी समोर नजर टाकली.

सारा शिवार भाताच्या पिवळ्या धमक लोंब्यांनी आच्छादून गेला होता.

पहाटेच्या गार वाऱ्यानं साऱ्या शिवारावर लाटा उठत होत्या. कापणीला आलेल्या भातांचा

घमघमाट दरवळत होता. थोडंसं उंचवट्यावर आलं, आणि नजर टाकली, की भाताच्या उंचीत सारे बांध लपल्यानं नजर पोहोचेपर्यंत पिवळेधमक गालिचे अंथरल्यासारखं शिवार दिसे. शिवारात क्वचित दिसणारी काळ्या जिरग्याची शेतं लावण्यवती स्त्रीच्या गोऱ्या गालावर एखादा तीळ उठून दिसावा, तशी भासत होती. वाटेलगतच्या शेतातून उडणाऱ्या असंख्य टोळांची तडतड ऐकून घाटमाथ्यावर पाऊल ठेवल्याची जाणीव कुणालाही व्हावी.

भगाटायला लागलं. झाडाझुडपांवरून पक्ष्यांचे थवे उगवणाऱ्या दिवसाची नांदी देत चारी दिशांना जागवीत जात होते. दिवसाचा देव वर येण्याचा क्षण अगदी नजीक आला होता, आणि अशा वेळी तात्या ताम्रपर्णीच्या ऐल तीरावर येऊन उभे राहिले. पलीकडच्या काठावर त्यांचं गाव उभं होतं. आसुरलेल्या नजरेनं तात्या ते गाव टिपून घेत होते.

पाणवठ्यावर बायकांची गडबड सुरू होती. त्यांच्या घागरी उजळल्या जात असताना त्या भांड्यांचा खसखसणारा आवाज कानांवर पडत होता. पाण्यात शिरलेली पोरं पाणी ढवळीत होती. त्यांचा एकच गलका झाला होता. पाण्याच्या लाटांमुळं पाण्यावर धरलेलं धुकं वर फेकलं जात होतं; आणि जेव्हा सूर्यबिंब अर्धस्फुट रीतीनं क्षितिजावर उगवलं, त्या वेळी सारी सृष्टी लगबगीनं जागी झाली. त्या जाग्या होणाऱ्या सृष्टीचा संभ्रम मोठा मोहक होता. एखाद्या नवकिशोरीला जाग यावी आणि तिनं मंदस्मित करीत जांभई देत अंगावरचं प्रावरण बाजूला करावं, तशी धरित्री आपल्या अंगावरचं धुक्याचं वस्त्र बाजूला करीत होती.

सूर्याच्या त्या पहिल्या किरणांत ताम्रपर्णी उजळून निघाली.

तात्यांनी आपले हातपाय ताम्रपर्णीच्या पाण्यात धुतले, पाणी डोळ्यांना लावलं आणि क्षितिजावर आलेल्या सूर्याकडं पाहून आपले हात जोडले. क्षण, दोन क्षण त्यांच्या ओठांची हालचाल झाली. त्यांनी उपरणं गळ्याशी लपेटलं. धोतर किंचित सावरलं; आणि आपली काठी व जोडे हातात घेऊन ते पाण्यात शिरले. पाण्याच्या त्या उबदार स्पर्शानं त्यांचं मन उचंबळून आलं. गावाकडं पाहत ढोपरभर पाण्यातून ते पाणवठा ओलांडून पैलतीराला आले.

पाण्यातून येणाऱ्या त्या नवख्या माणसाला पाहून पाणवठ्यावरच्या बायकांची किनऱ्या आवाजातील बोलणी थांबली. घागरीवरचे हात थांबले. पदर ओढून घेऊन, पाठ फिरवून त्या उभ्या राहिल्या.

बैलांचा कासरा सैल सोडून बैलांना पाणी दाखवणारा एक इसम मात्र पाणवठा ओलांडून येणाऱ्या व्यक्तीकडं पाहत उभा राहिला.

तात्या त्या इसमाजवळ गेले, आणि त्यांनी विचारलं,
'अण्णू भटजीचं घर कुठं आहे? '
'कुनाचं म्हनाला?'
'अण्णू भटजीचं.'
' आऽन्नू भटजीचं घऽरऽऽ' असं पुटपुटत त्यानं आठवण्याचा प्रयत्न केला. पण शेवटी नकारार्थी मान हालवीत तो म्हणाला, ' नाय, बा! मला ठावं नाय!'
' तुला ठाऊक नाही? तू कोणच्या गावचा ?'
' ह्याच गावचा की! किंचित रागानं तो म्हणाला, ' न्हाई, ह्या गावात अन्नू भटजीचं घरच न्हाई! मला ठावं हाय! '
' लहान आहेस अजून... ' असं म्हणत तात्या रागानं पुढं गेले.
त्यांनी गावाकडं पाहिलं.
पिंपळाच्या कट्ट्यावर दोन-चार म्हातारे कांबळ्यात अंग झाकून बसले होते. तात्या तिकडं वळले. पायांतून फडफडत गेलेल्या कोंबड्यांकडंही त्यांचं लक्ष गेलं नाही.
पिंपळाच्या कट्ट्यावर बसलेले म्हातारे तात्यांकडं बघत होते. ते आपल्याच रोखानं येताहेत, हे पाहताच ते म्हातारे सावरून बसले.
तात्या तिथं जाताच एका म्हाताऱ्यानं हातातली चिलीम दुसऱ्याच्या हातात देत विचारलं,
' अरं, ते वाड्यावरच्या भटांचं घर असंल... ' दुसरा म्हणाला.
' हो हो, हाय खरं. पण नित्तं घरच हाय. मानसं न्हाईत. अगदी वसाड हाय, बगा! '
' भरेल, बाबा, ते ही भरेल... ' सुस्कारा टाकत तात्या म्हणाले.
' कोंच्या गावचं? '
' ह्याच! ' तात्या तुटकपणे म्हणाले.
' आँ! ' त्यांतल्या एकानं टाळा पसरला.
' अण्णू भटजीचं घर कुठं आहे? '
' अण्णा भटजी? ' त्या म्हाताऱ्यानं दुसऱ्याकडं पाहिलं.
अण्णू भटजीचं घर नाही? घरची माणसं परागंदा झाली, त्यांना गाव विसरलं, हे ठीक. पण गावात उभ्या असलेल्या वास्तूची देखील दखल नसावी, ह्याचं तात्यांना वाईट वाटलं.
त्यांनी एक मोठा नि:श्वास टाकला.
ते म्हातारे पुन्हा चिलीम ओढण्यात गर्क झाले.
तात्यांनी परत विचारलं,

‘ बरं, गुंडू सुताराचं घर? ’

तोंडातला धूर सोडत ठसकत त्या म्हाताऱ्यानं बोट दाखवलं,

‘ ते काय, त्या खड्ड्याच्या वर हाय, तेच घर. चाकं पडल्यात, न्हवं का? ’

तात्यांनी पाहिलं.

ते एक बसकं घर होतं. घरासमोर दोन- चार गाडीची चाकं उभी होती. एक-दोन मोठे बाभळीचे गट्ठे आडवे पडले होते. त्यांतल्या एका गठ्ठ्यावर बसून एक नागवं पोरं ऊस सोलत होतं.

तात्या तिकडं वळले. घरासमोर जाऊन तात्यांनी विचारलं,

‘ गुंडू आहे घरात? ’

त्या पोरानं एकवार तात्यांना निरखलं आणि एकदम उडी टाकून, ‘ बाबा गाऽऽ’ म्हणत ते पोर आत धावलं. त्या पाठोपाठ आतून आवाज आला,

‘ कोन त्ये? ’

गुंडूनं बाहेर येऊन पाहिलं.

तात्यांना पाहताच त्याचा चेहरा पालटला . काही क्षण तो नुसता तात्यांकडं पाहत उभा राहिला. शेवटी त्याला वाचा फुटली,

‘ कोन? तात्या! कवा आलासा? ’

‘ आत्ता हेच आलो, गुंडू. ’

‘ दोन दिसांनी येनार, म्हनून सांगावा व्हता. आनी गाडीबिडी कुठं दिसत न्हाई ती? ’

‘ येणार होतो दोन दिवसांनी. पण म्हटलं, बसून तरी काय करणार? म्हणून, आलो, झालं. ’

‘ आनी एकटेच आलासा? ’

‘ ते का? मंडळींनाही आणलंय्. ’

गुंडूनं पाणोठ्याकडं गाडी दिसते का, म्हणून नजर टाकली आणि तात्यांना विचारलं,

‘ कुठं हाईत? ’

‘ परवाच्या दिवशी होसूरला आलो. तिथंच पाहुण्याकडं मंडळींना सोडलं आणि मी पुढं आलो. विचार केला, घरदार पाहावं आणि मग मंडळींना घेऊन जावं. ’

‘ तेच ब्येस. ’ गुंडू म्हणाला.

तात्या उभे आहेत, हे प्रथमच गुंडूच्या लक्षात आलं. गडबडीनं त्यानं कांबळं बाहेर आणलं, आणि एका बाभळीच्या गड्ड्यावर ते तो पसरू लागला.

ते पाहताच तात्या एकदम म्हणाले,

' हे बघ, गुंडू, आता वेळ नको. चल बघू लौकर. '

' पण, तात्या...... '

' नको, गुंडू, फार वेळ झाला. अजून माझी स्नानसंध्या, सारं व्हायचं आहे. आधी आपण घराकडं जाऊ. चल, दाखव वाट. '

' आलोच... ' म्हणत परत गुंडू आत गेला आणि मुंडासं डोक्याला गुंडाळत तो बाहेर आला.

तो पुढं आणि तात्या मागून जात होते. वाटेनं तात्या आजूबाजूला सारखे पाहत होते. गुंडूला मध्ये मध्ये विचारत होते,

' गुंडू, गेल्या वीस वर्षांत गाव केवढं, रे, बदललं! '

' व्हय, जी. '

' हा मठ ना, रे? '

' व्हय, जी. '

चार पावलं गेल्यावर सावकारांचा वाडा लागला. तिकडं बोट दाखवीत तात्यांनी विचारलं,

' हा सावकाराचा वाडा आहे ना, रे? '

' व्हय, जी. '

' लहानपणी आम्ही या वाड्यात धुडगूस घालायचे, सावकार आहेत का, रे, घरात? '

' न्हाई, जी. ते दोन वर्सांमागंच गेले.... '

' अरेरे! ' क्षणभर तात्यांची नजर सावकाराच्या वाड्यावर स्थिरावली. 'मग कोण आहे वाड्यात आता? '

' त्यांची मुलं असतात, जी. '

तात्या आपल्या स्मृतीतले सारे कप्पे मोकळे करीत होते. प्रत्येक गोष्टीबरोबर शेकडो आठवणी ते आठवत होते.

शेवटी गुंडू थांबला.

तात्या आपल्या घरासमोर उभे होते. त्यांची नजर आजूबाजूला भिरभिरत होती. तात्यांनी पाहिलं, समोर भली मोठी भिंत दिसत होती. बराच वेळ तात्यांची नजर त्या उंच भिंतीवर खिळून राहिली. त्या भिंतीच्या खिडकीजवळच्या तुतूच्या झाडाकडं नजर जाताच तात्यांच्या मनात विचारांचं काहूर माजलं. ते कसंबसं म्हणाले,

' अरे, तोच ना, रे, वाडा? '

' व्हय, जी. '

' आप्पासाहेब...? '

' हाईत, जी! '

मग तात्यांची दृष्टी आपल्या घराकडं वळली. घरावर खूप गवत वाढलं होतं. घरासमोरच्या सोप्यात दोन कुत्री खळग्याची ऊब धरून बसली होती. सोप्याची एक मेढी कुठं दिसत नव्हती. कडे कोसळले होते. पण तात्यांच्या चेहऱ्यावर त्याचा विषाद दिसत नव्हता. उलट, घर पाहून त्यांना आनंद वाटत होता, समाधान वाटत होतं. वीस वर्षांमागं पाहिलेल्या घराची आठवण जरी पुसट होती, तरी ते घर पाहताच पूर्वीच्या आठवणी साकार होत होत्या...

घराच्या चौकटीवर केलेलं नक्षीकाम सारं जसंच्या तसं होतं. ते पाहून तात्यांचे डोळे पाणावले. एकवार त्या घरावर नजर टाकून ते पुढं झाले. उखडलेल्या पायरीला हात लावून ते जोता चढले. गुंडूनं त्यांच्या हातात किल्ली दिली. त्या किल्लीनं गंजलेलं कुलूप काढायचा प्रयत्न करू लागले. कुलूप उघडताच दोन्ही दारं पुढं ओढून घट्ट बसवलेली कडी त्यांनी काढली. धक्का बसताच दोन्ही दारं सताड उघडली.

समोरचं दृश्य पाहून तात्या सुन्न झाले.

आत छपराचे वासे आडवे-तिडवे उतरले होते. पाठीमागचं छप्पर आत ढासळलं होतं. पाठीमागच्या भिंतीला एवढं मोठं भगदाड पडलं होतं, की पुढच्या दारातूनही पाठीमागचं परसू स्वच्छ दिसत होतं. समोरच्या दृश्यावर तात्यांचा विश्वास बसत नव्हता. आपल्या घराची स्थिती अशी होईल, असं त्यांना स्वप्नातही वाटलं नव्हतं. पण क्षणात भानावर येऊन, एक दीर्घ नि:श्वास सोडून तात्या म्हणाले,

' गुंडू, घर छान ठेवलंस ! '

गुंडूलाही काय बोलावं, ते सुचत नव्हतं. तो कसाबसा म्हणाला,

' तात्या, आवंदाच्याच पावसाळ्यात ढासळली ही भिंत. छपराचं मातूर मी बघितलं नव्हतं. व्हय, खोटं कशास बोला? '

' ते राहू दे; तुझा दोष नाही. वस्ती नसली, की असंच होतं. सोबतीशिवाय घरदेखील उभं राहत नाही. झालं गेलं, होऊन गेलं. आता पुढं बघ. आता हे घर झटपट उभं करायच्या तयारीला लाग. पहिल्यांदा हा सोपा स्वच्छ करून घे. म्हणजे स्वयंपाकाला जागा होईल. तोवर मी माझी स्नान-संध्या आटोपून घेतो. ' एवढं बोलून तात्यांनी बोचक्यातले कपडे काढले आणि गुंडूकडं न पाहता ते बाहेर पडले.

गुंडू थोडा वेळ त्या गल्लीतून जाणाऱ्या तात्यांकडं पाहत तसाच उभा होता. नंतर त्यानं सोप्यावर नजर टाकली. कुत्री तशीच अंग चोरून बसली होती. गुंडूचं लक्ष वळताच बसल्या जागेवरूनच त्यांनी शेपटी हालवावयास सुरुवात केली. तिथंच पडलेला दगड गुंडूनं रागानं उचलला आणि त्या कुत्र्यावर भिरकावला. ते कुत्रं बाहेर पळालं. दुसरं कुत्रं केव्हाच पायांत शेपटी घालून दिसेनासं झालं. गुंडूनं एक शिवी हासडून उचललेला दुसरा दगड खाली टाकला.

घरालगत असलेल्या कुपातून त्यानं सगणीची चार शिरी काढली आणि त्यांचा जुडगा करून लोटायला सुरुवात केली. त्याच्या लोटण्याबरोबर धुळीचा बुकणा उडू लागला. गुंडू ठसकू लागला. तोच त्याच्या कानांवर घोड्याच्या टापांचा आवाज आला. त्यानं चमकून पाहिलं.

घोड्यावर बसलेले इनामदार त्याच्यासमोर उभे होते. घोड्याजवळ उभा असलेला सिद्दा महार धापा टाकीत होता. अबलख घोडं फुरफुरत होतं. कैक वर्षं बंद असलेला घराचा दरवाजा उघडा पाहून इनामदारांनी घोडं आवरलं होतं.

खराटा टाकून, डोक्याचं मुंडासं सावरत गुंडू पुढं धावला आणि जमिनीपर्यंत लवून त्यानं मुजरा केला.

इनामदारांनी विचारलं,

‘ काय, गुंडू, काय चाललंय्?’

‘ काई न्हाई, जी. तात्या आल्यात.’

‘ कोण, तात्या? ’

‘ भटजींचं मुलगं. कोल्हापुरास व्हते ते. इथंच ऱ्हानार हाईत. आपल्या म्होरं आत्ताच गेलंत, जी, ते नदीला.’

आपल्या गलमिश्यांवरून पालथी मूठ फिरवीत ते म्हणाले,

‘ बरं, बरं. त्यांना सांग वाड्यात यायला. चल, सिद्दा.’

‘ व्हय, जी. ’ म्हणत गुंडू परत मुजऱ्यासाठी वाकला.

हातानं मुजरा घेऊन इनामदारांनी घोड्याला टाच दिली.

सिद्दा घोड्यापुढं धावू लागला.

तात्या नदीवरून स्नान-पूजा आटोपून येईपर्यंत उन्हं माळवदावर चढली होती.

तात्या येताच गुंडू म्हणाला,

‘ सरकार आले व्हते. ’

‘ कोण, आप्पासाहेब? ’

‘ व्हय! इचारत व्हते. ’

‘ काय म्हणाले? ’

‘ तुमांस्नी बोलवल्यात वाड्यात. सांजंला वाड्यात यायला सांग, म्हनले. ’

‘ आमची आठवण आहे, म्हणायची. अरे, आम्ही लहानपणी एकत्र खेळलो, वाढलो. जाईन संध्याकाळी. ’

सोप्याच्या कडेला चांगली जागा बघून तात्यांनी तीन दगडांची चूल मांडली आणि उपरण्याच्या काठाला बांधलेले तांदूळ त्यांनी बाहेर काढले.

सारी पोटापाण्याची व्यवस्था करीपर्यंत सूर्य डोक्यावर आला.

घराची सारी व्यवस्था त्यांनी गुंडूकडं सोपवून दिली.

गुंडू निघून जाताच श्रमानं थकलेल्या आपल्या शरीराला तात्यांनी त्या कट्ट्यावर वाव दिला. जीर्ण झालेल्या छपराकडं पाहता- पाहता त्यांचा डोळा लागला.

जेव्हा ते जागे झाले, तेव्हा उन्हं बरीच कलली होती. कोपऱ्यात ठेवलेल्या बिंदगीतील पाण्यानं त्यांनी आपलं तोंड धुतलं. त्या थंड स्पर्शानं त्यांना बरं वाटलं.

बराच वेळ ते कट्ट्यावर बसून राहिले. घरच्या ओढीनं वाड्याकडं जाणारी दुभती जनावरं तात्यांनी पाहिली आणि त्यांना इनामदारांच्या बोलावण्याची आठवण झाली. तात्यांनी डोक्याला रुमाल गुंडाळला आणि पायांत जोडा सरकवून ते बाहेर पडले व वाड्याच्या दिशेनं चालू लागले.

बैलगाडी सरळ आत जाईल, एवढा रुंद, भव्य दरवाजा सताड उघडा होता. त्यातून ते आत जाताच त्यांची नजर आतल्या चौकाच्या कडेला असलेल्या गोठ्यावर पडली. तो गोठा पाहण्यात गर्क असतानाच त्यांच्या कानांवर शब्द पडले :

' या, तात्या! या. '

तात्यांनी चमकून वळून पाहिलं. तो आतल्या दरवाज्यात उभं राहून आप्पासाहेबच त्यांना हाक मारीत होते. तात्यांनी केलेला नमस्कार घेऊन ते चार पावलं पुढं झाले.

त्या दुसऱ्या दरवाज्यातून आत जाताच उजव्या हाताला असलेल्या सोनारसोप्यात लोड-तक्क्यांची बैठक मांडली होती. हंड्या-झुंबरांनी त्या सोप्याचा छत शृंगारला होता.

आपल्या शेजारी तात्यांना बसवून घेत आप्पासाहेब म्हणाले,

' काय, तात्या, बाळपणाची आठवण आहे ना? '

' हे काय, आप्पासाहेब ! ते दिवस कसे विसरतील ? '

ह्यावर आप्पासाहेब काही क्षण स्तब्ध बसले. उसासा सोडून ते म्हणाले,

' गेले ते दिवस ! आपल्या वडिलांचा आणि आमच्या आबासाहेबांचा फार जिव्हाळा होता. जणू काय एकाच घरचे. पण मध्येच आपले वडील यात्रेला म्हणून गेले आणि तिथंच तुमच्या घराण्याचा संबंधही तुटला. आबांचाही काल झाला. सारं संपलं. नंतर समजलं की, तुम्ही कोल्हापूरला घर केलं. '

' तसं नव्हे, आप्पासाहेब. वडिलांबरोबर आम्ही कोल्हापूरला गेलो आणि दरबारीच पुरोहिताची नोकरी त्यांना मिळाली. त्यांच्या इच्छेविरुद्ध तिथं त्यांना राहावं लागलं. आम्हां दोघां भावांची लग्नंही तिथंच झाली. दोन वर्षांमागं आण्णा वारले. माझा धाकटा भाऊ वासुदेव म्हणाला, ' मी सारं तिथलं पाहतो. ' मग मी विचार केला आणि ठरवलं की, जिथं आपलं घरदार आहे, शेतीवाडी आहे, जिथं आपले वाडवडील गेले, तिथंच आपलं उरलेलं आयुष्य घालवावं. '

' छान केलंत, तात्या! बरं, घरची मंडळी वगैरेऽ? '

' तशी कुणी फारशी मंडळी नाहीतच. येऊन-जाऊन आहे, ती सौभाग्यवती...'

' बेळगावहून चालत आला ? '

' हो; होसूरपर्यंत. तिला ठेवलं तिथंच, मी आलो पुढं. म्हटलं, घराची जोडणी झाली की, आणावं तिला. '

' का? काकींना वाड्यात जागा नव्हती? '

' तसं नव्हे, आप्पासाहेब. होसुरात नातेवाईक आहेत. त्यांनीच तिला आग्रह करून ठेवून घेतलं. मी पुढं आलो, इतकंच. '

तोच 'आबा, आबा' म्हणत एक पाच वर्षांचा पोर तिथं धावत आला. तात्यांना पाहताच तो क्षणभर घोटाळला.

त्याला जवळ बोलावीत आप्पासाहेब म्हणाले, ' ये, रे, आत ये... ' आणि तात्यांकडं वळून ते म्हणाले, ' हा आमचा जयवंत, धाकटा मुलगा. तीन वर्षांमागंच ह्याला माझ्यावर सोपवून ह्याची आई गेली... '

पत्नीच्या उल्लेखानं ते अडखळले. पण दुसऱ्याच क्षणी हसत ते म्हणाले,

' जया, आपल्या तात्यांना नमस्कार कर. '

जयवंतानं नमस्कार केला आणि आप्पासाहेबांच्या अंगावर रेलत तो म्हणाला,

' आबा, दादा आला... '

' केव्हा? कुठं आहे? '

एव्हांना जयवंताची भीड चेपली होती. तोंडाचा चंबू करून तो म्हणाला,

' मी आणि वहिनींनी बघितलं त्याला खडीवरून येताना. लई मानसं हाईत बरोबर. '

' बरं बरं. ' त्याला थोपवत आप्पासाहेब म्हणाला, ' माझा थोरला मुलगा रावबा. आठवत असेलच तुम्हांला. शिकारीचा भारी नाद आहे त्याला. शिकारही चांगली करतो. कालच गेला होता शिकारीला. '

' मग, आप्पासाहेब, काही नातवंड... '

' नाही, तात्या, अजून काही नाही. तेवढी एकच आशा आता शिल्लक राहिली आहे. ' आप्पासाहेब उसासा सोडून म्हणाले.

' खरं आहे. '

तेवढ्यात बाहेरच्या चौकातला गलबला त्यांच्या कानी पडला.

जयवंत पळतच बाहेर गेला.

आप्पासाहेब अपेक्षेनं दरवाज्याकडं पाहत होते.

खाकी ब्रिचीस, बंद गळ्याचा कोट, हॅट घातलेला, नाकी-डोळी रेखीव एक असा तरुण आत आला. आप्पासाहेब बसले होते, तिथं तो गेला आणि पायाला हात लावून त्यानं नमस्कार केला. पाठोपाठ आलेला जयवंत म्हणाला,

' आबा, दादांनी फार शिकार केलेय्. चला, बघू, या. '

' हो तर ! चल बघू... ' म्हणत आप्पासाहेब उठले.

जयवंत रावबाचं बोट धरून त्यांना ओढीत होता.

बाहेरच्या चौकात येताच आप्पासाहेबांनी शिकारीवरून नजर फिरवली. चौकात जमलेल्या लोकांनी मुजरे केले आणि ते अदबीनं उभे राहिले.

त्या लोकांच्या मध्ये मोकळी जागा होती. त्या जागेत दोन भले जंगी डांगळ व चितळाच्या तीन माद्या पडल्या होत्या. दोन-तीन माणसं त्यांच्या पायांना बांधलेले वासे सोडत होती. वासे सोडून होताच तेही बाजूला झाले.

आप्पासाहेब त्या चितळांच्या निष्प्राण देहांकडं पाहत होते. त्यांवर माश्या घोंगावत होत्या. आजूबाजूच्या लोकांची आशाळभूत नजर त्या देहांवरून फिरत होती. ते पाहून आप्पासाहेब परतले. जयवंत तिथंच ते पाहत उभा राहिला. आप्पासाहेबांच्या पाठोपाठ रावबाही आत आला. आत येताच आप्पासाहेब म्हणाले,

' खाटीक आहेस बघ नुसता ! हजारदा तुला बजावलं होतं, की मादीवर बार टाकू नको, म्हणून. जा आत! '

रावबा काही न बोलता आत गेला.

पाठोपाठ रावबाचा शिपाई राम बंदूक घेऊन आत आला. आप्पासाहेबांना पाहताच बंदूक कोपऱ्यात ठेवून तो पुढं झाला आणि आप्पासाहेबांचे पाय शिवून तो उभा राहिला.

' काय, रामजी, कशी काय शिकार? '

' काय न्हवंच ते, सरकार. तुमचं नाव सरकार चालवनार. सर्वांतनं उठलेला खांड अगदी टिपून काढला. रायफलीनं पाच बारांत पाच पडली. पन त्यापरीस एक्कुलगा उठला, तवा छाती फुटली माजी. लई जंगी एक्कूल ! बारा जनांस्नी उचलंना. तवा हाकेकऱ्यांस्नी दिला तो सरकारांनी. अंगावर घेऊन मारला सरकारांनी. '

' अंगावर घेऊन? '

' तर काय, जी! अचानक जाळीतनं खसपसत भाहीर आला. समोर होऊन ह्या एवढ्याशा अंतरावर टिपला. वितीचे सुळे व्हते.'

' रामजी, बेतानं ऱ्हात जावा. तुमच्यासारखे अनुभवी शिकारी बरोबर दिलेत, ते काय असं करायला? जा. बंदूक साफ करून ठेव.'

' व्हय, जी. ' म्हणत रामू आत गेला.

तात्यांकडं वळून आप्पासाहेब म्हणाले,

' पाहिलंत, कसलं वेडं धाडस करतंय् हे पोर!' पण हे सांगत असताना त्यांना समाधान वाटत होतं.

तात्या उठून म्हणाले,

‘ येतो मी आता. तिन्हीसांज होत आली. ’

‘ थांबा. ’ आप्पासाहेब म्हणाले आणि त्यांनी हाक मारली, ‘ गोविंद! ’

टोपी सावरीत, बंडी-धोतर घातलेला गोविंद धावत पुढं आला.

आप्पासाहेब त्याच्याकडं पाहत म्हणाले,

‘ यांना शिधा पोहोचता करायची व्यवस्था कर... ’

तात्या म्हणाले,

‘ कशाला, आप्पासाहेब ? ’

‘ तसं नव्हे, तात्या. आमचं कर्तव्य आहे ते. तात्या, काही लागलं सवरलं, तर संकोच करू नका. वाडा तुमचा आहे. आम्हांला परकं मानू नका. ’

‘ नाही, आप्पासाहेब. तसं वाटलं असतं, तर शेवटचं दिवस घालवायला इथं आलो नसतो. येतो, आप्पासाहेब.... ’

‘ बरं, या. ’

तात्यांनी नमस्कार केला व ते वाड्याबाहेर पडले.

घराच्या समोर येऊन त्यांनी दृष्टी टाकली.

गुंडू पणती पेटवीत होता.

‘ गुंडू, केव्हा आलास? ’

‘ तुमच्या म्होरंच, जी! ’

‘ मग कामाला उद्यापासून लागतोस ना? ’

‘ सारी जोडणी करूनच आलोय्. आठ दिसांनी कार्कीस्नी डोळं झाकून आना. ’

काय आहे, नाही, हे पाहून, रात्री सोबतीला येतो, म्हणून सांगून गुंडू निघून गेला.

तात्यांनी चूल पेटवली. त्याच वेळी त्यांच्या कानांवर हाक आली-

‘ तात्या! ’

‘ कोण ते? ’

‘ मी गोविंद, जी. ’

‘ का, रे? ’ तात्या उठत म्हणाले.

‘ सरकारांनी शिधा पाठवलाय्. ’

‘ अरे, पण येवढी गडबड काय होती? ’

‘ तुम्हांला नव्हती, तरी सरकारांस्नी होती. ’

तात्यांचे डोळे भरून आले.

गोविंदानं कट्ट्यांवर शिधा ठेवला. तांदूळ, डाळ, मिरची, कोथिंबीर-सारं काही त्या शिध्यात होतं.

‘ अरे, एवढा कसला शिधा? मी तर एकटा आहे. कुणी काढला, हा शिधा? ’

‘ सरकारांनी वहिनीसाहेबांस्नी सांगितलं होतं. ’

तात्यांना गहिवर आला. ते शिध्याकडं पाहतच उभे होते. मग भानावर येऊन ते म्हणाले,

‘ भारी प्रेमळ माणसं! आज घरी आल्यासारखं वाटलं. जा तू. ’

पण गोविंद तिथंच घुटमळला.

तात्यांनी विचारलं,

‘ का, रे? ’

‘ नाही. एक सांगायचं होतं. ’

‘ का, रे? ’

‘ नाही, तुम्ही नवीन आहात. कदाचित तुम्हांला माहीत नसेल... ’

पुन्हा गोविंदा क्षणभर घुटमळला व म्हणाला,

‘ आमच्या सरकारांना ‘ सरकार ’ म्हणून हाक मारली आणि लवून मुजरा केला, तर जास्त आवडतो. ’

क्षणभर गोविंदाला न्याहाळून तात्या म्हणाले,

‘ तुझ्या सरकारची मर्जी मला धरायची नाही. तसं काही कारणही नाही, समजलं? आणि हा तुझ्या सरकारांचा निरोप असेल, तर त्यांना जाऊन सांग. सत्पात्र ब्राह्मणाकडून पाया पडून घेण्यापेक्षा त्याच्यापुढं जरा मान लववली, तर अधिक पुण्य पदरात पडेल, म्हणावं. माझ्या नव्हे...त्यांच्या! ’

गोविंदा क्षणभर तात्यांच्याकडं पाहतच राहिला. कारण नसताना त्यानं आपली टोपी सारखी केली आणि क्षणभर तिथंच घोटाळून तो कसाबसा म्हणाला,

‘ येतो, तात्या. ’

- आणि तात्यांच्याकडं न पाहता तो वाड्याची वाट चालू लागला.

गोविंदाची पाठमोरी आकृती अंधारात मिसळेपर्यंत तात्या त्याच्याकडं पाहत होते.

कट्ट्यावर मांडलेली दगडांची चूल वाऱ्यानं फरफरत होती...

२

सकाळच्या प्रहरी आप्पासाहेब सदरेवर येऊन बसले. नेहमीप्रमाणे बजाबा त्यांच्या पायांवरून हात फिरवीत खाली बसला होता.

आप्पासाहेबांनी विचारलं,

' बजाबा, काय म्हणते मळणी-सुगी? '

' धाकलं धनी, काय गरिबाची मळणी घेऊन बसलासा! गावची सुगीबी सोपत आलीया. आवंदा पीक-पानी झोकात आलंय्. '

' अरे, रामाला काळजी. '

' व्हय, धाकलं धनी, खरं हाय. ' बजाबानं मान हालवली.

बजाबा नेहमी आप्पासाहेबांना 'धाकलं धनी' म्हणूनच हाक मारायचा. बजाबाचं वय, नाही म्हटलं, तरी साठीच्या घरातलं, आप्पासाहेबांच्या वडिलांना तो 'थोरले धनी' म्हणून हाक मारायचा. आप्पासाहेब त्याच्या अंगाखांद्यांवरच वाढलेले. त्यांना तो 'धाकले धनी' म्हणायचा. 'थोरले धनी' गेले, 'धाकले धनी' 'थोरले' झाले, तरी ते 'धाकले धनी' च राहिले. बजाबाच्या हातून काम होत नव्हतं, तरीही वाड्याची पायरी त्याला सुटली नव्हती. सकाळ-संध्याकाळ नित्य नियमानं तो वाड्यात येई. आप्पासाहेबांच्या पायांशी बसे आणि आप्पासाहेबांचे पाय रगडीत असे.

आप्पासाहेब म्हणाले,

' बजाबा, पीक-पानी बरं आहे. आवंदा रामनवमी झोकात करायची, बघ.'

' व्हय, सरकार, करू या की. '

' विठोबा बरा आहे, नव्हे? '

‘ व्हय. का, जी? ’

‘ नाही, काल बरं नाही म्हणत होतास, म्हणून विचारलं. ’

‘ तसं काय न्हाई, जी. वाईच अंग तापलं. कनकन मारतीया, म्हन्‌ला. भात कापूस जात व्हता उनातानात. ’

थोडा वेळ दोघेही गप्प बसले.

बजाबा म्हणाला,

‘ जातू, सरकार. ’

‘बस, रे. ’

‘ न्हाई, सरकार, गाय घेऊन जाया होवं. ’

‘ आनी सून काय करतीय्? ’

‘ डोंबल माजं. नावापरमानं हौशा हाय ती. घटकंत तोळा, तर घटकंत राळा! रांधतीया, तेच लई. दिसायला-बोलायला फटाकडी हाय. पोरगाबी तिच्याच तालातला. सरकार, आपलाच दाम खोटा, तर दुसऱ्यास नावं कशास ठिवा? ’

‘ खरं आहे. पण येईल ताळ्यावर. दोन पोरं झाली, की वळणावर येतात आपोआप. जातात कुठं? ’

त्याच वेळी बाहेर हालचाल झाली.

आप्पासाहेबांनी हाक दिली,

‘ कोण ते? ’

उत्तर आलं नाही.

आप्पासाहेबांनी पुन्हा जोरानं हाक दिली,

‘ अरे, कोण ते? ’

त्या दुसऱ्या हाकेबरोबर एक म्हातारा आत आला. जमिनीला डोकं टेकून पाया पडत तो म्हणाला,

‘ मी, भोगन, जी. ’

त्याला पाहताच आप्पासाहेब म्हणाले,

‘ कोण, भोगण? का आलास, बाबा? वाट चुकलास, वाटतं? ’

तो म्हातारा काहीही बोलला नाही.

आप्पासाहेब जास्तच भडकले,

‘ का बोलत नाहीस? लाज नाही वाटत वाड्याची पायरी चढायला? बजाबा, हे आमचे जुने रयत. चार वर्षं झाली खंड नाही, फाळा नाही. बोलावलं, तर सवड नाही.’

‘ असं कसं करून भागंल, जी?’ बजाबा म्हणाला, ‘ कुठं जानार त्यो ही पायरी सोडून? ’

‘ हा! हा! ’ हात उठवीत आप्पासाहेब उठून उभे राहिले. ‘ स्वत:च्या पायानं आला नाही हा! जेव्हा घरावर जप्ती गेली, तेव्हा ह्याला वाडा आठवला. ’ भोगणकडं वळून ते म्हणाले, ‘ का, रे, आता का आलास? इनामदार म्हणजे पायपोस वाटतो, नाही का? तीन-चार वर्षं खंड-फाळा देऊ नका. मरेना इनामदार! तुम्हांला काय सोयरसुतक? हरामखोर लेकाचे. ’

कचेरीकडं वळून आप्पासाहेबांनी हाक मारली,

‘ गोविंद! ’

त्या हाकेपाठोपाठ गोविंदा लगबगीनं बाहेर आला. कोणत्या प्रसंगाला तोंड द्यावं लागणार, ह्याची जाणीव त्यालाही झाली होती. भोगण आधी आपल्याला भेटला नाही, याचा संताप त्याला आला होता.

तो येताच आप्पासाहेबांनी भोगणकडं बोट दाखवून विचारलं,

‘ ह्याच्या घरावर जप्ती गेली का? ’

गोविंदानं आपली नजर भोगणवर टाकली.

त्याची ती लाचार, केविलवाणी नजर पाहताच गोविंदाला काय बोलावं, तेच समजेना. वास्तविक पाहता पाच-सहा दिवसांपूर्वीच जप्ती बजावली जायची. पण भोगणानं केलेल्या मनधरणीनं, पाय धरल्यानं त्याचं अंत:करण द्रवलं होतं आणि आपल्या जोखमीवर भोगणाला त्यानं चार दिवसांची मुदत दिली होती. जर भोगणानं तो वायदा मोडला असेल, तर दोघांना बोल लागणार होता.

शेवटी मनाचा हिय्या करून शक्य तेवढ्या नम्र आवाजात गोविंदा म्हणाला,

‘ चार दिवसांत सारं भागवतो, म्हणाला, म्हणून... ’

‘ जप्ती नेली नाही, असंच, की नाही? ’ आप्पासाहेब खवळून म्हणाले, ‘ कोण सांगतो तुम्हांला हा लांडा कारभार? आणि आता यानं पैसे आणले नसले, तर? कोण ते पैसे भरणार? तू? ’

आत्तापर्यंत आप्पासाहेबांच्या क्रोधानं भांबावलेला भोगण आपल्या शेवात गुंडाळून आणलेली पैशाची गाठ समोर ठेवीत धीर करून म्हणाला,

‘ आणल्यात, जी. ’

‘ किती? पाच रुपये? बाकीचे सुगीवर, होय ना? ’

‘ न्हाई, जी, समदं आनल्यात. ’

‘ समदं? ’ आप्पासाहेब क्षणभर गोंधळून म्हणाले.

एका रकमेनं भोगण फाळा भागवणं शक्य नव्हतं. बाकी फार वाढली होती.

गोविंदानं एक नि:श्वास सोडला. त्याच्या मनावरचं ओझं उतरल्यासारखं झालं. पण त्याच वेळी आप्पासाहेब उफाळले,

‘ आत्ता कुठून आणलेस, रे, पैसे? पाऊस पडला काय? घरावर जप्ती

नेल्याशिवाय फाळे कसे भराल तुम्ही? इनामदार बुडाले पाहिजेत. माजुरी लेकाचे! गोविंदा, ते पैसे मोजून घे. एक पैही सूट देऊ नकोस हरामखोराला... '

शेवटी त्यांनी तुसडेपणानं विचारलं,

' काय, रे, पुरले होतेस, वाटतं? '

आत्तापर्यंत अवसानानं उभ्या असलेल्या भोगण्याचं अवसान सुटलं. तो लटपटत खाली बसला. त्याच्या डोळ्यांतून अश्रुधारा वाहू लागल्या. कसाबसा तो म्हणाला,

' सरकार! कुठलं आल्यात पुरून ठेवाय पैकं! बैलाची जोडी सावकाराकडं ठेवली आनि काढलं पैकं... '

आप्पासाहेब भोगणाकडं पाहतच राहिले.

भोगण खाली मान घालून उभा होता,

आप्पासाहेबांनी तिरस्कारानं मान उडवली आणि ते म्हणाले,

' आमच्यापेक्षा सावकार जवळचा नाही, रे, तुम्हांला? '

' तसं कसं हुईल, सरकार? '

' बोलू नकोस! हरामखोर लेकाचे. फार शेफारलात तुम्ही . जनावरं गहाण टाकून खाणार काय? पोरं किती? '

' दोन, जी. '

' मग ती नाही ठेवलीस सावकाराकडं? आता दहा गावांत बोंबलत सुटशील माझ्या नावानं. गोविंदा, घेऊ नकोस ते पैसे. त्यात वीस रुपये घाल आणि फेक त्याच्या तोंडावर. दे वाड्याबाहेर हाकलून! '

एकदम भोगणाच्या चेहऱ्यावरचा भाव पालटला. त्यानं पुढं पाऊल टाकलं. त्याच वेळी तो काय करणार, हे लक्षात येऊन आप्पासाहेबांनी पाठ फिरवली व ते म्हणाले,

' काही नको पाया पडायला! सारं माहीत आहे मला. ते पैसे घे आणि हो चालता. गोविंद... '

' जी-- '

' उद्या संध्याकाळच्या आत जर ह्यानं जनावरं सोडवून आणली नाहीत, तर चामडी लोळवीन, म्हणावं, त्याला. शेती करून उपकार करताहेत आमच्यावर! '

इनामदारांची पाठ वळलेली पाहताच बजाबानं भोगणाला बाहेर जाण्याची खूण केली आणि भोगणाच्या पाठोपाठ बजाबा बाहेर पडला. पाठोपाठ गोविंदाही.

' सरकारांच्या पुढं एकदम कशाला गेलास? '

' काय करू? कट्ट्यावरच बसले व्हते. '

' बरं, ते राहू दे. आता असं कर, जोडी सोडवून उद्या वाड्यात घेऊन ये. सरकारांना दाखव. त्यांचा राग जाईल. आणि मग जा परत गावाला. जेवून घे. मी सांगतो वाड्यात; मग सरकारांनी सांगितलेले वीस रुपये देतो, ते घेऊन जा. '

' व्हय, जी! ' म्हणत भोगण पागेकडं वळला.

गोविंदा कचेरीकडं गेला.

झालेल्या मनस्तापानं आप्पासाहेब आत जाण्यासाठी वळले, तोच त्यांच्या कानांवर बाहेरचे शब्द पडले.

' आप्पासाहेब आहेत का? '

'हाईत, जी. '

' कोण ते? ' आप्पासाहेब आतूनच ओरडले आणि त्यांनी रागानं बाहेर पाहिलं. दरवाज्याजवळ तात्या दिसताच त्यांचा नूर पालटला व ते म्हणाले, ' या, तात्या, या गावात आल्यावर जे भेटलात, त्यावर आज पंधरा-वीस दिवसांनी दिसता आहात. '

' तसं नव्हे, आप्पासाहेब. आठ दिवसांत आटोपणारं काम शेवटी काल रंगारूपाला आलं. पाठीवर उभं असल्याशिवाय काम होत नाही लौकर. '

' मग केव्हा आणणार मंडळींना? '

' तेच सांगण्यासाठी आलो होतो. उद्या आणावं, म्हणतो. आपली गाडी मिळाली, तर उपकार होतील आपले. '

' हे काय विचारणं, तात्या! वाडा तुमचाच आहे. एकदा आपली माणसं म्हटली, की झालं. गाडी जरूर घेऊन जावा, आणि मंडळी आली, की कळवा, म्हणजे सूनबाई बोलावणं पाठवील त्यांना. आबासाहेबांच्या वेळची नाती आपली. ती आम्हांला तोडायची नाहीत. '

' बरं मग... येऊ तर? '

' थांबा, हो, एवढी काय गडबड? '

' तसं काही नाही, पण अजून पोटापाण्याची सोय व्हायची आहे. ह्या उतारवयात वेळच्या वेळी सारं झालं, तरच हे शरीर काम देतं. '

' शिधा येतो ना वेळच्या वेळी? '

' त्यात काही कमतरता नाही. सारं व्यवस्थित चाललं आहे आपल्या कृपेनं. '

' कसली कृपा घेऊन बसलात, तात्या ! काळजीनं जीव पोखरतो आहे माझा. गडबड नसली, तर बसू या थोडा वेळ. '

दोघंही सदरेत जाऊन बसले.

घसा खाकरून आप्पासाहेब म्हणाले,

' तात्या, देवस्थानाची मला फार काळजी वाटते आहे. आबांच्या वेळी आपले वडील देवस्थान कसं चालवीत होते, ते आम्ही बघितलंय्. आता त्यात काही बिघडलंय् असं नाही. पण समाधान वाटत नाही. आपले वडील जाताना त्यांनी

ज्यांच्या हाती हे सोपवलं, त्याच्याकडंच सध्या हे देवस्थान आहे. आता तुम्ही आलाच आहात, तर तुम्ही ते आपल्याकडं घेतलं, तर माझी काळजी दूर होईल...'

' आप्पासाहेब, मला आता ह्यात गुंतवू नका. ती दगदग आता मला नाही झेपायची. मी कोणी परका नाही. देवानं पोटापाण्याची चिंता सोडवली आहे. पोटापुरता जमीनजुमला आहे. गरज लागली, तर येतो आहेच की आपल्याकडं! '

' पण, तात्या, हे देवस्थान. इतकी वर्षं झाली, तरी रामनवमीची यादी द्यावीच लागते. '

' त्याची काळजी नको, आप्पासाहेब. तसं माझं लक्ष राहीलच. '

' ते देवस्थान चालवीत असले, तरी आजपासून जबाबदारी तुमची. '

' बेलाशक! बरं. जाऊ मी? '

दोघे उठून बाहेर आले. आप्पासाहेबांनी सिद्दाला हाक मारली. सिद्दा महार पुढं आला. आप्पासाहेब म्हणाले,

' हे बघ, सिद्दा. उद्या येरवाळी भिम्या-लक्ष्या जोडून गाडी घे. सवारी आजच आवळून घे. होसूरहून तात्यांची मंडळी यायची आहेत. गाडीबरोबर तू जा. जपून घेऊन ये मंडळींना. तात्या बरोबर येतीलच. '

' व्हय, जी. ' सिद्दा म्हणाला.

' आणि हे बघ... ' आप्पासाहेब म्हणाले, 'बैठक घालूनच घेऊन जा. '

' व्हय, जी. '

आप्पासाहेबांचा निरोप घेऊन तात्या घरी आले. भिंतीचा गिलावा, जमिनी ओल्या असल्यानं गारवा वाटत होता. परसात गुंडू गवत-गदाळा गोळा करून कोपऱ्यात रचीत होता.

' अरे, त्याला काही लाव... ' तात्या म्हणाले, आणि परसातल्या तुळशीवृंदावनाकडं जाऊन त्यांनी ते निरखायला सुरुवात केली. ते गुंडूला म्हणाले,

' अरे, गुंडू, ह्या कुंडीत थोडी चांगली माती आणून घाल. '

त्याच वेळी बाहेरून हाक आली,

' तात्या... '

' कोण आहे? ' म्हणत तात्या बाहेर गेले.

दारात दोघे उभे होते. तात्या येताच त्यांनी तात्यांना नमस्कार केला. नमस्कार घेऊन तात्या म्हणाले,

' माझ्याकडं आलात? '

' हो! '

' या, आत या; बसा ना. '

ते दोघे पायरी चढून वर येताच कट्ट्यावर हात दाखवीत तात्या म्हणाले,

' नुकताच गिलावा झाला आहे. अजून ओलं आहे सगळं. आपण इथंच बसू. बसा ना. '

ते दोघे अंग चोरून बसले. दोघेही तरुण दिसत होते. त्यांचा गोरा रंग, कपाळावरचं गंध, खांद्यावरचं उपरणं पाहून ते ब्राह्मण आहेत, हे तात्यांनी ओळखलं. त्यांतला एक जण खाकरून म्हणाला,

' माझं नाव वामन. ' आणि दुसऱ्याकडं बोट दाखवून तो म्हणाला, ' हा माझा धाकटा भाऊ केशव. वासुदेवराव आमचे वडील. '

' असं का? '

' गावचं देवस्थान आम्हीच पाहतो. '

' बरं. '

पुन्हा ते स्तब्ध झाले. तात्यांनी विचारलं,

' आपलं माझ्याकडं काही काम होतं का? '

' नाही. त्याचसाठी आलो होतो. आम्ही असं ऐकलं आहे की, देवस्थान पुन्हा तुमच्याकडं जाणार, म्हणून. तेव्हा विचार केला, की तुम्हांलाच विचारावं. '

' त्याचं असं आहे, ' तात्या म्हणाले, ' देवस्थान इमानदारांच्याकडं आहे. त्यांना ते ज्यांनी चालवावं वाटेल, त्यांना ते देऊ शकतात. '

' ते खरं. पण खरं सांगू आता? पूर्वीसारखी परिस्थिती राहिली नाही. काम थोडं, पण किचकिच फार. वर्षाकाठी दोनशे रुपयेदेखील राहत नाहीत. खोटं कशाला सांगू? '

' अस्सं ! '

' तुम्ही नवीन; तुम्हांला हे माहीत नसणार... आणि तुम्हांला ह्या वयात ही दगदगदेखील सोसणार नाही. '

' मग तुमचं म्हणणं काय आहे? '

क्षणभर ते दोघे घुटमळले. वामन म्हणाला,

' स्पष्टच सांगायचं, म्हणजे आमची अशी इच्छा आहे की, हे चाललं आहे, असंच, तुम्ही आम्हांला चालवू द्यावं. तुमच्या वडिलकीच्या हक्कासाठी वर्षाकाठी तुम्हांला आम्ही पन्नास रुपये देऊ. '

आत्तापर्यंत शांत बसलेले तात्या ताडकन् उठून उभे राहिले.

त्यांच्या बदललेल्या चेहऱ्याकडं ते दोघे पाहतच राहिले.

स्वतःला शक्य तेवढं आवरण्याचा प्रयत्न करीत तात्या म्हणाले,

' देवस्थान म्हणजे धंदा वाटतो होय तुम्हांला? आप्पासाहेब म्हणाले, ते खोटं नाही. माझ्या वडिलांनी देवस्थानाचा धंदा केला नाही, समजलं? कुलकर्णीपण सोडून देवस्थान घेतलं, ते पैशासाठी नव्हे! पुण्याईसाठी ! पुन्हा मला लाच देण्याचा

प्रयत्न करू नका. देवस्थान तुमच्याकडंच राहील. पण लक्षात ठेवा, मी लक्ष ठेवणार आहे! '

' उपकार आहेत आपले... ' वामन चाचरत म्हणाला.

' ते कधीही विसरू नका. जा तुम्ही आता. '

नमस्कार करून ते दोघे तेथून सटकले.

विचारांच्या काहुरात तात्या तिथंच कट्ट्यावर बसून राहिले.

ೞೞೞೞ

३

जयवंत अचानक जागा झाला. क्षणभर आपण कुठं आहोत, हे त्याच्या ध्यानी आलं नाही. त्यानं पाहिलं, उमा त्याच्याकडं पाहून हसत होती. पहाटेचा गारवा त्याला जाणवला.

उमा त्याला म्हणाली,

' उठा, बघू ! '

एकवार जयवंतनं उमेकडं किलकिल्या डोळ्यांनी पाहिलं.

जयवंतचं उंचावलेलं नाक पाहून तिला खुदकन् हसू आलं.

' मी नाही जा-' म्हणत जयवंतनं पांघरूण डोक्यांपर्यंत ओढून घेतलं. त्याच्या कानांवर वहिनीचे शब्द आले,

' असं काय करता, भाऊजी? बघा हं. आत्ता हेच मामासाहेब तुम्हांला उठवायला सांगून अंघोळीला गेलेत. एवढ्यात येतील. तुम्ही उठला नाही आणि ते रागावले, तर मी जबाबदार नाही. मग उठा, नाहीतर राहा. '

ती मात्रा जयवंतला लागू पडली. तिच्या आवाजातला तिखटपणादेखील त्याला जाणवला. चेहऱ्यावरचं पांघरूण दूर करीत, अंथरुणावर बसत जयवंतनं विचारलं,

' कोण? आबा? '

' वा, भाऊजी, विसरलात, वाटतं! आज शुक्रवार. जायचं नाही, वाटतं, देवाला?'

जयवंतचा चेहरा पुन्हा पडला. क्षणभर त्याला काही सुचलं नाही. सारं आर्जव एकत्र करून तो म्हणाला,

' वहिनी! तू माझी ना, ग? '

वहिनी पलंगाच्या काठावर बसली. जयवंतचा चेहरा निरखीत, डावा हात त्याच्या केसांवरून फिरवीत मिस्किलपणे हसली आणि होकारार्थी मान हलवीत ती म्हणाली,

' हो ना! अगदी तुमचीच. '

' मग सांग ना तू आबांना... '

' नाही हं, भाऊजी. ही लाडीगोडी नाही चालायची आता. गेल्या खेपेला असंच चुकवलं आणि तुम्हांला खोकला लागला, असं खोटंच सांगावं लागलं मला. '

अंथरुणावर हिरमुसल्या चेहऱ्यानं बसलेल्या जयवंतचा हात उमेनं पकडला. नकळत जयवंत उठला. तिनं त्याला मोरीवर नेलं. थंड पाण्याचा हात त्याच्या तोंडावरून फिरवीत असता तिनं हाक मारली,

' सारजा... '

' जी, आलू! ' म्हणत सारजा आली.

सारजा उमेच्या बरोबरच पाठराखण म्हणून आलेली व तिच्याच माहेरी वाढलेली. पण का, कुणास ठाऊक, तिच्या नवऱ्यानं तिला टाकली आणि वहिनीबरोबरच ह्या वाड्यात आली. वहिनीइतकाच अधिकार तिचा या वाड्यात होता.

सारजा येताच तिनं विचारलं,

' काय, आक्कासाब? '

' थोरल्या सरकारांची अंघोळ झाली? '

' जी! आत्ता हेच देवघरात गेले. '

' बाई, ग! अजून ह्यांचे कपडे नाहीत! सारजा, ह्यांची इरापी इजार काढ आणि घाल यांना. '

' मी नाही! ' जयवंत फुरंगटून म्हणाला.

' काय?' उमा किंचाळली. पण तिच्या किंचाळण्याला दाद न देता जयवंत म्हणाला,

' तू घाल. '

' सोडशीला बघा. घरात सासूचा जाच नको, म्हणून माझ्या बापानं मला ह्या घरात दिली. सासूची जागा तुम्ही भरून काढा, भाऊजी. '

सारजानं दिलेली इरापी इजार ओढून घेऊन ती जयवंतसमोर बसली. जयवंत तिच्या खांद्यावर हात ठेवून निर्विकार नजरेनं तिच्याकडं पाहत होता. वहिनीचा राग कुठवर जाऊ शकतो, हे तो पूर्ण जाणून होता.

' भारीच लाडावून ठेवलंय् तुम्ही त्यांना. ' सारजा म्हणाली.

' मग करतेय् नव्हे मी? तुला का त्याचा त्रास! ' उमा अकारण सारजावर संतापली.

‘ हे बघा, बाई! ’ सारजा चकित होऊन म्हणाली, ‘करा ना! मी कशाला नको म्हणू? तुम्हीच म्हणाला... ’

‘ बरं, बरं! ’ तिला थांबवीत उमा म्हणाली, ‘ ह्यांचं दूध घेऊन घे. धनगरानं धारा काढल्यात ना? ’

‘ काढल्यात. ’ म्हणत सारजा आत गेली.

उमेनं झटपट जयवंतचे कपडे बदलले. फणीनं केस विंचरले. पण हे सारं जयवंतकडं न पाहता ती करीत होती.

जयवंत गोरामोरा झाला होता. भीत भीत त्यानं विचारलं,

‘ वहिनी... ’

‘ आता आणि काय? ’ उमा म्हणाली. तिचं लक्ष जयवंतच्या चेहऱ्याकडं गेलं त्याचे डोळे पाणावले होते. वहिनीची नजर चुकवीत तो म्हणाला,

‘ रागावलीस? ’

उमाचा राग कुठल्या कुठं गेला. त्याला छातीशी कवटाळीत ती म्हणाली,

‘ नाही, रे, राजा! तुझ्यावर कशाला रागावू? ’

जयवंत खुदकन् हसला. फारच क्वचित ती त्याला एकेरी नावानं हाक मारीत असे. वहिनी खूश असल्याची ती एक खूण होती. जयवंत चटकन् म्हणाला,

‘ वहिनी, सांग ना आबांना. ’

उमा हसली. दुधाचा पेला घेऊन आली. तो पेला जयवंतच्या ओठाला लावीत ती म्हणाली,

‘ ते नाही हं चालायचं! ’

उमा मुद्दाम जयवंतकडं पाहत नव्हती. त्याच्या चेहऱ्याकडं पाहिलं, तर हसू फुटेल व त्यामुळं जयवंत अधिकच बिथरेल, ही भीती तिला होती.

जयवंतला पहाटे उठण्याचा कंटाळा नव्हता. त्याचं दुःख निराळंच होतं. दर शुक्रवारी आप्पासाहेब स्नान करून गावाबाहेर असलेल्या खडीच्या टेकावरील लक्ष्मीच्या दर्शनाला जात. त्यांनी पाच-सहा महिन्यांपूर्वीच पंढरपुराच्या बाजारातून जयवंतसाठी एक चांगलं तट्टू आणवलं होतं. दर शुक्रवारी देवदर्शनासाठी जात असता ते जयवंतलाही आपल्याबरोबर नेत असत आणि जयवंताचं सारं दुःख त्या तट्टावर बसण्यात होतं.

उमेनं परत फणीनं त्याचे केस सारखे केल, आणि त्याचे कपडे ठीक करीत असतानाच आप्पासाहेबांची हाक कानांवर आली.

‘ जया... ’

‘ अहो, आलो, म्हणा! ’ वहिनी म्हणाली, पण जयवंतनं हाकेला उत्तर दिलं नाही.

वहिनी जयवंतला घेऊन सोप्यापर्यंत आली.

चौकात उभं राहून आप्पासाहेब जयवंतची वाट पाहत होते.

सासऱ्याला दारात पाहताच वहिनी एक पाऊल मागं सरली, आणि खाली वाकून, पदर हातात घेऊन त्रिवार पाया पडली.

आप्पासाहेबांनी विचारलं,

'मुली, झाली का त्याची तयारी? '

' हो! ' म्हणत वहिनीनं जयवंतला पुढं सारला.

जयवंत कष्टानं पायऱ्या उतरू लागला. आप्पासाहेबांनी जयवंतला विचारलं,

' कुठं आहे तुझा दादा? '

जयवंत काही बोलणार, तोच वहिनी म्हणाली,

' माशाला गेलेत. '

' बरं, बरं! ' जवळ आलेल्या जयवंतचं बोट धरून आप्पासाहेब वळले.

वाड्याच्या पहिल्या चौकात सिद्दा घोडी धरून उभा होता.

तट्टावर आवळलेलं जीन पाहताच आप्पासाहेब म्हणाले,

'सोड ते जीन. लहान नाही आता. चांगला बारा वर्षांचा घोडा झालाय्. रिकाम्या पाठीवर बसायची सवय होऊ दे आता.'

जीन काढून टाकण्यात आलं. सिद्दानं पायाखाली हात देऊन जयवंतला घोड्यावर चढवलं. घोड्याचा कणा जयवंतला रुतला. आप्पासाहेब आपल्या घोड्यावर स्वार होताच मोठ्या दरवाज्यातून ते बापलेक बाहेर पडले. पाठोपाठ सिद्दा धावला. जयवंतनं एकवार सिद्दाकडं पाहिलं. तो गालांत हसतो आहे, असं त्याला वाटलं. रुतणाऱ्या पाठीचा कणा चुकवण्याचा प्रयत्न करीत, अंग चोरीत जयवंत चुळबुळ करीत होता. आप्पासाहेब आपल्याच विचारात पुढं जात होते. त्यांचं जयवंतकडं मुळीच लक्ष नव्हतं. तेवढंच जयवंतला बरं वाटत होतं. मंदगतीनं दोघेही बापलेक खडी चढत होते. पण ते भाग्य जयवंतला फार लाभलं नाही.

गावाबाहेरच्या खडीच्या टेकावर असलेल्या लक्ष्मीच्या देवळाकडं घोडी थांबताच दोघंही देवदर्शन घेऊन बाहेर आले. आप्पासाहेब सिद्दाला म्हणाले,

' सिद्दा, जा तुझ्या धाकट्या सरकारांना घेऊन आण जा रपेट करून. तोवर मी इथं बसतो. '

काही बोलायच्या आतच जयवंत तट्टावर चढवला गेला. सिद्दानं लगाम धरून घोड्याला चाल दिली. मनात चडफडत तोल सावरत जयवंत घोड्यावर बसला होता. खिंडीच्या खालच्या माळावर येताच सिद्दा म्हणाला,

' हां, सरकार! मारा टाच. मी हाय संगं. '

‘ सिद्दा! ’

‘ जी. ’

‘ सांग की तू आबांना, घोडं पळवलं, म्हणून. ’

सिद्दा हसून म्हणाला,

‘ सरकार, मागं बगा तरी... ’

जयवंतनं मागं वळून पाहिलं.

टेकाडावर आप्पासाहेब उभे होते.

जयवंतची शेवटची आशाही गेली.

सिद्दा म्हणाला,

‘ सरकार, घाबरू नका. घोडं जोरात पळवू नगासा, म्हंजी झालं. हबक्याबरोबर उशी घ्या. मग तरास होत न्हाई. ’

सिद्दानं घोड्याच्या पाठीवर थाप मारली. तट्टू पळू लागलं. पाठोपाठ सिद्दा धावू लागला. आप्पासाहेब समाधानानं वरून ती रपेट पाहत होते. शेवटी आप्पासाहेबांनी सिद्दाला वर येण्यास खूण केली.

वाड्याजवळ येईपर्यंत जयवंत एक शब्दही बोलला नाही. त्याचा चेहरा गोरामोरा झाला होते. केव्हा एकदा वाडा येतो, असं त्याला झालं होतं. वाड्यात आल्यावर सिद्दानं त्याला उतरवून घेतला. घोड्यावरून उतरताच जयवंत आप्पासाहेबांशी एक शब्दही न बोलता तडक आत पळत सुटला.

वहिनीच्या खोलीत जाताच त्यानं पाहिलं, तो तिथं त्याची वहिनी व रावबा बोलत बसली होती. जयवंत दाराशीच थांबला. जयवंतला पाहताच उमा हसून म्हणाली,

‘ हे पाहा, आमचे भाऊजी आलेच... ’ आणि जयवंतला घेण्यासाठी ती पुढं सरकली. तिचा हात झटकीत जयवंत रागानं म्हणाला,

‘ बोलू नकोस तू. ’

‘ उमा! तू फारच लाडावून ठेवलंस त्याला. ’ रावबा म्हणाला.

‘ इश्श! नावानं कसली हाक मारता? ’

दादाच्या बोलण्यानं जयवंत जास्तच फुरंगटला.

उमेनं ओळखलं की, आज खूप रपेट झाली असणार. दूर कोपऱ्यात जाऊन उभ्या राहिलेल्या जयवंतच्या जवळ जाऊन ती म्हणाली,

‘ असं काय, भाऊजी, तुमच्या वहिनीनं काय केलंय् तुमचं? ’

त्यानं क्षणभर तिच्या हातातून सुटण्याचा प्रयत्न केला आणि दुसऱ्याच क्षणी तिच्या गळ्यात पडून तो रडू लागला.

त्याच्या पाठीवरून हात फिरवीत कातर आवाजात उमा म्हणाली,

' भाऊजी, रडता काय? काय झालं? '

पण जयवंतचे हुंदके जास्तच वाढले.

बोलता-बोलता तिनं त्याची ब्रिचीस काढायला सुरुवात केली. त्याबरोबर जयवंत कळवळला.

उमेनं चमकून पाहिलं, तो इरापी विजारीला पाठीमागच्या बाजूला रक्त लागलेलं तिला दिसलं. ते पाहताच तिचं हसू कुठच्या कुठं गेलं. ती कळवळली व म्हणाली,

'अहो, पाहिलंत का? '

त्या दोघांकडं कौतुकानं पाहत बसलेला रावबा ते रक्त पाहताच मोठ्यानं हसला व म्हणाला,

' सुरुवातीला सवय होईपर्यंत ही अशी सालटी जायचीच! आमचीसुध्दा अशीच सालटी गेली होती. आयडीनचा बोळा फासून टाका. थांब, मीच लावतो.'

आयडीनचं नाव निघताच जयवंत रडू लागला.

उमा त्याला समजावू लागली. तोवर रावबानं आयडीनचा बोळा तयार केला देखील. उमेच्या हातातून जयवंतला सोडवून घेत तो म्हणाला,

' फारच लाडावून ठेवलंस याला. '

रावबानं धरलेला हात सोडवून घेण्याची खूप खटपट जयवंतनं केली. पण रावबानं जयवंतच्या दंगामस्तीला, ओरडण्याला न जुमानता जयवंतला पलंगावर ओढलं व आपल्या पायांवर पालथा घातला. जयवंत हवेत पाय उडवीत होता. डाव्या हातानं जयवंतला आवळून धरून रावबानं त्याच्या जखमेवर आयडीन फासलं. जयवंत खच्चून ओरडला. त्या ओरडण्याबरोबर उमेनं कानांवर हात घेतले. तिचे डोळे भरून आले. गडबडीनं तिनं जयवंतला सोडवून घेतलं. तोच बाहेरून आप्पासाहेबांचा आवाज आला,

' अरे, काय झालं त्याला किंचाळायला? '

गडबडीनं उठून रावबा पुढं झाला व म्हणाला,

' काही नाही, आबा, जयवंतला आयडीन लावलं. '

'एवढंच ना? ' म्हणत आप्पासाहेब परतले. त्यांनी वळून विचारलं, ' मासा मिळाला? '

' मासा? ' रावबा त्या प्रश्नानं गोंधळला.

' सूनबाई म्हणाली, माशाला गेलात, म्हणून! '

' मासा मिळालाच नाही. वारं सुटलं. ' रावबा म्हणाला.

' ह्या दिवसांत मरळ उठतं होय?' म्हणत आप्पासाहेब कचेरीकडं चालू लागले.

खोलीत येताच रावबानं विचारलं,

'काय, ग?' माशाला गेलो होतो, म्हणून सांगितलंस आबांना?'

' नाहीतर काय सांगू? रात्रभर इथं नव्हता, म्हणून सांगू?'

रावबाचा चेहरा एकदम गोरामोरा झाला. तो उठला आणि बाहेर जात म्हणाला,

' कळतात आम्हांला ही बोलणी! '

उमा सुन्न होऊन, संतापानं बाहेर पडणाऱ्या रावबाकडं पाहत होती.

जयवंतचे हुंदके थांबले नव्हते. तो खिडकीपाशी जाऊन उभा होता. त्याच वेळी खिडकीतून दिसणाऱ्या तात्यांच्या परसात त्याला हालचाल दिसली.

एक पोक्त बाई परसू झाडत होती.

जयवंत कुतूहलानं पाहत होता.

परसू झाडून होताच ती बाई तुळशीवृंदावनाकडं गेली आणि हळुवार हातांनी तिनं आणलेलं तुळशीचं रोपटं त्या वृंदावनात लावलं.

त्याबरोबर सारं दु:ख विसरून जयवंतनं हाक मारली,

' वहिनी, इकडं ये. '

' काय, भाऊजी? ' त्याच्या पाठीमागं जाऊन उमा म्हणाली.

' ती बघ, कोण नवी बाई ! '

वहिनीनं पाहिलं व ती पुटपुटली,

' तात्या घेऊन आले, वाटतं, काकींना. '

' वहिनी, मी तिकडं जाऊ? '

' जा ना, पण लौकर या दूध प्यायला. '

' हो! ' म्हणत जयवंत पळत सुटला.

तो दाराशी पोहोचला असेल, नसेल, तोच उमेनं त्याला हाक मारली,

' अहो भाऊजी! '

' काय? ' म्हणत जयवंत पाठीमागं वळला.

' इजार तरी घालाल, की नाही? '

जयवंत लाजला. उमेनं त्याला इजार घालताच धावतच बाहेर सुटला आणि तात्यांच्या परसाच्या नजीक जाऊन तो उभा राहिला.

काकी तुळशीवृंदावनातल्या रोपाला पाणी घालत होत्या. त्यांचं लक्ष जयवंतकडं गेलं. जयवंतला त्यांनी जवळ बोलावलं. जयवंत संकोचला. मागच्या मागं पळून जावं, असं त्याला क्षणभर वाटलं. पण तसं करण्याचं धैर्य त्याला झालं नाही. मुंगीच्या पावलांनी कुंपण ओलांडून तो आत गेला. त्याला हाताशी धरून, काकी त्याला आत घेऊन गेल्या. जमीन ओली होती. चुलीला पोतेरा घालून चूल पेटवली होती. तात्यांनी दोघांना पाहिलं व ते म्हणाले,

' हा कुठं सापडला तुला? '

' मी तुळशीला पाणी घालीत होते. बाहेर उभा राहून माझ्याकडं पाहत होता. '

' अग, पण हा कोण आहे, हे तुला माहीत आहे का? '

' कोण? '

' आपले आप्पासाहेब आहेत ना? त्यांचा हा धाकटा मुलगा, जयवंत. '

जयवंतकडं वळून तात्यांनी विचारलं,

' शिकतोस, की नाही? '

जयवंतनं लाजून मान खाली घातली.

' शिकशील माझ्याकडं? '

जयवंतनं होकारार्थी मान हालवली.

तात्या म्हणाले,

' मी आप्पासाहेबांना सांगेन.'

जयवंतला संकोचल्यासारखं झालं होतं.

काकी त्याला जवळ घेऊन त्याच्या अंगावरून हात फिरवीत म्हणाल्या,

' भारी गोड आहे, हो, पोरगा. '

जयवंत धीर करून बाजूला झाला आणि ' जातो मी ' म्हणत परवानगीची वाट न पाहता पळतच सुटला.

धापा टाकत तो वहिनीजवळ आला.

वहिनींनी विचारलं,

' कुठं होतात, भाऊजी? '

वहिनीच्या खांद्यावर हात ठेवून जयवंत म्हणाला,

' वहिनी, ते तिथं कोण राहतात ना, त्यांच्याकडं गेलो होतो. मघाशी दाखविलेल्या बाईनं, तू मला जवळ घेतेस ना, तसं जवळ घेतलं. '

त्यावर हसून वहिनी म्हणाली,

' भाऊजी, मग त्यात काय झालं इतकं घाबरायला? पुन्हा कधी गेलात, तर ते बाबा आहेत ना, त्यांना तात्या म्हणायचं, अन् त्या बाई आहेत ना, त्यांना काकी म्हणायचं. '

' मला तात्या शिकवणार आहेत. तेच म्हणाले. '

' बरं झालं, भाऊजी. खूप शिका. पण, भाऊजी, खरं सांगा, तुम्हांला मी आवडते, का त्या काकी? '

' मी नाही जा! ' म्हणत जयवंत बाहेर पळत गेला.

संध्याकाळी आप्पासाहेबांनी जयवंतला हाक मारली. तो सदरेत गेला, तेव्हा तात्या तिथं बसले होते.

जयवंतला आप्पासाहेबांनी विचारलं,

' तू शिकणार आहेस, म्हणे, तात्यांच्याकडं? '

' हो! ' जयवंत म्हणाला.

'मग उद्यापासून शिकायला सुरुवात कर. तात्या, या पोराची जबाबदारी आता तुमच्यावर.'

' तुम्ही निश्चिंत असा, आप्पासाहेब. जयवंत फार चांगला मुलगा आहे. शिकेल तो, आप्पासाहेब, मी आजच मुहूर्त शोधून ठेवला आहे. ' जयवंतकडं वळून तात्या म्हणाले, ' जयवंत, उद्या सकाळी लवकर स्नान करून रामाच्या, आप्पासाहेबांच्या पाया पडून, पाटीदप्तर काय असेल, ते घेऊन माझ्याकडं यायचं. '

जयवंतनं मान डोलावली.

- आणि दुसऱ्या दिवसापासून जयवंत तात्यांच्याकडं शिकू लागला.

ॐॐॐ

४

गावात आल्यापासून तात्या आणि काकी गावाला नवखी राहिली नाहीत. सुरुवातीला एकट्या आप्पासाहेबांचीच काय ती ओळख होती; पण हळूहळू सारा गाव त्यांच्याकडं ओढला जात होता. कधी कुणी मुहूर्त पाहण्यासाठी तात्यांना गळ घाली, तर कधी कुणी तात्यांकडं सल्ल्यासाठी येई. आजारी म्हटलं, की तात्या तिथं जात. एखादी मात्रा देत. आजाराबाबत त्यांनी कधी महार-मांग म्हटलं नाही. ते बेलाशक महाराच्या घरात शिरत. औषध-पाणी देत. काकींचीदेखील कुरकुर चालत नसे. अशा वेळी काकी पाण्यानं भरलेली घागर दारात ठेवून स्वस्थ बसत. घरात येण्याआधी तात्या ती घागर अंगावर ओतून घेत आणि कपड्यांसहित सर्व अंग भिजल्याची खात्री करून घरात पाऊल ठेवीत. ज्यांच्याकरवी गावची पूजाअर्चा, त्यांना हे आवडत नसे. ते तात्यांकडं ह्याबाबत नापसंती दर्शवीत.

तात्या त्यांना म्हणत ,

' अरे! हे सारं जमणार नाही, म्हणूनच मी ती जोखीम पत्करली नाही. पोटाला ना मूल, ना बाळ. मग कशासाठी ही धडपड सारी? हीच आपली माणसं समजतो आणि करतो सेवा त्यांची. '

असं उत्तर मिळालं, की विचारणारे गप्प बसत. पण गावची ब्राह्मण मंडळी तात्यांना घरी बोलावण्याचं टाळीत.

तात्या म्हणत,

' छान झालं. तेवढीच उपाधी कमी! '

तात्यांच्या वागणुकीमुळं गावच नव्हे, तर सारी कर्यात तात्यांच्या परिचयाची झाली होती. अनेक वेळा रात्री की अपरात्री तात्या कंदिलाच्या उजेडात वाट चालत असताना दिसायचे. आजारी म्हटला, की तात्यांच्या हिशेबी दिवसरात्र नसे.

सारे लोकही तात्यांचं घर परस्परा भरायचे. कुणी भाजी आणून देई, तर कुणी केळीचा घड. सुगी आली, की भाताची पोती पडत. असं काही ना काहीतरी तात्यांच्या घरी येऊन पडे.

तात्या म्हणायचे,

' अरे, खुळे का काय? कशाला आणता हे? '

'न्हाई, तात्या. आवंदा पीक झोकात आलं, बघा... पेरा तुम्ही सांगितलासा... तुम्ही व्हतासा, म्हणून पोर वाचलं.. '

असं हे नेहमीच चालायचं.

एक दिवस तात्या स्नानसंध्या, पूजा, वगैरे आटोपून औषध कुटीत बसले होते. काकी दाराशी उभ्या होत्या. तात्यांनी खलबत्ता थांबविला व ते म्हणाले,

' अग, अजून जया कसा आला नाही? '

' मी पण तेच म्हणत होते. '

' एक दिवस आला नाही, तर चुकल्यासारखं वाटतं, बघ. दोन वर्षांत भारीच जीव लावला पोरानं. '

दारात उभ्या असलेल्या काकींनी बाहेर पाहिलं व त्या म्हणाल्या,

' शंभर वर्षं आयुष्य आहे पोराला. '

जयवंत आत आला.   तो सतरंजीच्या एका कोपऱ्यावर बसला. तात्यांनी विचारलं,

' काय, रे, उशीर बरा आज? '

' डोकं दुखत होतं. '

गडबडीनं उठून तात्यांनी त्याच्या कपाळाला हात लावून पाहिला व ते पुटपुटले,

' ताप नाही. '

काकींच्या चेहऱ्यावर समाधानाची छटा उमटली. तात्या म्हणाले,

' कालचं लिहून आणलंस? '

' होय! ' म्हणत जयवंतनं पिशवीतून पोथी काढून तात्यांसमोर ठेवली; आणि ज्या वहीत पोथी उतरली होती, ती वहीही तात्यांच्यासमोर ठेवून जयवंत गप्प बसून राहिला.

तात्यांनी ती वही पाहिली आणि ते म्हणाले,

' सगळी पोथी उतरलीस दोन दिवसांत? '

‘ होय! ’

‘ रात्री जागलास, वाटतं? ’

जयवंत काही बोलला नाही.

‘ मग डोकं दुखेल, नाही तर काय होईल! ’ तात्यांनी आतल्या खोलीकडं पाहत हाक मारली. ‘ अग ए... ’

‘ काय? ’ म्हणत काकी बाहेर आल्या. तात्या म्हणाले, ‘ जरा दूध घेऊन ये, बघू! ’

काकी जाताच तात्या म्हणाले,

‘ जयवंत, आज काही नको. तुला औषध देतो, तेवढं घे आणि जाऊन झोपून राहा, म्हणजे बरं वाटेल तुला. ’

काकीनं पंचपात्रातून दूध आणलं. तात्यांनी आपल्या बटव्यातून एक गोळी काढली आणि जयवंताच्या हाती दिली.

जयवंतनं ती गोळी घेतली आणि दुधाबरोबर गिळली.

त्याच वेळी घरापुढं पायताण करकरल्या. तिकडं पाहत तात्यांनी विचारलं,

‘ कोण ते? ’

‘ मी काळू बेरड जी... ’ बाहेरून आवाज आला.

तात्या उठून बाहेर गेले. पाठोपाठ जयवंतही बाहेर गेला. जयवंत दिसताच काळू पुढं होऊन त्याच्या पाया पडला. उंचपुऱ्या देहाच्या, काळ्या घोटीव शरीराच्या, गुंजेच्या डोळ्यांच्या काळूला निरखीत जयवंत उभा होता.

‘ धनी, तुमांस्नी वळख गावायची नाही. मागल्यांदा आलू व्हतो, तवा लई न्हान व्हतासा तुमी. थोरलं धनी वळखत्यात मला. वाड्याकडनंच इकडं आलू मी. ’

‘ का, रे? ’ तात्यांनी विचारलं.

‘ तुमांस्नी नेन्यापायी. ’

‘ कुठं, रे? ’

‘ बेरडवाडीला. ’

‘ कशाला? ’

‘ न्हाई म्हनू नगासा, धनी ! माजं एकुलतं एक प्वार लई सीक हाय. दड्डीचा वशीद देनारा आनला व्हता, पन तेचं बी काय चाललं न्हाई. त्यो म्हनला, तात्या बामनानंच उठवलं, तर उठंल पोर. म्हनून तसाच आलू धावत. ’

‘ अरे, पण झालंय् काय तुझ्या पोराला? ’

‘ काय ऱ्हायलं न्हाई बगा, गेलं दोन म्हैने झालं, जमीन धरून पडलंय्; सारखं डोळे फिरवतंय्. दातखीळ बसली, म्हंजे घटकाभर उघडतच न्हाई. सारंच इपरीत...’ बोलता-बोलता काळू थांबला.

तात्यांनी काळूकडं पाहिलं.

त्याचे डोळे पाण्यानं डबडबलेले होते. त्याच्यासारख्या धिप्पाड इसमानं डोळ्यांत पाणी आणलेलं पाहून तात्यांचा जीव कळवळला.

‘ अरे, कुठं आहे तुझी बेरडवाडी? ’

‘ लई तर पाच कोस हुईल बगा... ’

‘ पाच कोस? ’

‘ व्हय, जी. ’

‘ म्हणजे कमीत कमी दहा मैल... ’ तात्या विचारात पडले.

काळू त्यांच्या तोंडाकडं आशेनं बघत होता.

दाराशी काकी येऊन उभी राहिलीय्, ह्याची जाणीव तात्यांना होती. काळूची नजर चुकवीत तात्या विचार करीत होते.

‘ अरे, दहा मैल जायचं आणि यायचं कसं जमणार तात्यांना? निदान बैलगाडी तरी आणायची होतीस. ’ जयवंत म्हणाला.

‘ गाडी जात न्हाई, सरकार. जंगलातली गावं आमची! ’

तात्या म्हणाले,

‘असं कर, काळू. मी तुला औषध देतो. बघ, गुण पडतो काय, आणि मग मला सांगायला ये. ’

‘ असं करू नका, तात्या. ’ काळू जमिनीवर डोकं टेकवीत म्हणाला. त्याच्या डोळ्यांतून अश्रुधारा वाहत होत्या. तो म्हणाला, ‘ तात्या, माजं एकुलतं एक पोर हाय. आजवर ह्या काळूनं कुणापुढं पदर पसरला न्हाई. साऱ्या बेरडवाडीवर माजी हुकमत हाय. खंडोबाची आन घेऊन सांगतो. जातीचा बेरड म्या तुमची आठवण इसरणार न्हाई. मध्यानीचं हाक मारा. असंन तिथनं धावून यीन मी. हवं तर थोरल्या सरकारांस्नी इचारा. न्हाई म्हनू नगासा. ’

‘ रडू नकोस, काळू. जे व्हायचं, ते सारं ईश्वरकृपेनंच ! सूर्य कलला, की आपण निघूच. बस तिथं. जयवंत, मी बेरडवाडीला गेलो, म्हणून सांग आप्पासाहेबांना... ’

तात्या घरात वळले. आत जाताच काकी कडाडल्या,

‘ येईल त्याच्याबरोबर जा हवं तिकडं. बेरड म्हणू नका, मांग म्हणू नका. जातपात सारी गुंडाळलीत ! मुलखावेगळा धंदा तुमचा ! ’

तात्या किंचित हसून म्हणाले,

‘ अग, वैद्याला जातपात नसते ! आजाऱ्यांशीच त्याचं नातं असतं. ’

‘ गळा कापला कोणी तुमचा, तरी भोपळा कापला म्हणणार तुम्ही. कुणी वाद घालावा तुमच्याबरोबर ! जेवण थंड व्हायला लागलंय्. पानावर बसून घ्या. ’

अंगरखा काढीत तात्या म्हणाले,

‘ आणि काळू? ’

‘ कुणी आजवर दाराशी येऊन उपाशी ऱ्हायलंय् , ते आज मला सांगताय्?’

काकीचा राग पाहताच तात्या काही बोलले नाहीत. चूपचाप ते पानावर बसले. काळूचं पान वाढून होताच काकींनी ते काळूसमोर नेऊन ठेवलं आणि त्या तात्यांना वाढू लागल्या.

एक अक्षरही न बोलता तात्या जेवत होते.

जेवण होताच तात्यांनी आपला बटवा घेतला. डोक्याला रुमाल बांधून, बंडी घालून त्यांनी जायची तयारी केली. तेवढ्यात काकींनी त्यांना हाक मारली. आत येऊन त्यांनी विचारलं,

‘ काय? ’

‘ थोड्या दशम्या-पोहे बांधून ठेवलेत, तेवढे बरोबर घ्या. ’

‘ बरं! ’

‘ केव्हा येणं होईल? ’

‘ बहुतेक आज वस्तीच पडेल. उद्या दोनप्रहरी नक्की येईन. काळजी करू नकोस. हवंतर रात्री जयवंतला बोलावून घे सोबतीला. येतो मी. ’

तात्या बाहेर येताच काळू उठून उभा राहिला. तात्यांची तयारी पाहून तो म्हणाला,

‘ तात्या, तरास हुईल तुमांस्नी. उनं कलू देत. दिस मावळायच्या अगोदर जानं हुईल. ’

‘ नको, काळू. मघाशी मी तुला तसं म्हणालो, पण तिथं सारी आपल्या वाटेकडं डोळे लावून बसली असतील. चल, जाऊ या आपण. ’

काळूच्या चेहऱ्यावर समाधान झळकलं. त्यानं बटव्यासाठी हात पुढं केला; पण तात्यांनी बटवा अथवा गाठोडं दिलं नाही. ते नुसतं म्हणाले,

‘ चल. ’

रात्री जयवंत तात्यांच्या घरी आला. आप्पासाहेबांनीच त्याला पाठवला होता. जयवंत येताच काकींना बरं वाटलं. पुढच्या सोप्यात स्वस्थपणे बसलेली काकी पाहताच जयवंतनं विचारलं,

‘ काकी, जेवण करणार नाही? ’

‘ भूकच नाही, बाबा. ’

‘ मग उपाशीच राहणार तुम्ही? ’

‘ खुळा आहेस. तुला ते आत्ताच समजायचं नाही. समजेल केव्हातरी. ’

जयवंतला काय बोलावं, हेच सुचेना. तो तसाच बसला. काकीचा स्वभाव त्याला पुरा ठाऊक होता. जेव्हा जेव्हा तात्या असं खेडोपाडी जात, तेव्हा तेव्हा काकी अशाच गप्प बसून राहत. तात्या घरात आल्याशिवाय त्या तोंडात अन्नाचा कण देखील घालीत नसत.

‘ जया, निदान तू तरी सांग त्यांना, कुणीही बोलावलं, की हे निघाले. दिवस म्हणायचा नाही, की रात्र म्हणायची नाही. ह्या वयात हे सारं कसं जमायचं? पण कोण ऐकतंय् तुझ्या काकीचं? ते दिसेपर्यंत माझं इकडं काय होत असेल, हे कुणालाच समजत नाही. त्यापेक्षा कोल्हापूर बरं होतं, बाबा. निदान ही तरी जिवाला काळजी नव्हती. ’

‘ कोल्हापूर चांगलं असेल, नाही? माझे एक मामा आहेत तिथं. ’

‘ मामा? ’

‘ होय! ’

‘ कोण मामा? ’

‘ वहिनी आहे ना? तिचे वडील कोल्हापूरला असतात. ’

‘ तू पाहिलंस त्यांना? ’

‘ छा: ! ते कधी आलेच नाहीत इकडं. पण, काकी, सांगा ना, कोल्हापूर कसं आहे, ते? चांगलं असेल, नाही? ’

‘ हं! चांगलं आणि वाईट! ’ काकींनी एक सुस्कारा सोडला, ‘ सारीच विचित्र कथा आहे, बाबा. तुला ह्यांचा स्वभाव माहीत नाही. अगदी गळ्याशी आल्याशिवाय ह्यांचे डोळे उघडायचे नाहीत. ’

‘ काकी! तुम्हांला तात्या रागावत होते का? ’

त्या प्रश्नानं डोळ्यांत पाणी येईपर्यंत काकी हसल्या. पुढं येऊन जयवंतला जवळ ओढून घेऊन म्हणाल्या,

‘ मारायचं तेवढं शिल्लक ठेवलंय् त्यांनी. ह्यांच्या घरात जेव्हा मी आले, तेव्हा भारी तापट होते हे. पण मामंजी फार चांगले होते. सुनांना सांभाळावं, तर माझ्या मामंजींनीच! पुढं ते गेले आणि त्यानंतरची दोन वर्षं कशी काढली, ते माझं मलाच ठाऊक! ’ काकी, जयवंत ऐकतो आहे, की नाही, त्याला समजलं, की नाही, ह्याचा काही एक विचार न करता बोलत होत्या.

‘ आमच्या धाकट्या दिरांनी आणि त्यांच्या बायकोनं आम्हांला त्राहि भगवान करून सोडलं. मोठ्या मायेनं ह्यांनी देवस्थानची नोकरी सोपवून दिली त्यांच्याकडं आणि आपण दहा घरं फिरून गावची पूजा करायला लागले. धाकटा भाऊ एवढं टाकून बोलायचा, पण त्याला थोरले भाऊ असून सुध्दा एक अक्षरही हे उलट बोलले नाहीत. सणावाराला सकाळपासून रात्र पडेपर्यंत उपाशी पोटी गावात घरं

फिरायची. माझ्याबद्दल मला कधीच काही वाटलं नाही, पण ह्यांच्याकडं पाहून जीव तुटायचा. काय सांगू, बाबा? शेवटी भाऊजींनीच आमच्याकडं पाहिलं. एक दिवस त्यांनी सरळ आपल्या भावाला सांगितलं, दुसरं घर बघा, म्हणून. हाताशी पै नाही. भाऊजी म्हणाले, 'दादा, मला खर्च झेपत नाही, तुम्ही दुसरीकडं सोय पाहा. आजवर मी पोसलं तुम्हांला. ह्यापुढं ते मला जमायचं नाही.' डोळ्यांत पाणी आणून हे म्हणाले, 'अरे वासुदेव, ह्या वयात आता कुठं जाऊ मी?' 'जे हवं, ते करा. पण तुम्ही दुसरीकडं सोय बघावी, हे बरं. उगाच खादीला कहार आणि धरणीला भार...' धाकटे दीर म्हणाले.'

'आणि मग?' जयवंत म्हणाला.

'काय सांगू तो दिवस! रात्रभर आमच्या डोळ्यांतलं पाणी तुटलं नाही. सकाळी निश्चय करून ते म्हणाले, 'आपण जाऊ या आता.'

'मी विचारलं, 'कुठं?'

'परमेश्वराला काळजी आहे. आपल्या गावाला जाऊ या आपण. घर आहे, थोडी जमीन आहे. काढू तिथंच दिवस.'

'माझ्या अंगावरचे जे थोडे दागिने होते, ते मी ह्यांच्या हाती दिले. त्यांची वाट लावून हे घर उभं केलं, आणि इथं आलो. फार सोसलंय् त्यांनी. त्यांची माया आहे तुझ्यावर. ती अशीच टिकव. वाया जायची नाही ती. झोप आता तू.'

दुसऱ्या दिवशी उन्हं कलली, तरी तात्यांचा पत्ता नव्हता. दारापर्यंत फेऱ्या मारून काकींच्या पायांत गोळे उठले. जयवंतशी बोलण्यात त्यांचं मन रमत नव्हतं. अन्नाच्या गारगोट्या झाल्या. काकींच्या जिवाची घालमेल उडाली होती. क्षणाक्षणाला त्यांची अस्वस्थता वाढत होती. जयवंतलाही काळजी वाटत होती. काहीतरी बोलायचं, म्हणून काकी म्हणाल्या,

'जयवंत, अजून, रे, कसे हे आले नाहीत?'

'तात्या येतील तेवढ्यात. चालत यायला वेळ लागणारच. थांबा, मी शिवारात जाऊन येतो.'

जयवंत जाऊन थोडा वेळ झाला असेल, नसेल, तोच परसदारानं उमा आत आली. मागोमाग सारजाही होती. तिला पाहताच काकी म्हणाली,

'बस, मुली! तू का त्रास घेतलास यायचा?'

'म्हटलं, तुम्ही एकट्या असाल, तेव्हा...'

'पण सरकार काय म्हणतील!'

'तेच म्हणाले, जाऊन भेटून ये, म्हणून.'

' जयवंत असतोच ना इथं! तो आहे, म्हणून बरं आहे, बघा. '

उमेनं इकडं तिकडं पाहिलं. पण जयवंत कुठंच दिसला नाही. ती काही बोलणार, तोच काकी म्हणाल्या,

' आत्ता हेच गेलाय् तो बाहेर. कुठं दिसतात का, बघून येतो, म्हणाला. '

करकरीत तिन्ही सांजेला जयवंत परत आला. काकींनी विचारलं,

' काय, रे? '

' काकी, तात्या कुठंच दिसत नाहीत. '

काकी काही बोलली नाही. एकदम खाली मान घालून तिनं डोळ्याला पदर लावला. कुणालाच, काय बोलावं, ते सुचत नव्हतं.

जयवंत काकीकडं नुसता पाहत राहिला.

जवळच बसलेल्या उमेनं काकीला सावरलं आणि ती काकीला धीर देण्याचा प्रयत्न करू लागली...

' काकी! येतील येवढ्यात तात्या. काळू बरोबर आहे त्यांच्या. मी ओळखते काळूला.. ' पुढं काय बोलावं, उमेला सुचलं नाही.

क्षणभर काकी काही बोलली नाही. नंतर ती स्वत:ला सावरत, उसासा सोडून म्हणाली,

' होय, मुली! जा तू आता. वेळ होईल तुला. '

थोड्याच वेळात जयवंत वहिनीला पोहोचवायला वाड्यात गेला. तो परत आला, तेव्हा काकी भिंतीला टेकून गप्प बसली होती. काकीकडं पाहत जयवंत म्हणाला,

' काकी! आबा आलेत. '

' कुठं? ' पदर सावरून घेत काकी गडबडीनं उठली.

' दारात आहेत. '

आप्पासाहेब आजवर कधी तात्यांच्या घरी आले नव्हते. काकी दाराच्या आत उभ्या राहिल्या. त्या गोंधळून गेल्या.

तोच आप्पासाहेबांच्या खाकरण्याचा आवाज आला.... आप्पासाहेबांचे शब्द काकींच्या कानांवर पडत होते...

' काकी, काळजी करू नका. काळू माझ्या विश्वासातला आहे. तात्या त्याच्याजवळ सुखरूप आहेत. सिद्दाला मशाल घेऊन मी पाठवलाय् . जया! '

' काय, आबा? '

' तात्या येईपर्यंत इथंच राहा तू. ते आले, की कळव मला. येतो मी. '

आप्पासाहेबांची पावलं वाजली. काकी भानावर आली. तिनं पाहिलं, तो सारजा दारात उभी होती.

‘ कोण? सारजा? ’ काकींनी सारजाकडं पाहत विचारलं.
‘ व्हय, काकी. आक्कासाहेबांनी सोबतीला राहायला सांगितलंय्. ’
‘ अग, सोबतीला कितीजण? ’
‘ तेवढाच विरंगुळा वाटतो जिवाला. तात्या आले, की धाकट्या धन्यांसंगं जाईन मी. ’
जयवंत उंबऱ्यावर बसून होता. आज सारजा काकीबरोबर बोलत होती. काकी नुसत्या हुंकारत होत्या.
काकी उठून बाहेर आल्या, तेव्हा जयवंत उंबऱ्यावरच बसला होता. त्याच्या डोळ्यांवर झोप येत होती.
काकी म्हणाली,
‘ जया ! तू झोप आता. ’
‘ थांबा, काकी, मशाल दिसते का, पाहतो. ’ म्हणत जयवंत कट्ट्यावर उभा राहिला.
शिवारातून येणारा एक उजेडाचा ठिपका दिसत होता.
तो ओरडला,
‘ काकी, दिवा दिसतोय्. ’
‘ कुठं, रे? ’ म्हणत काकी जयवंतजवळ उभी राहून पाहू लागली.
दूर शिवारात उजेडाचा ठिपका लुकलुकताना दिसला होता. मध्येच तो दिसेनासा होई. अचानक पुन्हा दिसू लागे. अधीऱ्या मनानं काकी व जयवंत त्या ठिपक्याला निरखत होती. प्रत्येक क्षण युगासारखा वाटत होता.
गल्लीच्या टोकाला मशाल दिसताच जयवंत ओरडला,
‘ काकी! तात्या आले...’
‘ येऊ दे, नाही तर राहू देत. ’ म्हणत काकी आत निघून आली.
जयवंत मात्र तिथंच थांबला. तात्या, सिद्दा, काळू झरझर पावलं टाकीत घराकडं येत होते. घराजवळ येताच तात्यांनी कट्ट्यावर उभ्या असलेल्या जयवंतला निरखलं व हाक दिली.
‘ कोण, जयवंत? ’
‘ होय, तात्या. ’ जयवंत म्हणाला.
‘ अजून झोपला नाहीस तू? ’
जयवंत काही बोलला नाही.
सिद्दा दाराजवळ कंदील घेऊन उभा होता. जयवंतला मुजरा करून तो म्हणाला,
‘ जातो, तात्या. ’
‘ थांब, मी पण येतो. ’ जयवंत म्हणाला.

‘ का, रे? ’ तात्यांनी विचारलं.

‘ आबा वाट पाहत असतील, वहिनीही काळजी करीत असेल. जाऊन सांगतो, तुम्ही आला, म्हणून. ’

जयवंत व सिद्दा निघून गेले.

काही न बोलता काकींनी कट्ट्यावर पाण्यानं भरलेली घागर आणून ठेवली.

तात्या पायऱ्या उतरून खाली गेले, आणि पायरीवर उभं राहून त्यांनी आपल्या डोक्यावर ती घागर रिकामी केली. अंग ओलं झाल्याची खात्री करून ते घरात शिरले.

अंग पुसून, कपडे करून तात्या आत चुलीपाशी गेले. काकी चूल पेटवीत होती. ती एक शब्द देखील बोलली नाही. तात्यांनी सारा रागरंग ओळखला. ते म्हणाले,

‘ काळू आहे. ’

‘ हं. ’

तात्या बाहेर येऊन बसले. ते काळूला म्हणाले,

‘ काळू, तुला आत्ताच औषध देतो. मी सांगेन, तसं घ्यायचं, समजलं? काळजी करायचं काम नाही. ’

काळू सद्‌गदित होऊन म्हणाला,

‘ तात्या, तुम्ही आलासा, म्हनून माजं पोर वाचलं. ह्या जलमात न्हाई इसरणार मी तुमचं उपकार. कवाबी हाक मारा, मी तुमचा हाय आजपासनं. ’

‘ अरे, मी कोण वाचवणार तुझ्या पोराला? देवानं पोर दिलं, म्हण. केव्हाही आलास, तर घर तुझंच आहे. येत जा असाच कधीतरी. सकाळी औषध घे आणि मग लाग वाटेला. ’

‘ व्हय, जी. ’

आतून काकींचा आवाज आला,

‘ पानं वाढलीत. ’

‘ हो, आलो. ’ म्हणत तात्या उठले.

काकी न बोलता वाढत होती. तात्या जेवत होते...

शेवटी तात्या म्हणाले,

‘ रागावलीस? ’

‘ मी कशाला रागावू? ’ काकी म्हणाली.

‘ काय करणार? मी गेलो, तेव्हा पोर घटका मोजीत होतं. विष्णुसहस्रनामाचा जप करीत औषध दिलं. सारी रात्र बसून काढली. देवानंच पाहिलं. पोर हाती पडलं. उन्हं कलती करून निघालो. ’

' तुमचं ठीक आहे. जिकडं पुढा, तिकडं मुलूख थोडा तुम्हांला. मागच्यांचा जरातरी विचार करावा माणसानं. भरल्या कपाळानं मला मरण येऊ दे, यापेक्षा माझी काही सुद्धा इच्छा नाही. '

तात्यांच्या हातातला घास तसाच राहिला. कंदिलाच्या उजेडात काकींच्या डोळ्यांतलं पाणी चकाकत होतं. तात्यांचा चेहराही गंभीर झाला. ते म्हणाले,

' ऐक! आजवर अनेकदा सांगितलं तुला, पण तुझा विश्वास बसत नाही. आज ह्या अन्नावर हात मारून मी तुला सांगतो की, तुझ्या आधी मी जाणार नाही. ह्यावर अविश्वास करू नकोस. '

तात्याचा चेहरा पाहून काकीला काय बोलावं, ते सुचलं नाही. ती म्हणाली,

' मला एकटीलाच नव्हे, तर साऱ्यांनाच किती त्रास होतो, ते पाहा. तुम्ही गेलात आणि जयवंता तुम्ही येईपर्यंत येथून हालला नाही. तुमच्यापुढंच सूनबाई वाड्यात गेली. इनामदार सांगून गेले. विनाकारण त्यांना त्रास. ते म्हणाले, 'काकी, काळजी करू नका. ' केवढा धीर वाटला मला. त्यांनीच सिद्दाला पाठवलं. दाराशी येऊन ते उभे राहिले, पण त्यांना या म्हणायचंही मला सुचलं नाही. कधी नव्हे ते दाराशी आले आणि त्यांना दूध घ्या म्हणायचं मला झालं नाही. '

मंत्रमुग्ध झाल्यासारखे तात्या ऐकत होते. बघता-बघता त्यांच्या डोळ्यांतून अश्रुधारा वाहू लागल्या. शेवानं डोळे टिपीत नाक ओढीत ते म्हणाले,

' उपकार कसले आलेत? कुठल्यातरी जन्माचे देणेकरी ते! त्याखेरीज का अशी माणसं मिळतात? ही नाती ह्या जन्माची नव्हेत, बरं! नाहीतर जे प्रत्यक्ष भावाला बोलता आलं नाही, ते आप्पासाहेब बोलले नसते... '

पुढचे शब्द तात्यांच्या ओठांतच राहिले. ते तसेच ताटावरून उठले. त्यांना बसा म्हणायचं धैर्य काकींना झालं नाही. ते आचवून बाहेर आले.

काळू जेवण करून बाहेर झोपला. तात्या पडवीत झोपले.

साऱ्या वाटचालीचा शीण असूनही तात्यांना झोप येत नव्हती. राहून-राहून तात्यांच्या डोळ्यांत पाणी येत होतं. गालांवरून अश्रू ओघळत होते... !

৪৪৪

५

जिभेच्या दाराच्या पायऱ्या जयवंत उतरला आणि धावत सुटला. तात्यांच्या घराजवळ येताच तो सावकाश चालू लागला. त्यानं वर मान करून तात्यांच्या घराकडं पाहिलं. काकी परसदारात सडा घालीत होत्या. जयवंत जवळ जाताच काकींनी त्याच्याकडं एकवार पाहिलं आणि त्या हसून म्हणाल्या,

' काय, रे, जयवंत, लौकर आलास आज? '

' होय! ' जयवंत म्हणाला, ' तात्या कुठं आहेत? '

' आहेत आत. जा. '

' पूजेला बसलेत. '

' होय. आटोपली असेल, जा. '

जयवंत आत शिरला.

तात्या देव्हाऱ्याजवळ वाकले होते.

पाठीमागं चाहूल लागताच तात्यांनी वळून पाहिलं. जयवंतला इतक्या लौकर आलेलं पाहताच तात्यांना आश्चर्य वाटलं. ते म्हणाले,

' ये, जयवंत. '

' तात्या! ' जयवंत बोलला.

' काय, रे? '

' आबांनी तुम्हांला बोलावलंय्. '

' आबांनी? '

' होय! '

‘ इतक्या लौकर काय, रे, आज? ’

‘ जत्रेला जाणार आहोत आम्ही. ’

‘ जत्रेला? ’

‘ होय! ’

‘ मोहोनग्याला? ’

‘ होय ! ’

‘ आलोच... ’ म्हणत तात्या पाठीमागं वळले.

थोड्याच वेळात जयवंतबरोबर तात्या वाड्याजवळ आले. दरवाज्यासमोर तीन गाड्या सवारी बांधून तयार होत्या. पांढऱ्याशुभ्र बैलजोड्या गाड्यांना शोभत होत्या. कोवळ्या शिंगांच्या, पाखरलेल्या कानांच्या, उंच्यापुऱ्या जोड्यांच्या पाठींवर झुली उठून दिसत होत्या. बैलांच्या शिंगांच्या निळ्या शेंब्या कोवळ्या उन्हात चकाकत होत्या.

तात्यांनी बैल न्याहाळले.

भगवा पटका बांधून श्रीपती उभा होता. तात्यांनी त्याला विचारलं,

‘ केव्हा निघणार सरकार? ’

‘ आता निघणारच न्हवं ! मगाच हुकूम झाला बैल जोडायचा. ’

तात्यांनी गाडीत पाहिलं, आत पिंजर, त्यावर पालपट्टी दोन्ही बाजूंना तक्क्ये-सारी तयारी होती. ते पाहून तात्या वाड्यात शिरले. वाड्यात धावपळ चालली होती. गडीमाणसं आतून सामान आणून गाडीकडं धावत होती. पहिल्या चौकात येताच सिद्दा समोर आला. त्यानं केलेला नमस्कार स्वीकारीत तात्या हसले.

‘ काय, सिद्दा? तूही जाणार? ’

‘ जी. ’ सिद्दा म्हणाला.

तात्या आत गेले.

सदरेवर आप्पासाहेब उभे होते.

तात्या आत जाताच आप्पासाहेब म्हणाले,

‘ या, तात्या! ’

तात्या नुसतं हसले.

आप्पासाहेबांनी तात्यांना शेजारी बसवून घेत विचारलं,

‘ तात्या, तुम्हांला का बोलावणं केलं, हे समजलं असेलच ! ’

‘ हो! आपण जत्रेला जाणार आहात. ’

‘ होय!’ आप्पासाहेब मोठ्यानं हसून म्हणाले, ‘ फक्त आम्हीच नव्हे. ’

‘ घरची सर्वजण? ’

‘ हो! तुम्हीसुद्धा! ’

‘ मी? ’

‘ फक्त तुम्हीच नव्हे, काकी पण! ’

‘ छे! छे!’ तात्या एकदम म्हणाले, ‘आम्हांला नाही जमणार ते. ’

‘ का नाही जमणार? सूनबाई आहे. जयवंत येणार आहे. रावबा आहे... सारीच जाणार आहोत आम्ही. ’

‘ बरं झालं. ’

‘ काकींना घेऊन तुम्ही यायलाच पाहिजे. कधी पाहिली नाही ना जत्रा तुम्ही?’

‘ नाही, आणि जत्रा पाहावी, असं मनही मानत नाही. ’

‘ म्हणजे? ’

‘ आप्पासाहेब, खरं सांगू का? जत्रेतले हे ते प्रकार मला पाहवणार नाहीत. तुम्ही उगीच भीड घालू नका. ’

‘ कुठले प्रकार? ’

‘ हेच की! बकरी...’ तात्या थांबले.

क्षणभर आप्पासाहेब स्वस्थ बसले. तात्या उठत म्हणाले,

‘बरं, येऊ मी? ’

‘ तुम्ही बरोबर असावं, असं माझ्या मनात फार होतं. आम्हांला जायला पाहिजे. पहिलं बकरं आमचंच पडतं. ’

‘ हो ना! जरूर जा. देवीला माझा नमस्कार सांगा. ’

‘ जरूर! ’ आप्पासाहेब म्हणाले.

तात्या वळले.

आप्पासाहेब उठून आत गेले. रावबा समोर आला. आप्पासाहेब म्हणाले,

‘ रावबा, झालं, की नाही? उन्ह होतंय् मग! ’

‘ आटोपलंय् सगळं, आबा. ’

‘ सूनबाई तयार झाली, की नाही? ’ आप्पासाहेब उमेच्या खोलीकडं पाहत म्हणाले.

तो आवाज ऐकून उमा बाहेर आली. डोईवरचा पदर सावरीत ती दोन पावलं पुढं आली आणि खाली वाकून त्रिवार पाया पडली.

‘ मुली, झाली ना तयारी? ’

‘ हो!’ उमा खालच्या मानेनं म्हणाली.

‘ जयवंत कुठं आहे? ’

‘ काकीकडं जाऊन येतो, म्हणून गेलेत. येतील एवढ्यात. ’

थोड्याच वेळात सारे बाहेर पडले. जयवंत उमेबरोबर होता. एका गाडीत उमा जयवंतला घेऊन बसली. दुसऱ्या गाडीत आप्पासाहेब आणि रावबा बसले. सामानाची गाडी पुढं झाली. पाठोपाठ दोन्ही गाड्या जाऊ लागल्या. सिद्दा हातातला टोणा सावरीत गाडीबरोबर चालत होता.

गाड्या कासेवाडीच्या डोंगरावर आल्या ,तेव्हा सूर्य डोक्यावर आला होता. तिथून जत्रा दिसत होती. नदीकाठचा सारा भाग माणसांनी गजबजला होता. बैलगाड्यांची वर्दळ वाढली होती. जिकडं पाहावं, तिकडं ठेवणीतले कपडे घातलेले लोक दिसत होते. अंतर जसजसं कमी होत होतं, तसतसा जत्रेचा आवाज कानांवर पडत होता.

गाड्या नदीतून वर चढल्या. सिद्दा पुढं झाला.

दरवर्षीप्रमाणे गाड्या आंब्याच्या झाडाजवळ येऊन उभ्या राहिल्या. रावबा आणि आप्पासाहेब खाली उतरले. आंब्याच्या झाडाच्या बुंध्यात छोटासा तंबू मारला होता. गाड्या सोडल्या. उमा उतरली आणि तंबूत गेली. आप्पासाहेबांनी चूळ भरली आणि गोविंदानं दिलेल्या पंचानं तोंड पुसता-पुसता त्यांनी जत्रेवर नजर टाकली. तोच त्यांचं लक्ष समोरून येणाऱ्या इसमांकडं गेलं. पाटलांना आप्पासाहेबांनी तेव्हाच ओळखलं. जवळ येताच पाटलांनी नमस्कार केला.

' पाटील, कशी काय आवंदाची जत्रा? '

' काय नव्हंच त्ये! आवंदासारखी जत्रा मी दहा वर्षांत बघटली न्हाई! लोक मावंनात जत्रंत. दूरदूरनं आल्यात. '

' येऊ देत! येऊ देत! देवीची मायाच आहे. '

पाटील नुसतं हसले.

आप्पासाहेब जत्रेकडं पाहू लागले.

बराच वेळ पाटीलही काही बोलले नाहीत.

शेवटी न राहवून पाटील म्हणाले,

' सरकार! '

' बोला, पाटील. ' आप्पासाहेब पाटलांकडं पाहत म्हणाले.

' आज एक मागनं हाय तुमच्याकडं ! '

' माझ्याकडं? '

' व्हय. '

' काय? '

' आवंदा गरिबाच्या घरी येऊस पायजे. '

' म्हणजे? '

' आवंदा माझ्या घरला सगळी व्यवस्था केलेय् म्या. '

' कसली, हो? '

' तुमची! ' हसत पाटील म्हणाले, ' वर्षाला येता आणि झाडाखाली उतरता. आमच्या मनाला बरं न्हाई वाटत ते. '

आप्पासाहेब मोठ्यानं हसले आणि म्हणाले,

' अहो! लागलं सवरलं, तर तुम्ही बघता आहातच की! गडीमाणसं आहेत. हा तंबू आहे. ऐसपैस जागा आहे. गाव जत्रेनं भरलं असेल. गर्दीत राहण्यापेक्षा हे फार चांगलं. कसं, रावबा? '

' होय, आबा! गावात माणसाला माणूस चिकटलंय्. '

' आणि आम्ही असं किती दिवस राहणार आहो? उद्या बकरी पडली, की निघालोच आम्ही. '

' पण वैनीसाब हाईत... '

' हे बघा, पाटील. खरं सांगू का? वाड्यात बसून-बसून कंटाळा आलेला असतो. असे दोन दिवस मोकळ्यावर काढले, की मनाला थोडं बरं वाटतं. उगीच तुम्ही मनाला लावून घेऊ नका. दर्शनाची तेवढी व्यवस्था करा, म्हणजे झालं. '

' तेची काळजी नको, सरकार. मी संगंच असतोय् तुमच्या. '

देवीचं दर्शन घेऊन सर्वजण आले. उमा तंबूत होती. आप्पासाहेब झोपले होते. रावबा झाडाच्या बुंध्याला टेकून बसला होता. त्याचं लक्ष जत्रेवर खिळलं होतं. त्याच वेळी कोणीतरी खाकरलं. बसल्या जागेवरून त्यानं आपली नजर वळवली. बाजूला उभा असलेल्या देवजीला पाहून रावबा चटकन उठला. देवजीनं त्याला खुणावलं. रावबा उठला. त्यानं तंबूत एकवार पाहिलं आणि तो देवजीच्या रोखानं चालू लागला.

देवजी आणि रावबा एकाच वयाचे. देवजीवर रावबाची फार मर्जी. रावबांच्या कुठल्याही भानगडीच्या कामात देवजीचा हात असे.

जवळ जाताच रावबानं विचारलं,

' काय, रे, केव्हा आलास? '

' सकाळींच! येळ केलासा? '

' अरे, घरची माणसं बरोबर. लौकर बाहेर पडायला होतंय् होय? '

' सरकार झोपलं जनू? ' देवजी तंबूकडं पाहत म्हणाला.

' होय. '

' मंग तुमीबी झोपनार? '

' म्हातारा झालो नाही मी. ' रावबा हसून म्हणाला.

' मग चला की... जयंत चक्कर टाकून येऊ. '

' चल की! ' म्हणत रावबा पाठीमागं वळला आणि देवजीला म्हणाला, ' आलोच हां. '

देवजी तंबूत शिरणाऱ्या रावबाकडं पाहत राहिला. रावबा बाहेर आला, तेव्हा त्यानं पटका बांधला होता. अंगात नुसता कळीचा अंगरखा व इरापी इजार होती.

सिद्दा पुढं झाला आणि त्यानं विचारलं,

‘ मी येऊ, जी? ’

‘ कशाला! देवजी आहे बरोबर. ऱ्हा तू इथं. ’

‘ व्हय, जी! ’ सिद्दा म्हणाला. देवजीबरोबर गर्दीत मिसळणाऱ्या रावबाकडं बराच वेळ तो पाहत होता...

बराच वेळ दोघेही मुकाट चालत होते. मधून मधून देवजी रावबाकडं बघून हसत होता.

शेवटी न राहून रावबा म्हणाला,

‘ देवजी, फार हसतोयस आज? ’

‘ काय न्हाई, जी. ’ डोळे मिचकावत देवजी म्हणाला.

‘ काय, रे? ’ म्हणत रावबानं आजूबाजूला पाहिलं.

रावबाच्या तोंडाकडं एकवार पाहून देवजी म्हणाला,

‘ सरकार.... ’

‘ काय? ’

‘ पाटलांची.... ’

‘ कुठं आहे? ’

‘ असंल कुठंतरी भटकत! मगाशी मला भेटली व्हती. पाळना बगत हुभी व्हती! काय न्हवंच तिचा नवरा...’

‘ देवीला जाऊन आलास? ’

‘ जाईन उद्या. ’

‘ मग हे धंदे करतोस होय? ’

देवजी फिदीफिदी हसला.

रावबानं त्याच्या पाठीवर थाप मारली आणि दोघेही मोठ्यानं हसले.

दोघंही जत्रेत फिरत होते. त्यांचं लक्ष आजूबाजूला पाहण्यात गुंतलं होतं. अचानक देवजीनं रावबाला खुणावलं. रावबा तिकडं पाहू लागला. क्षणभर त्याला ओळखीचं कोणीच दिसलं नाही. त्यानं पुन्हा प्रश्नार्थक नजरेनं देवजीकडं पाहिलं. देवजी कुजबुजला,

‘ बजाबाची सून, जी. ’

‘ कुठं आहे? ’

‘ ती काय, जी. तांबडं लुगडं नेसलीया.... ’

‘ हां... हां.... ’ म्हणत रावबा पुढं सरकला.

रावबाची नजर हौशावरून फिरत होती. गर्दीतले धक्के चुकवीत अंग चोरून हौशा पुढं सरकत होती. ती नऊवारी तांबडं लुगडं नेसली होती, वारंवार सरकून खांद्यावर पडणारा पदर ती डोईवर घेत होती. तसं करताना तिची हिरवी, फाटकी चोळी उघड्यावर दिसत होती. गर्दीत ती अगदी उकडून निघत होती. मध्येच घाम टिपीत होती. आजूबाजूला पाहत होती आणि पुढं जात होती. तिच्याबरोबर घरातलं कोणीच दिसत नव्हतं.

पाठीमागून येणारा देवजी म्हणाला,

' येकटीच आलीया काय की... '

रावबा स्वत:शीच हसला. रस्त्याच्या दुतर्फा मांडलेल्या दुकानांतून फोनोंचे आवाज कानांवर पडत होते. कोणी ओळखीचं दिसलंच, तर त्याचा रामराम स्वीकारीत, हौशावर नजर ठेवीत दोघं पुढं सरकत होते.

अचानक रावबानं देवजीला थांबवलं. देवजीनं विचारलं.

' काय, जी? '

' अशानं जाईल नव्हं पार होऊन! '

' रोज जाईल! लई बगिटल्यात म्यां. '

' रावबानं आपले खिसे चाचपले. एक आणेली बाहेर काढून रस्त्याकडेला शेंगदाणे विकत बसलेल्या माणसाकडून शेंगदाणे घेतले. देवजीच्या हातावर शेंगदाणे ठेवीत रावबा म्हणाला,

' चल आता. '

देवजीची नजर जत्रेतल्या माणसांवरून फिरत होती. पण हौशा त्याला दिसत नव्हती. कावराबावरा होऊन देवजी म्हणाला,

' सरकार! कुठं सापडंना की! '

' कोन? तू, का हौशा? '

' हौशा, जी. '

' अरे, ती बघ तिकडं. '

देवजीनं त्या बाजूला नजर टाकली. एका कासारासमोर हौशा बसली होती. समोर मांडलेल्या काकणांच्या ढिगाऱ्यातून काकणं निवडीत होती.

नकळत रावबा व देवजी तिच्यामागं जाऊन उभे राहिले.

हौशा विचारीत होती.

' सांग, गा, एक काय तरी! '

' न्हाई, बाई, घिसपिस न्हाई, परवडलं, तर घे. '

' मंग चिच्चंच्या पानाच्या पिशव्या शीव पैसं ठिवायला. ' म्हणत हौशा चटकन उठली.

तिच्या पाठीमागं उभ्या असलेल्या देवजीला तिचा धक्का लागला. तिनं रागानं देवजीकडं पाहिलं.

तिच्या कपाळावर पडलेली आठी रायबाला दिसली. क्षणात त्याची नजर तिच्या भरदार ठेंगण्या देहावरून फिरली. तोच तिचीही नजर रावबावर खिळली. रावबाला पाहताच तिची गडबड उडाली. राबवा म्हणाला,

' कोन, हौशा? '

' व्हय, जी. ' पदर सावरीत हौशा म्हणाली.

' इकडं कुठं? '

' जत्रंला, जी! '

' आणि बजाबा कुठं दिसत नाही? एकटीच आलीस काय? '

' न्हाई, मानसं हाईत की. '

' कुठं? '

' गाडीकडं. '

' म्हंजे, फिरायला बाहेर पडलीस, म्हन की. '

हौशेची नजर वारंवार रावबाच्या नजरेशी मिळत होती. खाली जात होती.

रावबा देवजीकडं वळून म्हणाला,

' देवजी! '

' जी? '

जरीच्या कशातून पाचाची नोट देवजीच्या हाती देत रावबानं सांगितलं,

' हिला काकणं... काय पायजे ते घेऊन दे... '

' मला काय नको, जी... ' हौशा गडबडून म्हणाली.

' अरेच्चा! ' देवजी म्हणाला, 'सरकार यवडं आप्रुवाईनं देत्यात अन् तुला नको म्हनायला काय झालंय्? घे की! मालकच हाईत ते गावचे. '

रावबा म्हणाला,

' देवजी, मी वरच्या रानाकडं जातो. तू ये मागोमाग. '

रावबानं देवजीला डोळा घातला.

देवजीनं मान उडवली आणि रावबा जत्रेत मिसळला.

जत्रेबाहेर येताच रावबा टेकडीच्या रोखानं चालू लागला. जत्रेचा गजबजाट मागं पडत होता. टेकडीच्या गळ्यातून रावबा विचारतंद्रीत पावलं उचलीत होता. लांबवर आल्यानंतर रावबा थांबला. आजूबाजूला कोणीच दिसत नव्हतं... थोड्याच अंतरावर ऐनाचं झाड दिसत होतं. रावबा तिकडं वळला. झाडाच्या सावलीत तो बसला. ऐनाच्या मोहराचा सडा झाडाखाली पडलेला होता. सूर्य क्षितिजाकडं झुकला, तरी

रावबाच्या दृष्टीस कोणी पडत नव्हतं. तो बेचैन झाला होता. वारंवार त्याची नजर खाली पसरलेल्या जत्रेवरून फिरत होती. मधाचं मोहोळ उठावं, तसा जत्रेचा अखंड नाद कानांवर पडत होता. जिकडं पाहावं, तिकडं माणसांचा समुदाय नजरेत भरत होता. जत्रेवर वर-खाली जाणारी पाळण्याची चक्रं लक्ष वेधून घेत होती. फोनोंचा अस्पष्ट आवाज कानांवर येत होता. गाडीतळावर सोडलेल्या गाड्या, जनावरं जंगलउतारावरून दिसत होती. गावाच्या मध्यभागी असलेल्या देवळाच्या आवारात तर माणसांची गर्दी अखंड सळसळत होती. त्या चौकातल्या दीपमाळेवरील पेटत्या पलोत्याचा धूर आकाशात चढत होता.

रावबा हे सारं निरखत होता. अस्वस्थपणे पाहत होता.

अचानक त्याची नजर टेकडीची चढण चढत असलेल्या देवजीकडं गेली. देवजी एकटाच चढण चढत होता. त्याला एकटं पाहून रावबाचं मन खट्टू झालं. पण त्याच क्षणी देवजीच्या पाठीमागं काही अंतरावरून येणारी बाई त्याच्या नजरेत आली. रावबाची छाती अकारण धडधडली. कारण नसता त्यानं ओठावरून जीभ फिरवली आणि बुंध्याला पाठ टेकली. गवताची काडी चघळत तो चढण चढून येणाऱ्या हौशाकडं एकटक पाहत राहिला.

जवळ येताच देवजी खाकरला,

‘ सरकार! ’

‘ काय, रे? ’

‘ काय न्हाई, जी. ’ म्हणत त्यानं मान उडवली आणि मागं वळून पाहिलं.

हौशा बाजूला अंग चोरून उभी होती.

देवजी म्हणाला,

‘ अग, बस की हकडं. ’

‘ नगं. बसतू हतंच. ’ म्हणत हौशा तिथंच बसली.

बराच वेळ कोणी काही बोललं नाही. हौशाच्या हातांच्या हालचालींबरोबर तिच्या काकणांचा आवाज तेवढा होई.

‘ देवजी... ’

‘ जी. ’

‘ हौशाला काकणंच तेवढी दिलीस, वाटतं? ’

देवजी हौशाकडं पाहत म्हणाला,

‘ लई लाजवट. घे म्हनीन, ते नगं.... घे म्हनीन, ते नगं. ‘ मला कशास पायजे!’

रावबानं हौशाकडं पाहिलं.

हौशा खाली पाहत पुटपुटली.

‘ न्हाई, जी. ’

' मग काय ह्यो खोटं सांगतोय्? '

' सांगो देत की! लईच आग्रव केला, म्हणून ही काकणं तेवढी लेवली. ती बी लेवायची मनात न्हवतीच. लुगडं घेयाला गेलो, तर ही पाठीमागं. मी एकटा कसा जानार दुकानात? चोळी घे म्हटलो, तर म्हन्ली, नवरा इचारंल. '

' मग काय खोटं हाय काय, जी? '

' अग, सांगायचं जरा बनवून! गावाकडची मानसं भेटली, म्हनायला काय गेलं असतं? '

' बरं न्हवं, जी, ते! आनी हेनं काय थोडं फिरवल्यान् का काय? पायांत गोळं आलं माज्या. भूक नसतानं लाडू-भजं खाववल्यान्. धड चालाय यीना... '

रावबा आणि देवजी मोठ्यानं हसले.

हौशा म्हणाली,

' आनी येवढंच करून थांबाय न्हाई... पाळण्यात बसवल्यान् मला. अजून सगळं फिरल्यासारखं वाटतंय्...'

रावबानं देवजीकडं पाहिलं.

देवजी हसून म्हणाला,

'येवढं मातूर खरं बगा, जी. '

रावबा म्हणाला,

' कोन भेटलं होतं? '

' न्हाई, जी? '

' सरकार! ' देवजी म्हणाला.

' काय, रे? '

' जरा जाऊन येतो... '

' कुठं? '

' म्हातारी वाट बगत असंल माजी. दिवस बुडायला आला. नदीचं पानी तेवढं आनून देऊन येतो. '

' घटकाभरात येतो, जी. ' म्हणत तो वळला आणि बघता-बघता टेकडी उतरला.

बराच वेळपर्यंत रावबा त्याच्या पाठमोऱ्या आकृतीकडं पाहत होता.

तो दिसेनासा होताच रावबानं आपली नजर हौशावर वळवली.

हौशानं लाजून खाली पाहिलं.

रावबानं विचारलं,

' घरची सगळीं आलासा तुम्ही? '

' व्हय, जी. '

' आनी घराकडं कोन? गुरं हाइत, न्हवं? '

‘ व्हय, जी. ’
‘ मग त्यांस्नी गवतकाडी? ’
‘ आता गेलं असत्याल, जी. ’
‘ कोन? ’
‘ तेनी, जी. ’
रावबा हसला. ओल्या गवताची काडी गालावर फिरवीत तो क्षणभर गप्प बसला.
हौशा पदराशी चाल करीत होती. मध्येच हातांत भरलेल्या रंगीबेरंगी बांगड्या खाली-वर करीत होती.
‘ हौशा! ’
‘ काय, जी? ’
‘ तू कामाला जातीस काय? ’
‘ कुनी तरी बलवलं, तर जातू की, वो. ’
‘ मग मळ्यात का येत नाहीस? ’
‘ आमास कोन बलवतंय् गरिबांस्नी? ’
‘ अग, यायचं... ’
‘ व्हय, जी! खरं, बलवल्याशिवाय कसं येयाचं आमी? ’
‘ का? ’
‘ तुमची मानसं ठरलेली असतात. त्यांत आमी आनी कशास येयाचं? ’
‘ तसं नव्हे. मला ठाऊक नव्हतं. येत जा आता कामाला. ’
‘ व्हय, जी. ’
‘ जत्रेत काय काय घेतलंस? ’
‘ काय न्हाई, जी! ’
‘ काय न्हाई? ’
‘ जी! ’
‘ नवऱ्यानं दिलं न्हाई काय घेऊन? ’
‘ जी. ’
‘ उद्या परत गावाकडनं आला, म्हंजे दील की- ’
‘ व्हय, जी, मागायच्या अदुगरच देतोय् मला. आजपातूर लई दिलंय् मला तेनं. तेची याद इसरायची न्हाई मी... ’ म्हणत हौशानं आपला उजवा हात पुढं केला. डाव्या हाताची बोटं तिनं उजव्या दंडावर ठेवली आणि म्हणाली, ‘ हे बगा- ’
रावबा चटकन उठला आणि हौशाजवळ गेला.
भाजल्याचा वण स्पष्ट दिसत होता. त्या वणावरून हात फिरवीत रावबा म्हणाला,

' हौशा... '

तिनं आपली मान खाली घातली.

रावबा दोन पावलं पाठीमागं सरकला आणि तिथं बसला...

त्याची नजर आजूबाजूला फिरत होती. त्याच्या दृष्टीत कोणीच दिसत नव्हतं. सुकलेल्या ओठांवरून तो मध्येच जीभ फिरवत होता. हौशाच्या काकणांच्या आवाजानं तो भानावर आला.

... हौशानं मांडीवर कोपर टेकलं होतं आणि हाताची मूठ गालावर टेकून एकटक ती रावबाकडं पाहत होती.

टेकडीची सावली दूरवर पसरली होती... दूरवर जत्रेला जमलेल्या माणसांचा दबलेला आवाज ऐकू येत होता. गार वाऱ्याच्या झुळकेनं मोहाचा मोहोर गळून पडत होता.

नदीकाठचा गारवा जाणवत होता. तंबूत गार वाऱ्याच्या झुळकेनं कंदील थरथरत होता. रावबा तंबूत शिरला. समोरच उमा बसली होती. पुढ्यात पुस्तक उघडं पडलं होतं. रावबानं विचारलं,

' आबा झोपले? '

' हो! '

' जया? '

उमेनं जयवंतकडं नजर टाकली.

जयवंत गाढ झोपला होता. त्याच्या अंगावर रग नव्हता. उमा गडबडीनं उठली, आणि जयवंतच्या अंगावर रग घालून ती माघारी वळली.

पटका काढून रावबानं विचारलं,

' तू झोपली नाहीस? '

' झोप आली नाही. '

' सकाळपासनं झोप नाही. फिरून फिरून अंग जडावलंय् बघ. ' जांभई देत अंथरुणाकडं जात रावबा म्हणाला.

उमेनं कंदील उचलला आणि म्हणाली,

' चला. '

' कुठं? '

' जेवत नाही? '

' नको. भूकच मोडलीय्. अजिबात भूक नाही मला. ' म्हणत रावबा अंथरुणावर पडला.

उमेनं काही न बोलता कंदील कमी करून कोपऱ्यात ठेवला आणि ती आपल्या अंथरुणावर जाऊन पडली.

जत्रेची जाग कानांवर येत होती. येणाऱ्या-जाणाऱ्या गाड्यांचा लखलखाट होत होता. ते सारं ऐकत उमा बराच वेळ जागी होती...

दुसऱ्या दिवशी सकाळी आप्पासाहेब बाहेर उन्हात बसले होते. जवळच जयवंत होता. खालच्या बाजूला चाललेली लोकांची धावपळ पाहत आप्पासाहेब बराच वेळ बसून होते. अचानक पाठीमागून त्यांच्या कानांवर शब्द आले.

' रामराम, जी. '

आप्पासाहेबांनी पाठीमागं वळून पाहिलं.

पाटील उभे होते.

आप्पासाहेब म्हणाले,

' या, पाटील. '

' सगळी व्यवस्था झालेय् जी. ' पाटील बसत म्हणाले.

' कसली? '

' बकऱ्याची. एकदा तुमचं बकरं पडलं, म्हंजे मग सगळ्या लोकांस्नी निरोप झाला. उगीच लोक खोळंबून बसल्यात. '

' बरं! बरं! ' म्हणत आप्पासाहेबांनी रावबाला हाक मारली.

रावबा बाहेर येताच त्याला आप्पासाहेबांनी विचारलं,

' झाली ना तुझी तयारी? '

' हो. '

' सारजा, आटपा लौकर तुमचं. ' तंबूकडं पाहत आप्पासाहेबांनी सांगितलं.

' व्हय, जी. ' म्हणत सारजा तंबूच्या तोंडापर्यंत धावत आली.

थोड्याच वेळात सारे बाहेर पडले. जयवंत उमेबरोबर चालत होता. सिद्दा टोणा घेऊन पुढं झाला होता. पाटलांनी सनद्याला पुढं पाठविलं.

देवळासमोरची जागा माणसांनी नुसती भरली होती. मेंढरांचा केविलवाणा आवाज माणसांच्या गजबजाटातून बाहेर येत होता. देवळासमोरची खळ्याएवढी जागा मोकळी होती. त्या मोकळ्या जागेत सनदी एका मेंढराला धरून उभा होता.

पाटलांच्या पाठोपाठ आप्पासाहेब देवळात शिरले. त्यांच्या मागून उमा, जयवंत, रावबा वगैरे सर्वजण गेले. देवीचं दर्शन घेऊन ते बाहेर आले आणि देवळासमोर उभे राहिले. पुजारी गाऱ्हाणं म्हणत होता. गाऱ्हाणं संपताच गोविंदानं सिद्दाला खूण केली. सिद्दा पुढं झाला. सनद्यानं बकरं घट्ट धरून ठेवलं. हातात धारदार तरवार घेऊन सिद्दा पुढं आला. त्याच्या हातातील तरवार उन्हात चकाकत होती. सर्वांच्या नजरा तरवारीवर खिळल्या होत्या. सिद्दा एक एक पाऊल टाकीत पुढं येत होता.

क्षणभर तो उभा राहिला. त्याचं लक्ष देवीकडं होतं. तो वाकला. त्यानं देवीला लोटांगण घातलं. तो जेव्हा उठला, तेव्हा तरवारीवरची मूठ आवळली होती. तो तसाच दोन पावलं पुढं आला. क्षणात त्याच्या हातातील तरवार क्षणभर उन्हात चकाकली आणि दुसऱ्याच क्षणी खाली आली. ' खच्च् ...' असा आवाज झाला. बकऱ्याचं शिर धडावेगळं झालं होतं. आजूबाजूला रक्ताच्या चिळकांड्या उडाल्या. असहायपणानं ते बकरं जागच्या जागी तडफडत होतं. दात-ओठ आवळून सनद्यानं त्याला धरलं होतं. खालची जमीन रक्तानं तांबडी झाली होती... जयवंत हे सारं विस्फारित नेत्रांनी पाहत होता.

बकरं तळमळायचं थांबताच पुजारी पुढं आला. त्यानं रक्ताची थाळी उचलली आणि तो देवीसमोर उभा राहिला. रक्तात बोट बुडवून त्यानं ज्या ताज्या रक्ताचा टिळा देवीच्या कपाळावर ठेवला. साऱ्यांनी वाकून देवीला नमस्कार केला. लोकांची एकच धावपळ उडाली. बघता-बघता माणसांच्या गजबटातून बकऱ्यांचं ओरडणं, कोंबड्यांचं केकाटणं उठलं. साऱ्या वातावरणात एकच आवाज भरून राहिला. मध्येच एखादं शिररहित कोंबडं वर उडत होतं आणि जत्रेवर रक्त शिंपीत होतं.

बघता-बघता देवळासमोरची जागा मुंडक्यांनी भरत होती. क्षणाक्षणाला मुंडक्यांची रास वाढत होती...

आप्पासाहेब हे सारं बघत होते. आयुष्यात प्रथमच त्यांना सारं वेगळं भासत होतं. तत्क्षणी त्यांना तात्यांची आठवण झाली.

' तात्या जत्रेला आले नाहीत, तेच ठीक झालं, ' असं त्यांना वाटलं.

देवीला बकरं देऊन सारे परतले.

तंबूच्या पाठीमागं तीन दगडांच्या चुली मांडून त्यांवर गड्यांनी भांडी चढवली होती. आप्पासाहेब पाटलांच्या बरोबर बोलत बसले होते. नदीकाठावर धुराचा जाड पट्टा उठला होता. जिथं जागा मिळेल, तिथं चुली धगधगत होत्या. भांडी चढत होती. उतरत होती. मारून आणलेली बकरी चुलीशेजारी विळ्या-कुऱ्हाडींनी तोडली जात होती. त्याचा स्पष्ट आवाज उठत होता. जत्रेच्या दुकानांतून आणलेल्या मसाल्याच्या पुड्या सोडून तो वाटण्यात बाया गुंतल्या होत्या.

बोलता-बोलता आप्पासाहेब सारं पाहत होते.

अचानक त्यांचं लक्ष समोरून येणाऱ्या बजाबाकडं गेलं.

बजाबा जवळ आला.

' पाया पडतो, जी.. ' म्हणत तो वाकला.

' ये, बजाबा. ' आप्पासाहेब म्हणाले.

' व्हय, जी. ' बजाबा म्हणाला आणि तो आप्पासाहेबांच्या पायांशी बसला.

‘ काय, बजाबा, म्हातारपणीदेखील तुला जत्रा सुटत नाही, नव्हे? ’

‘ तसं काय न्हाई, जी. ’ बजाबा हसत म्हणाला, ‘ काय जत्रंला येण्याची हाऊस हाय काय ई, जी, आमास? ’

‘ मग? ’

‘ मागल्या वर्साला मागून घेटलं व्हतं. ’

‘ कुणी, तू? ’

‘ न्हवं, जी! आतं मी, जी, कशास मागून घेनार? आतं काय ऱ्हायलंय् माज्यात? पोरीसाठी मागून घेटलं व्हतं. ’

‘ असं, असं. ’ आप्पासाहेब हसत म्हणाले, ‘ आता ह्या वयात लौकर नातवंडांची तोंडं बघावीशी वाटतात, एवढं खरं... ’

‘ व्हय जी! ’ बजाबा म्हणाला, ‘ खरं, पन सून नांदली, तर न्हवं? ’

‘ म्हंजे? ’

‘ तेच मागून घेटलं व्हतं मी. ’

‘ काय? ’

‘ सून चकोटपणानं नांदावी, म्हनून. ’

आप्पासाहेब काही बोलले नाहीत.

बराच वेळ पाटील आप्पासाहेबांच्या चेहऱ्याकडं पाहत होते.

‘ सरकार, जातू आतं. ’

‘ का, हो? ’

‘ येळ व्हईत आला. जातू आतं. वाट बगत असत्याल घराकडं... ’

‘ सांगून पाठवा घराकडं. ’

‘ कशाला मीच जातू, जी. ’

‘ छे! छे! आज इथंच तुमचं जेवण. सोडणार नाही आज तुम्हांला. ’ बजाबाकडं वळून आप्पासाहेब म्हणाले, ‘ आणि, बजाबा, तूही राहा इथंच जेवायला. ’

तंबूच्या पाठीमागं उमा जातीनं स्वयंपाकाचं पाहत होती. चुलीत शिरणाऱ्या वाऱ्यानं चुली फरफरत होत्या. धूर उठत होता. चुलीवर ठेवलेल्या रश्शाला तांबडा तवंग चढत होता. उमेपाठोपाठ सारजाची धावपळ चालली होती.

त्याच वेळी जयवंत तिथं आला. उमेचा पदर पकडीत तो म्हणाला,

‘ वहिनी ! ’

‘ काय, हो? ’

‘ मी पाळण्यात बसणार. ’

‘ मग बसा की! ’

‘ तू आबांना सांग. ’

' छान! आणि तुम्ही सांगितलं, तर? '

' मग गोविंदाकडून पैसे घेऊ? '

' नाही हं! मी ही जबाबदारी घेणार नाही. ' वहिनीनं बजावलं.

जयवंत संतापला. त्याच्या फुरंगटलेल्या चेहऱ्याकडं पाहताच उमा गालांत हसली. सारजा म्हणाली,

' आता लहान का आहात? '

' तुला काय करायचंय्? ' जयवंत उफाळला. ' सारजा ऽऽ सारजाऽऽ '

' हां, भाऊजी ! ' उमेनं दटावलं.

जयवंत एकदम गप्प बसला.

' मग सांग ना, वहिनी... '

' सांगते बरं, पण आत्ता नाही. एवढ्यात पानं वाढली जातील. जेवून मग, हो! '

जयवंतनं मान डोलावली.

' आणि हे बघा, जेवण होईपर्यंत इकडं यायचं नाही हं! '

जयवंत हसून पळाला.

उमा कपाळावरचा घाम टिपीत पुन्हा स्वयंपाकाकडं वळली.

थोड्याच वेळात गोविंदा टोपी सारखी करीत आला आणि आप्पासाहेबांच्याकडं पाहत म्हणाला,

' पानं वाढायची, जी? '

' वाढा. '

पंगत बसली.

आप्पासाहेब पाटलांना आग्रह करीत होते. रावबा मुकाट जेवत होता.

पाटील म्हणाले,

' धाकलं सरकार का बोलंनात? '

आप्पासाहेबांनी रावबाकडं पाहिलं. रावबानं वर मान केली. त्याच्या विचारी नजरेचा अंदाज घेत आप्पासाहेब म्हणाले,

' कुठंतरी डोक्यात हरणा-डुकराची शिकार घोळत असेल! '

' सरकार, नाव काढनार, बगा, धाकलं सरकार! आमच्या गावचं लोक गेले होते जंगलात. ते सांगत होते. '

' काय? ' आप्पासाहेबांनी उत्सुकतेनं विचारलं.

' काय न्हवंच ते. ' पाटील क्षणभर थांबले, तोंडातला घास त्यांनी गिळला आणि म्हणाले, ' म्हैना झाला असंल, बगा, ह्या गोस्टीला. आमच्यांतलं दोघं गावास्नं येत व्हते... येताना वाटेत ऊन झालं, म्हून झाडाखाली बसले. बसले, ते बसले, गप्प

बसायचं का न्हाई? जवळचे दगड , कुठं मातीचं ढिकूळ घेऊन झाडावर मार, घुसपात हान, असं करीत नव्हते. तर तेंचं नशीब बगा. जवळच्या घुसपात एक दगड मारल्यानं एकट्यानं... आनी त्या घुसपात गप्प बसलेला काळा नाग खसपसत भाहीर आला. जे दोघं उठले, ते ठो बोंबलत सुटले. एक एकीकडं, तर एक एकीकडं. जो वर पठाराकडं पळत सुटला व्हता, तेनं जवा का मागं वळून बगिटलं, तवा पाठीमागं त्यो नाग-- '

' आणि मग? '

' मग काय, जी, सरकार! तेवढं बगितल्यावर गड्याचं अवसान कशास ऱ्हातंय्? जेवडं बळ व्हतं, तेवडं खच्चून बोंबलला आणि पळत सुटला गडी! हे सरकार जवळच व्हते काय की...त्यो आवाज ऐकून पळत आले. पगत्यात, तर काय, त्यो गडी फुडं आनी पाटीमागनं नाग वाऱ्यासारखा पळत सुटलेला... जवा काय त्या गड्यानं ह्या सरकारांस्नी बगिटलं. तवा पुन्हा एकदा जोरानं बोंबलला... तवर म्हंजे सगळं अवसान तेचं सोपलं व्हतं... गडी धाडकन खाली कोसळला. तवर नाग बी पोचलेला. येवड्याशा जागंवर फना काडून हुबा. हे सरकार तसंच फुडं आलं म्हनी आणि त्या गड्याच्या संबूर हुबे राह्यले. नागबी लई चवताळला व्हता, ' फुस्स् ... फुस्स् ... ' करत तो सरकारांच्या अंगावर धावला... हेंच्या हातात काटीबी न्हाई... पण धीराचे सरकार, म्हनून झालं सगळं. पायातल्या बुटानं हानलं तेला... '

आप्पासाहेबांनी रावबाकडं पाहिलं.

रावबा वर न बघता जेवत होता.

पाटील सांगत होते,

' त्यो गडी आमास येऊन सांगत व्हता... नुस्तं सांगताना चाळ्चाळ् कापत व्हता. काळीज फाटलं गड्याचं. पन सरकारांचं काळीज लई घट. '

आप्पासाहेब समाधानानं हसले.

जेवणं संपली.

पानं खाता-खाता पाटील विचारीत होते,

' छोटं सरकार काय म्हंत्यात? '

' शिकतोय् तो. खूप खूप शिकवणार आहे मी त्याला. वकील करणार आहे...'

रावबांच्या डोळ्यांवर झोप येत होती. तो उठला आणि बाजूच्या झाडाखाली जाऊन आडवा झाला.

पाटील निघून गेले. आप्पासाहेब उठले. गोविंदानं आणून दिलेल्या पाण्यानं त्यांनी चूळ भरली आणि ते झोपण्यासाठी मागं वळले, तोच त्यांचं लक्ष बाजूला अंग चोरून उभ्या असलेल्या देवजीकडं गेलं.

आप्पासाहेबांनी त्याला एकवार निरखलं आणि म्हणाले,

' काय, रे, देवजी? '

' पाया पडतो, जी. ' म्हणत देवजी पुढं आला.

' काय, रे? '

' काय न्हाई, जी. धाकलं सरकार कुठं हाईत? '

' का? '

' का न्हाई, जी. कुस्त्या हाईत. सरकारांनी काल सांगिटलं व्हतं. येत्यात काय, इचारलं असतं... '

' विचार जा की. '

' कुठं हाईत, जी? '

' तो काय झाडाखाली!'

' व्हय, जी. ' म्हणत देवजी पाया पडला आणि वळला.

जवळ जाताच देवजीनं हाक मारली,

' सरकार.... '

' कोण? ' म्हणत रावबानं डोळे किलकिले केले.

देवजीला पाहताच रावबानं विचारलं,

' काय, देवजी? '

' जी! '

' काय म्हणते जत्रा? '

' बरी हाय, जी! ' म्हणत देवजी हसला. ' येनार न्हवं? '

' कुठं, रे? '

' कुस्त्या हाईत, जी! '

' जरा झोपावं, म्हणत होतो. '

' एक दिसात म्हातारं झाल्याशी काय, जी? '

' चालायचंच! ' म्हणत रावबा गालांत हसला आणि उठला.

कपडे करून रावबा देवजीबरोबर बाहेर पडला.

तंबूपासून दूर येताच देवजीनं विचारलं,

' काय म्हंतीया, जी, हौशा? '

रावबानं डोळा मिचकावला आणि म्हणाला,

' काय म्हणू दे? '

‘ काय न्हाई, जी. ’

‘ काल येतो म्हणून आला नाहीस काय? ’

‘ आनी आलू असतो, लाथ घाटली असतासा; असंच न्हवं? ’

रावबा मोठ्यानं हसला आणि त्यानं देवजीच्या पाठीवर थाप मारली.

लोकांची रीघ पलीकडच्या मैदानाकडं लागली होती. मैदानात हलगी घुमत होती. तालमीची पोरं हातांत लाठ्या घेऊन आजूबाजूला फिरत होती. लोकांना शांत बसवण्याचा प्रयत्न करीत होती. साऱ्या मैदानात लोकांची झुंबड उडाली होती. आजूबाजूच्या झाडांवरून सुध्दा लोक बसले होते. देवजी, रावबा गर्दीतून वाट वाढीत पुढं सरकत होते.

लहान लहान कुस्त्या लागल्या होत्या. मधेच आरोड उठत होता. कुस्त्या रंगत नव्हत्या. अचानक महारानं टिमकी वाजवली आणि कड्याखालची कुस्ती जाहीर केली. साऱ्यांच्या नजरा जमावावरून फिरत होत्या.

बराच वेळ कड्याच्या कुस्तीसाठी कुणीच उठत नव्हतं.

तोच वाट काढीत भैरू पैलवान पुढं आला. त्यानं एकवार जमावावर नजर टाकली. त्याची तालमीच्या मातीत रंगलेली सावळी कातडी उन्हानं तकाकत होती. हसत-हसत पुढं आला आणि मुजरा करून तो कड्याखाली बसला. भैरू कर्यातीत नावाजलेला पैलवान. सतत चार वर्षं तो वाजत, गाजत कडं नेत होता. त्याला तोड देणारं त्या भागात कोणीच नव्हतं. त्यामुळं सर्वांच्याच नजरा त्याला सलामी देण्यासाठी कोण उठतं, याकडं राहिल्या होत्या.

त्या सर्वांच्या नजरा आपल्याकडं वळवून घेत दुसऱ्या बाजूनं एक व्यक्ती उठली. सडसडीत बांध्याची आणि रेखीव अवयवांची. धीमी पावलं टाकीत ती व्यक्ती पुढं पुढं सरकत होती.

देवजीनं रावबाला खुणावलं. रावबानं विठूला केव्हाच ओळखलं होतं. विठू भैरूला सलामी देण्यासाठी उठेल, याची कोणालाच कल्पना नव्हती.

रावबाच्या बाजूला कुणी तरी कुजबुजत होतं...

‘ का उठलाय् ह्यो? ’

‘ कुणास ठावं. हाडं गोल करून घेयाची असत्याल. ’

‘ सलामीला टिकला, तर लई झालं... ’ तिसरा कुजबुजला.

‘ पन उठला का न्हाई? ’

‘ व्हय ! एवढं मातूर खरं! ’

विठू पुढं आला. कड्याजवळ येताच तो क्षणभर थांबला. काठीच्या टोकाला बांधलेला भगवा फेटा वाऱ्यानं फडफडत होता. त्या फेट्याच्या टोकाला बांधलेलं

चांदीचं कडं हेलकावे घेत होतं. उन्हानं चकाकत होतं. त्या कड्यावर विठूची नजर क्षणभर स्थिरावली. दुसऱ्याच क्षणी तो भैरूकडं वळला. भैरू उठला. विठूनं त्याला सलामी दिली.

जेव्हा इतर कुस्त्या संपल्या, तेव्हा भैरू हलत-डुलत फडात उतरला. रताळ्यासारखं मांस त्याच्या अंगावर थपथपलं होतं. दुसऱ्या बाजूनं फडात उतरणारा विठू सर्वांच्या नजरेतून उतरला होता. भैरूच्या समोर तो कितीतरी किरकोळ दिसत होता. मात्र त्याच्या कांबीसारख्या ताठ अंगयष्टीवर सर्वांचं लक्ष खिळलं होतं. त्याचा प्रत्येक स्नायून् स्नायू स्पष्ट आणि रेखीव दिसत होता. त्याची भरदार छाती सर्वांच्या नजरेत भरत होती.

दोघेही समोरासमोर येताच लोकांनी एकच गिल्ला केला. टाळ्या पिटल्या.

सलामी देऊन विठू भैरूच्या अंगाला भिडला. भैरू दमानं खेळण्याचा प्रयत्न करीत होता, पण अचानक, काय होतंय् , हे लक्षात यायच्या आत विठू भैरूच्या पोटाखाली शिरला आणि दुसऱ्याच क्षणी भैरू उताणा आपटला.

इतक्या लौकर कुस्ती होईल आणि अशा तऱ्हेनं विठू जिंकेल, असं कुणालाच वाटलं नव्हतं. भैरू पडला, हे अजूनही लोकांना खरं वाटत नव्हतं. ते पाहत होते. भैरू खाली मान घालून जात होता, पण तरीही आपल्या डोळ्यांवर विश्वास ठेवायला लोक तयार नव्हते.

लोक ओरडत उठले. हवेत फेटे उडाले. विठू मुजरे करीत येत होता.

रावबा आणि देवजी पुढं झाले. रावबाला बघताच विठू एकदम पुढं आला आणि वाकून त्यानं रावबाचे पाय शिवले. रावबानं त्याला उठवलं. त्याच्या पाठीवर थोपवत रावबा म्हणाला.

‘ विठू, नाव राखलंस गावाचं. ’

विठू नुसता हसला.

रावबानं तत्क्षणी आपल्या डोईचा फेटा काढला आणि विठूच्या डोकीला बांधला.

पुन्हा एकदा रावबाला नमस्कार करून विठू पुढं सरकला.

‘ चला, देवजी. ’ रावबा म्हणाला.

गर्दीबाहेर येताच देवजी म्हणाला,

‘ नुस्ती कुस्तीच करा, म्हनावं. घरात... ’

‘ का, देव्या... लई तोंड सुटलं? गावचं नाव दहा लोकांच्या तोंडांत बसलं आज. चार वर्सं रडत होतास. कुणाची हिंमत तरी व्हती काय सलामीला उठायची?’

देवजी म्हणाला,

‘ व्हय, जी, ते खरं हाय. ’

रावबा काही बोलला नाही.

बराच वेळ ते दोघेही न बोलता चालत होते.

देवजी म्हणाला,

' सरकार, जाऊन येतो. सांजंला भेटाया येतो. उद्या कवा जानार तुमी? '

' बगू या... '

' सांजला येतो मी. ' म्हणत देवजी वळला.

रावबा त्याच्याकडं क्षणभर पाहत उभा राहिला आणि तोही मागं वळून तंबूकडं चालू लागला.

त्या रात्री बऱ्याच वेळानं रावबा झोपला.

सकाळी जेव्हा तो जागा झाला, तेव्हा गाड्यांतून सामान भरण्याची धावपळ सुरू झाली होती. तो उठला आणि तंबूबाहेर उभा असलेल्या बजाबाला पाहून त्याला थोडं आश्चर्य वाटलं. बजाबा पुढं आला आणि रावबाच्या पाया पडला. रावबा म्हणाला,

' काय, बजाबा, येरवाळी आलास? '

' व्हय, जी. '

' कोण ते? ' आप्पासाहेब आतून म्हणाले.

' बजाबा आलाय्. ' रावबानं सांगितलं.

आप्पासाहेब बाहेर आले. त्यानं केलेला नमस्कार स्वीकारून ते म्हणाले,

' काय, बजाबा? '

' देवळाकडं निघालू व्हतो, जी. '

' अस्सं अस्सं, पोरानं नावं केलं तुझ्या . '

' व्हय्, जी...' बजाबा नकळत बोलला.

' कुठं हाय पोरगा? '

' आतं ईल, जी. येतच व्हता मागनं. '

थोड्याच वेळात विठू आणि हौशा तंबूकडं येताना दिसली.

तंबूजवळ येताच हौशा दूर उभी राहिली. विठू पुढं आला. त्यानं आप्पासाहेबांच्या पायांवर डोकं ठेवलं. आप्पासाहेब त्याला उठवीत म्हणाले,

' पोरा, गावचं पाणी दाखवलंस बघ. बजाबा, गावात गेल्याबरोबर मिरवणूक काढा. वाजत गाजत शिरला पाहिजे पोरगा आत. मी सांगतो गोविंदाला. '

' व्हय, जी. ' बजाबा म्हणाला, ' धाकलं धनी बी लई हुरपी. डोईचा फेटा काढून ततंच बांधला हेच्या डोईला. त्यातच आलं सगळं! '

' अरे, चालायचंच. करत्या माणसास करायचं नाही, तर करणार कुणाला?' आप्पासाहेब म्हणाले.

- पण ह्या त्यांच्या बोलण्याकडं रावबाचं बिलकूल लक्ष नव्हतं. तो दूर उभ्या असलेल्या हौशाकडं अधूनमधून पाहत होता.

रावबाकडं पाहून तीही गालांत हसत होती.

आप्पासाहेब विचारीत होते,

'केव्हा परतणार?'

'ऊन कमी करून, जी! आतं सस्तर टोचून घेऊन येतो पोरीला. तिकडंच निघालू व्हतो...'

'कुठं हाय सून तुझी?'

'ती काय, जी, हुबी हाय.'

'तिकडं का? बोलव की इकडं! मिळूनच जाऊ आपण; आम्हीपण दर्शनाला येणारच आहोत तिकडं.'

'व्हय, जी.'

आप्पासाहेबांनी सारजेला हाक मारली.

थोड्याच वेळात सर्वजण देवळाकडं निघाले. आप्पासाहेबांच्या बोटाला धरून जयवंत जात होता. तो आप्पासाहेबांना म्हणाला,

'आबा, सस्तर म्हंजे काय, हो?'

'देवाजवळ मागणं मागून घ्यायचं असतंय् ते. अमुक एक गोष्ट बरी होऊ दे, म्हणून मागून घेतलं, म्हंजे तीन वर्षं येऊन टोचून घ्यावं लागतं.'

'टोचतात?'

'छे! अरे, नुस्तं नावाला टोचायचं. हे पुजारी असतात, की नाही...?'

'होय.'

'आता दाखवतोच तुला चल.' आप्पासाहेब म्हणाले.

जयवंताला कसं समजावून सांगावं, हेच त्यांना कळेनासं झालं होतं.

देवळाजवळ गर्दी झाली होती. पोरापासून थोरांपर्यंत सर्व प्रकारचे लोक दिसत होते. निरोगी होते, रोगी होते. बायामाणसं आपल्या तान्ह्या पोरांना घेऊन गर्दीत उभी होती.

समोर दोन-तीन पुजारी हातात दाभणासारख्या तांब्यांच्या तारा घेऊन उभे होते. जशी पाळी मिळेल, तसे लोक त्यांच्या पुढ्यात सरकत होते, ते पुजारी आपल्या हातातील तांब्याच्या सळीचं टोक समोर आलेल्या माणसांच्या दंडावर, कुणाच्या पोटावर टेकवत आणि तोंडानं 'पी ऽऽऽ' असा आवाज काढीत. त्याला पुढं ढकलीत त्याची जागा दुसरा घेई. हळूहळू गर्दी कमी होत होती.

आप्पासाहेब हे सारं जयवंताला दाखवीत होते. उमा उभी राहून ऐकत होती.

अचानक आप्पासाहेब उमेकडं वळून म्हणाले,

' मुली, पुढल्या वर्षाला तुलाही सस्तर टोचून घ्यावं लागणार! '

उमेला त्या वाक्याचा अर्थ समजला नाही. ती प्रश्नार्थक नजरेनं आपल्या सासऱ्याकडं पाहत होती.

आप्पासाहेब म्हणाले,

' मी मागून घेतलंय्. '

बाजूला असलेला रावबा हे सारं ऐकून आप्पासाहेबांच्याकडं पाहत होता.

सारजेनं उमेकडं पाहिलं. पण कुणालाच त्याचा अर्थ समजला नाही.

जेव्हा उमेनं मान वर केली, तेव्हा आप्पासाहेब म्हणाले,

' मुली! म्हाताऱ्याचं मागणं आता दुसरं काय असणार? .... नातवंडाचं तोंड बघितलं, म्हंजे... '

उमा गोरीमोरी झाली. लाजून तिनं खाली मान घातली.

आप्पासाहेब मोठ्यानं हसले.

जवळच उभ्या असलेल्या एका बाईच्या काखेतील आठ-दहा महिन्यांचं पोर मजेनं हसत होतं.

उमाच्या पाठीमागं उभा असलेल्या रावबाकडं कुणाचं लक्ष नाही, असं पाहून उमेला डिवचलं आणि तिचं लक्ष वळताच त्यानं त्या पोराकडं पाहिलं.

๛๛๛

६

शुक्रवारचा दिवस होता. सूर्य मावळला होता, तरी अद्याप अंधूक प्रकाश रेंगाळत होता. थंडी हळूहळू उतरत होती. रावबा लक्ष्मीच्या देवळाच्या पायऱ्यांवर बसला होता. गुराखी पोरं जनावरं घेऊन केव्हाच परतली होती. खडीचा बोडका माळ दूरवर दिसत होता. गावातून उठणारी एखादी हाक अस्पष्टपणे कानांवर येत होती. ढवसं वारं अंगाला झोंबत होतं. टेकाच्या टोकाला उभा असलेला बुरूज नजरेत भरत होता. कुठंही आसपास माणसांची जाग लागत नव्हती. जसजसा अंधार वाढू लागला, तसतसा रावबा बेचैन होत होता. तो तसाच उठला आणि त्यानं दोन पावलं टाकली असतील, नसतील, तोच देवळाच्या पाठीमागून येणारी व्यक्ती रावबाच्या नजरेत आली, हौशाला रावबानं चटकन ओळखलं. तिला पाहताच रावबाला समाधान वाटलं. सकाळी मळ्यात तो हौशाला बोलला होता. पण ती येईलच, असा भरवसा रावबाला वाटला नाही, हौशा जवळ येताच रावबा म्हणाला,

' वेळ केलीस? '

' तर का, जी? दिसाउजेडी कोन येनार? '

' आनी इकडून कुठनं आलीस? '

' खडीच्या मागनं आलू, जी. '

' का? '

' का काय, जी? कुनी बगितलं बिगिटलं, तर? '

' मग बगंनात? खात्यात का काय मला? '

' तुमांस्नी कशास खातील, जी? मला खातील न्हवं? '

रावबा हसला आणि क्षणात गप्प झाला.

हौशानं वर पाहिलं.

रावबाची नजर पाहताच तिचा ऊर धडाडला. तिच्या गोऱ्या चेहऱ्यावर डवरून घाम उठला.

रावबा पुढं झाला आणि त्यानं तिचं मनगट धरलं. तो म्हणाला,

' हौशा! '

गडबडीनं हात सोडवून घेत हौशा म्हणाली,

' असं काय, जी? कोन तरी बगंल, न्हवं? '

दबलेल्या घोगऱ्या आवाजात रावबा म्हणाला,

' कोन येतंय् इथं मरायला, ह्या वेळेला? '

पण त्याला उत्तर न देता हौशा गडबडीनं देवळाच्या पायऱ्या चढली आणि गाभाऱ्यात शिरली. गाभाऱ्यात लावलेल्या पणतीच्या अंधूक उजेडात दाराची फक्त चौकट अंधूक दिसत होती. रावबानं क्षणभर ती चौकट न्याहाळली. आजूबाजूला नजर फेकली आणि तो भरभर पायऱ्या चढला.

गाभाऱ्यात जाताच त्यानं आजूबाजूला पाहिलं. प्रथम त्याच्या नजरेत हौशा आलीच नाही. गाभाऱ्यात पणती जळत होती. तिच्या मिणमिणत्या प्रकाशात त्यानं सभोवार दृष्टी फिरवली. एका कोपऱ्यात हौशा उभी होती. त्या मंद प्रकाशात उजळून निघणारी हौशा रावबा न्याहाळत होता.

हौशाचा गोरापान चेहरा घामानं डवरला होता. घामाच्या धारा तिच्या कानशिलांवरून ओघळत होत्या. तिची पुष्ट, भरदार छाती श्वासोच्छ्वासाबरोबर वर-खाली होत होती. तिच्या गहिऱ्या बावरलेल्या डोळ्यांत आव्हान होतं.

' हौशा! ' म्हणत रावबा पुढं झाला आणि त्यानं एकदम हौशाला मिठीत घेतली.

रावबाच्या खांद्यावर मान विसावत असता हौशाचं लक्ष चौथऱ्यावरच्या लक्ष्मीच्या दगडाकडं गेलं. लालभडक शेंदूर फासलेला तो दगड मिणमिणत्या पणतीच्या उजेडात भयाण वाटत होता. भीतीनं तिचं शरीर एकदम थरारलं. गडबडीनं रावबाच्या मिठीतून आपला हात सोडवून घेत तिनं तो हात पणतीवर मारला. क्षणात काळोख पसरला आणि रावबाचं हसणं तेवढं गाभाऱ्यात उठलं...

जेव्हा रावबा देवळाबाहेर आला, तेव्हा त्याच्या चेहऱ्यावर समाधान होतं. काळोख दाट होत होता. आपले विस्कटलेले केस पदराखाली खोचीत हौशा बाहेर आली. रावबाला ती म्हणाली,

' जातू, जी. '

' का! थांब की- ' रावबा म्हणाला.

' न्हाई. लई येळ झाला. '

' पण उद्या येनार नव्हं मळ्यात? '

' व्हय, जी. '

त्याच वेळी त्यांच्या कानांवर खाकरण्याचा आवाज आला.

दोघांनीही दचकून पाहिलं, तो एक व्यक्ती देवळाच्या दिशेनं गडबडीनं येत होती.

रावबानं गडबडीनं हौशाच्या हाताला धरून तिला बाजूला ओढलं. तिच्या हातांतील काकणांचा आवाज रावबाला कितीतरी मोठा वाटला. त्या व्यक्तीला बगल देऊन ती दोघं पुढं सटकली. थोडं अंतर जाताच रावबा पुटपुटला,

' थेरड्यानं पाहिलं नसलं, म्हंजे मिळवली! '

रावबानं तात्यांना ओळखलं होतं.

तात्या डाव्या हातात तेलाची वाटी घेऊन लगबगीनं येत होते. देवळापाशी येताच त्यांची मान वर झाली. ते निरखून बघत होते.

त्यांनी देवळाकडं पाहिलं. देवळात अंधार पसरला होता. दर शुक्रवारी तात्या जेव्हा देवळात येत, तेव्हा मिणमिणती पणती त्यांना उजेड दाखवी. तात्या पेटत्या पणतीत तेल ओतीत, देवीचं दर्शन घेत आणि परतत.

तात्या पायऱ्या चढून वर गेले. त्यांनी गाभाऱ्यातील पणती पेटवली. देवीला नमस्कार केला. आपल्या वाटीतलं तेल ठावक्यात ओतलं. त्यांचा चेहरा त्रस्त दिसत होता. ते तसेच बाहेर पडले.

करकरीत तिन्हीसांजेच्या वेळी तात्यांना वाड्यात शिरताना पाहून सिद्दाला थोडं आश्चर्य वाटलं; पण त्यांच्या त्या चालण्यानं त्याला त्यापेक्षाही आश्चर्य वाटलं. नेहमी तात्या कसे सावकाश चालत यायचे.

' कोण तो चटकन पुढं झाला, सिद्दा? '

' व्हय, जी. '

' आप्पासाहेब कुठं आहेत? '

'हाईत, जी, सदरंत. '

' कोण आहे? ' आतून आप्पासाहेबांची हाक कानांवर आली.

सिद्दा पुढं झाला आणि म्हणाला,

' तात्या आल्यात, जी. '

' कोण? तात्या? ' म्हणत आप्पासाहेब सदरेवरून उठले. सिद्दापाठोपाठ येणाऱ्या तात्यांना पाहून ते म्हणाले, ' या, तात्या. '

तात्यांनी आप्पासाहेबांकडं पाहिलं. दुसऱ्याच क्षणी त्यांचं लक्ष कट्ट्यावर बसलेल्या बजाबाकडं गेलं.

आप्पासाहेबांनी विचारलं,

' तात्या, ह्या वेळचं बरं येणं केलंत? '

' तुमच्याकडंच काम होतं. '

' माझ्याकडं? मग सांगा ना! '

' खाजगी आहे जरा... '

' खाजगी? ' म्हणत आप्पासाहेबांनी एकवार बजाबाकडं पाहिलं आणि ते तात्यांना म्हणाले, ' मग चला ना आत. '

' मी जातू, जी. ' बजाबा उठत म्हणाला.

' का? बस की. आलोच मी! '

' न्हाई, जी. घरात कोन बी न्हाई. पोरगा गेला असंल तालमीत. '

' बरं बरं! ' आप्पासाहेब म्हणाले.

तात्यांनी एकवार बजाबाकडं वळून पाहिलं आणि ते तरातरा आत गेले. पाठीमागून आप्पासाहेब तात्यांच्या त्या वागण्याचा अर्थ लावण्याचा प्रयत्न करीत जात होते.

दिवाणखान्यात जाताच तात्यांनी दरवाजा पुढं केला; त्या कृतीनं आप्पासाहेब शंकातुर झाले. त्यांनी विचारलं,

' काय, तात्या? एवढं कसलं खाजगी काम? '

' आप्पासाहेब, रावबा आला? '

' आला असेल ना! '

' मला आत्ता तो लक्ष्मीच्या देवळाजवळ भेटला. '

रावबाचं नाव निघाल्यामुळं आप्पासाहेब बेचैन झाले होते. किंचित त्रस्त होऊन आप्पासाहेब म्हणाले,

' हो, गेला असेल कदाचित. आज शुक्रवार ना? देवीच्या दर्शनाला गेला असेल तो. '

' होय! देवीच्या दर्शनाला गेला होता तो! पण देवळातल्या नव्हे!! '

' तात्या! '

' ओरडू नका, आप्पासाहेब. मी प्रत्यक्ष माझ्या डोळ्यांनी पाहिल्यात ह्या गोष्टी, बजाबाची सून हौशा आणि रावबा देवळातून बाहेर पडत होती.. '

' मग त्यात काय झालं? '

' काय झालं? ' आश्चर्यचकित होऊन तात्या म्हणाले.

' हो! काय झालं! तरुण पोरं आहेत... चालायचंच! '

' काय चालायचंच? ' तात्या उसळले, ' आप्पासाहेब, लक्ष्मी तुमचं कुलदैवत आहे. विसरलात काय? आपल्या पूर्वजांनी चारी सीमांवर चार देवस्थानं उभी केली, ती गावची रक्षणकर्त्री म्हणून; इनामदाराच्या पोरांसाठी आडोशाच्या जागा म्हणून नव्हे! '

‘ तात्या!... ’ आप्पासाहेब खवळले.

...पण त्यांना पुढं बोलू न देता तात्या म्हणाले,

‘ बस्स करा, आप्पासाहेब! नुसतं ऐकून बोलायची सवय नाही मला. आजवरबऱ्याच गोष्टी ऐकल्यात मी रावबाबद्दल. मला त्यांबद्दल काही म्हणायचं नाही. पण देवळाच्या मर्यादा राखल्या गेल्या नाहीत, तर मात्र घराणं धुळीला मिळाल्याखेरीज राहणार नाही, हे लक्षात ठेवा! ’

बैठकीवर बसलेले आप्पासाहेब ताडकन उठून म्हणाले,

‘ तुम्हांला नको त्याची काळजी. तुम्हांला काय करायच्या आहेत नसत्या उठाठेवी? पाहून घेईन मी. तुम्हांला जवळ केलं, तेच चुकलं माझं. म्हणतात ना... भटाला दिली... ’

‘ हां! आप्पासाहेब, तोंड आवरा! ’ तात्या थरथर कापत म्हणाले,

आप्पासाहेब असा अपमान करायला धजतील, असं त्यांना स्वप्नात देखील वाटलं नव्हतं.

‘ कुणाला बोलताहा तुम्ही? मला? कसल्या बाबतीत मिंधा आहे मी तुमचा? माझ्यावर डोळा वटारण्यापेक्षा आपल्या मुलावर डोळे वटारलेत, तर कल्याण होईल तुमच्या मुलाचं. घराण्याचं होईल... ’

‘ चालते व्हा! ’ आप्पासाहेब रागाच्या भरात बोलून गेले.

डोक्यावर एखादी वीज कोसळावी, तसं तात्यांना झालं. काय बोलावं आणि काय बोलू नये, हेदेखील त्यांना सुचत नव्हतं.

रागाच्या भरात बोलून गेलेल्या शब्दांची जाणीव आप्पासाहेबांना झाली होती. त्यांची मान खाली झाली होती.

‘ जातो! मला तरी कुठं गरज पडली आहे तुमच्या दारात यायची? पुन्हा तुमच्या वाड्याची पायरी, प्राण गेला, तरी चढणार नाही! पण, आप्पासाहेब, माणुसकी म्हणून पुन्हा एकदा सांगावंसं वाटतं... ’ बोलता-बोलता तात्यांचा आवाज घोगरा झाला होता. ‘ ... माणुसकीत जोडलेले संबंध एक वेळ तोडता येतात, पण मनानं जोडलेले संबंध जोडतो, म्हणून जोडले जात नाहीत, तोडतो, म्हणून तोडले जात नाही, मी तुमचा कुणी नव्हे ... तुम्ही माझे कुणी नव्हत... माणुसकी म्हणून चार गोष्टी सांगाव्या लागतात केव्हा केव्हा... ते माणसाचं कर्तव्य आहे... मी ते सांगण्याचा प्रयत्न केला... पोर तुमचं आहे... वाडा तुमचा आहे.... गाव तुमचं आहे... तुम्ही वाटेल ते करू शकता... तो तुमचा हक्क आहे... ’

... आणि बोलता-बोलता तात्या धाडकन दार उघडून बाहेर आले.

भ्यालेल्या नजरेनं गोविंदा तिथं उभा होता. त्याच्यावर एकवार दृष्टी टाकून ते काही एक न बोलता वाड्याबाहेर आले.

काकी चुलीपुढं स्वयंपाकात मग्न होती. तिनं जेव्हा वर पाहिलं, तेव्हा दाराशी तात्या उभे होते. भिंतीला टेकून ठेवलेला पाट त्यांनी उचलला आणि जमिनीवर आपटला. त्यांनी पाटावर बसकण मारली. पतीच्या त्या त्रस्त मुद्रेकडं पाहत काकींनी विचारलं,

‘ वाड्यात गेला होता? ’

‘ नाव घेऊ नकोस वाड्याचं! बोलून चालून शूद्राची जात ती!घराण्याची सारी पुण्याई दोन्ही हातांनी उधळायला बसलेत नुसते. प्राण गेला, तरी पुन्हा वाड्याची पायरी चढणार नाही. मोठे असले, तर ते आपल्या घरचे! ’

आपल्या पतीचा अवतार बघून काकीला काही बोलणं सुचलं नाही. ती तशीच खालच्या मानेनं भाकरी थापटू लागली.

तात्या चंची काढून सुपारी कातरू लागले.

बराच वेळ गेला, तरी कुणी काही बोललं नाही.

अचानक परसदारातून जयवंत धावत आत आला. धावत आल्यामुळं त्याला धाप लागली होती. त्याचा चेहरा भयभीत झाला होता.

त्याच्याकडं पाहिलं, न पाहिलं, असं करून तात्यांनी त्याला विचारलं,

‘ काय, रे? ’

‘ तात्या, चला लौकर वाड्यात. ’

‘ वाड्यात? कशाला? ’

‘ वैनीनं बोलावलंय् तुम्हांला. ’

‘ मला? ’

‘ होय? ’

‘ कशाला? ’

‘ दादाला मारायला लागलेत आबा! ’

‘ मारतायत? ’

‘ होय! दादा खोलीत बसला होता. आबांनी हाक मारली, तेव्हा तो चौकात गेला. देवळासमोर आबा उभे होते. त्यांच्या हातातील चाबूक दादाला दिसलाच नाही. काही बोलायच्या आधीच मारायला सुरू केलं आबांनी. तसं वैनीनं मला तुमच्याकडं धाडलं. चला लौकर. ’

‘ डोकं फिरलं का काय तुझ्या बापाचं? ’

काकीकडं वळून ते म्हणाले,

‘ येतो मी एवढ्यात... ’ म्हणत ते अनवाणी पायांनीच बाहेर पडले.

जयवंत तात्यांच्या पाठोपाठ पळत होता. वाड्याचा मोठा दरवाजा बंद होता.

तात्यांनी दरवाजा जोरानं ठोठावला. थोड्याच वेळात ' कोन त्ये? ' म्हणत दिंडी दरवाजा उघडला आणि सिद्दाचा चेहरा बाहेर डोकावला.

' मी... ' म्हणत तात्या पुढं सरकले.

अजिजीच्या सुरात सिद्दा म्हणाला,

' तात्या, सरकारांनी, कुनाला आत सोडू नगं, म्हनून हुकूम सोडलाय्. '

रावबाचं ओरडणं कानांवर पडलं.

तात्या सिद्दाला न जुमानता पुढं झाले.

' अरे, जा, चल हो मागं. शिवशील मला. '

नकळत सिद्दा मागं सरकला, आणि बघत-बघता तात्या आणि जयवंत आत शिरले. आतल्या चौकाच्या दारात जाताच तात्यांचे पाय थबकले.

समोर चौकामध्ये आप्पासाहेब उभे होते. क्षणाक्षणाला त्यांचा हात वर जात होता. पायांशी रावबा गडबडा लोळत होता, किंचाळत होता. आणि त्या किंचाळण्याच्या आवाजाबरोबर बेभान होऊन आप्पासाहेब रावबाच्या अंगावर चाबूक ओढत होते. तोंडानं ओरडत होते...

' गावं आणि शिवारं ओस पडली, म्हणून देवळं सुचतात होय, रे? '

तात्या पळत सुटले. आप्पासाहेबांचा वर गेलेला हात तात्यांनी पकडला. बेभान झालेल्या आप्पासाहेबांनी कुणी पकडलं, हे पाहण्यासाठी मान फिरवली.

' सोडा, तात्या! असली पोरं पोटाला असण्यापेक्षा नसलेली परवडली... ' आप्पासाहेब उफाळून म्हणाले,

' पुरे, आप्पासाहेब, मुलांना सुधारण्याची ही वेळ नव्हे. लहानपणीच जर... '

' आणि आता काय उपडी पडून शेण खातात का काय? व्हा बाजूला. कुणी सोडलं तुम्हांला आत? नादान पोरं! ' असं म्हणत त्यांनी पुन्हा चाबूक उगारला.

त्याबरोबर तात्या म्हणाले,

' हात आवरा, आप्पासाहेब! शपथ आहे तुम्हांला जगदंबेची. पोरं अंगाखांद्यावर वाढलेल्याची जाणीव तुम्हांला नसेल, पण घरात मुलगी आहे, ह्याचा विसर पडू देऊ नका. '

त्या शेवटच्या वाक्यासरशी आप्पासाहेबांच्या हातातला चाबूक गळून पडला. भ्रमिष्टासारखं त्यांनी तात्याकडं पाहिलं. जमिनीवर पडलेल्या रावबावर एकवार नजर टाकली आणि दुसऱ्याच क्षणी त्यांची नजर उमेच्या खोलीकडं वळली. गर्रकन ते वळले आणि पाठीमागं एकदाही न वळता आपल्या खोलीकडं तडक निघून गेले.

आप्पासाहेब जाताच तात्या खाली वाकले. रावबा अंग मोडीत कसाबसा उठला. एकदा त्यानं तात्याच्याकडं पाहिलं आणि तात्यांचा हात झिडकारीत तो म्हणाला,

‘ समजलं मला... ’ एवढं बोलून तो आपल्या खोलीकडं वळला.

एक दीर्घ उसासा सोडून तात्यांनी तेथूनच वाड्यातल्या महादेवाला हात जोडले. सोनारसोप्यात येताच त्यांचं लक्ष आप्पासाहेबांच्या खोलीकडं गेलं. दरवाज्याला आतून कडी घातल्याचा आवाज झाला.

बाहेरच्या सोप्यात सिद्दा उभा होता.

तात्या म्हणाले,

‘ दरवाजा लावून घे. ’

वाड्याबाहेर येताच त्यांनी पाहिलं.

साऱ्या गल्लीत सामसूम होती. चंद्र नुकताच क्षितिजावर आला होता आणि क्षितिजावर धरलेल्या मोडामुळं तो भयाण वाटत होता...

७

कामावरची माणसं सुटली. थंडीचं ऊन अंगाला चटके देत होतं.

रावबा झोपडीत शिरला आणि तसाच माघारी वळला. बाहेर येताच सहज त्यानं नदीकडं दृष्टी टाकली.

त्याला चुकल्याचुकल्यासारखं वाटतं होतं. हौशा आज कामावर आली नव्हती.ती का आली नाही, हे रावबाला अद्यापिही समजत नव्हतं. पाच -सहा महिन्यांत हौशा अशी कधी राहिली नव्हती.

जत्रेहून परत आल्यानंतर रावबाचं लक्ष वाड्यातून उडालं होतं. सकाळी लौकर उठून तो शेतावर जाई. तिथं कामावरच्या माणसांवर देखरेख करी. रात्री उशिरा वाड्यात परते.

आप्पासाहेबांना प्रथम हे थोडं विचित्र वाटतं होतं. एक-दोन वेळ त्यांनी रावबाला तसं म्हटलं देखील.

‘ रावबा, असं रात्री-अपरात्री घरी परतणं बरं नव्हे. फार फार तर दिवेलागणीला वाड्यात हजर व्हायला पाहिजे. ’

यावर रावबा म्हणाला,

‘ आबा, प्रत्यक्ष मालक पाठीवर असल्याशिवाय कामं चांगली होत नाहीत. तुम्हांला खरं वाटत नसेल, तर, आबा, एक दिवस येऊन बघा, हवं तर. एक दिवस जाग्यावर नसलं, तर बसून काढतात माणसं. ’

‘ ते खरं, रावबा,पाठीमागं घरदार आहे, हेही विसरून चालत नाही माणसानं. ’

‘ होय, आबा. मला ते का समजत नाही? मी त्यातूनही लौकर येण्याचा प्रयत्न करतो. पण वेळ केव्हा जातो, हे देखील समजत नाही. ’

यावर आप्पासाहेब काहीही बोलले नाहीत. रावबाचं त्यांना कौतुक वाटलं.

पावसाळा आला आणि गेला. नदीचा पूर ओसरला, तशी रावबाची वाड्याकडची पळापळ थांबली. दुपारचं जेवण तो मळ्यातच घेऊ लागला. रात्री, अपरात्री तो वाड्याकडं परतू लागला. आप्पासाहेब त्याला लौकर येण्यास सांगत. त्यावर रावबा हसून म्हणे,

' आबा, आता मी सारं जातीनं पाहतो आहे. सारं जिथल्या तिथं राह्यलं, म्हणजे बरं असतं.दिवस काही असेच राहणार नाहीत पुढं. '

रावबाच्या त्या शब्दांनी आप्पासाहेबांना समाधान वाटे. ते पुढं काही बोलत नसत.

उमेची मात्र कुचंबणा चालली होती. पण ही सारी कुचंबणा ती सहन करी. रावबा तिच्याशी फार बोलत नसे. ती आपणहून काही बोलली, तरी रावबा मोजकंच उत्तर देई आणि डोळे मिटून स्वस्थ पडे.

दिवसानुदिवस गावात रावबाबद्दल बोलबाला चालला होता. रावबाला त्याची यत्किंचितही कदर नव्हती. आप्पासाहेबांच्या कानांवर या गोष्टी जात, पण त्यांचा त्यांवर विश्वास बसत नसे. त्यांना वाटे की, आपला मुलगा शेती करतो, हे त्यांना सहन होत नाही.

तात्या वाड्यात क्वचित येत. आपलं काम आटोपत आणि निघून जात.

रावबाला हे सारं डोळ्यांसमोर दिसत होतं. देवजी त्याच्या कानांवर घालीत होता. देवजी सांगू लागला, म्हणजे रावबा हसत राही. त्याला काही सुचत नसे. हौशाला यायला थोडा जरी वेळ झाला, तरी मनात अस्वस्थ होई. अस्वस्थ चित्तानं तो इकडून तिकडं फेऱ्या घाली आणि हौशा दिसली, म्हणजे समाधानानं हसे. त्याच्याकडं पाहून हौशा गालांत हसली, की रावबा खूश होई.

हीच हौशा आज माणसं जेवायला गेली, तरी देखील आली नव्हती. त्यामुळं तो चिडला होता. हौशावर चिडला होता. अकारण सगळ्या माणसांवर रागावला होता.

सूर्य चढला होता. ढवसं वारं सुटलं होतं. नदीवर लाटा उठल्या होत्या. त्या लाटांकडं पाहत तो तसाच पुढं आला, आणि त्यानं गावभर नजर टाकली. सारं गाव शांत होतं.

नदीकाठावर अचानक पाणकोंबडी ओरडली. रावबाचं नकळत तिकडं लक्ष वळलं. सकाळी लावलेले गळ अद्यापि एकदाही उचलून पाहिले नव्हते. तो तिकडं वळणार, तोच पाठीमागून आवाज झाला-

' सरकार! '

रावबानं मागं वळून पाहिलं.

देवजीला बघताच रावबा थांबला.

देवजी पुढं येताच रावबा म्हणाला,
‘ काय, रे, देवजी? ’
‘ काय न्हाई, जी. ’
‘ गावाकडनं आलास? ’
‘ न्हाई, जी. ’
‘ मग? ’
‘ सलामवाडीला जरा गेलो व्हतो. ’
‘ बरं बरं! चल, गळ बघू या. ’
‘ व्हय, जी. चला. ’ म्हणत देवजी रावबापाठोपाठ चालू लागला.

दोघेही नदीकाठाला उतरले. लावलेले आठ-दहा ‘ खूटगळ ’ तसेच होते. सावकाश एक एक गळ ते बघत होते. उचललेल्या चार गळांना काही देखील लागलं नव्हतं.

जरा नाराजीनंच रावबानं पाचव्या गळाला हात घातला.

हे करीत असताना काकणांचा आवाज रावबाच्या कानांवर आला. त्यानं मागं वळून पाहिलं.

पाठीमागून हौशा येत होती.

तिचे केस विस्कटलेले होते. डोळे लाल झाले होते. चेहरा गोरामोरा झाला होता.

क्षणभर रावबानं तिला निरखलं. रावबाला बघताच हौशा मटकन खाली बसली आणि हुंदके देऊन रडू लागली. ते बघताच रावबा मनात एकदम चरकला. तो पुढं आला आणि बसलेल्या हौशाचे खांदे पकडून तो तिला उठवीत म्हणाला,

‘ काय झालं, हौशा? ’

पण हौशा काही न बोलता हुंदके देत होती. डोळे टिपीत होती.

रावबाला ते असह्य झालं. तो ओरडला,

‘ काय झालं, हौशा? ’

तरीही हौशा काहीही बोलली नाही. रावबाकडं पाठ करून ती ढसढसा रडत होती.

बराच वेळ गेला, तरी हौशा काही सांगत नव्हती.

रावबा रागानं म्हणाला,

‘ अग, काय झालं, सांगशील, का नाही? ’

हौशा गर्रकन वळली. देवजी तिथं आहे, ह्याचंही तिला भान राहिलं नाही. हात पाठमोरे घेऊन तिनं चोळी एकदम वर केली. तिच्या पाठीवर बोट बोट जाडीचे काळसर वळ गोऱ्या कातडीवर उठून दिसत होते.

ते पाहताच रावबानं विचारलं,

‘ मारलं तुला? ’

हौशा कशीबशी म्हणाली,

‘ म्हसरासारखं बडवलं मला. ’

‘ कुणी? ’

‘ नवऱ्यानं! ’

‘ का? ’

हुंदके देत हौशा म्हणाली,

‘ राती उशिरा गेलू , म्हनून त्यो मला खोदून खोदून इचारत व्हता. ’

‘ मग? ’

‘ म्यां सांगिटलं, काम व्हतं, म्हनून. ’

‘ मग? ’

‘ त्येनं तुमचा संशोव घेटल्यान्. ’

‘ मग घेईना! ’

हौशा तसेच हुंदके देत राहिली. रावबालाही काय बोलावं, ते सुचत नव्हतं. तो तसाच उभा होता. हौशा डोळे टिपीत म्हणाली,

‘ कुणी चाडी केली, कुनास ठावं , सारी रात त्यानं मला बडवली. ’

रावबा खवळला. तो पाठीमागं वळून म्हणाला,

‘ देवजी! ’

‘ जी. ’ म्हणत देवजी जवळ आला.

‘ सांग जा त्या विठूला , बायकोला चांगलेपणानं वागवून घ्यायचं असलं, तर राहा, म्हणावं, गावात. ’

‘ सरकार... ’ हौशा म्हणाली, ‘ त्येनं मला भाहीर काडल्यान्. ’

‘ कुठनं? ’

‘ घरातनं. तुमी माजं काय करनार, सांगा. त्या घरची पायरी चढनार न्हाई मी आजपासनं. आनी तुमीबी न्हाई म्हटलासा , तर ही नदी हाय... ’

‘ अग, खरं! पण विचार कर जरा. गाव पेटेल नव्हे? ’

हौशानं रावबाच्या नजरेला नजर दिली.

तिच्या डोळ्यांतील चमक बघताच रावबा क्षणभर गांगरला.

‘ सरकार, हेचा इचार मागंच करायचा व्हतासा. काळजी करू नगासा. मला बी जिवाचा कटाळा आलाय्... ’ म्हणत हौशा वरच्या कोंडीकडं धावत सुटली.

देवजी मध्ये आडवा आला. तिला थांबवत तो म्हणाला,

‘काय तरी येडाचार करू नगस. अग, सरकार हाईत की घट्ट. तू का भितीस? जरी इचार करून दे की तेंस्नी बी? ह्यो काय खेळ हाय, व्हय? ’

रावबा काही बोलत नव्हता. तो विचार करीत होता. पण त्याला काही सुचत नव्हतं. देवजीकडं पाहत तो म्हणाला,

‘ कसं, देवजी? ’

‘ त्यात काय? जी? ’ देवजी म्हणाला.

‘ काय म्हटलंस? ’ रावबानं विचारलं.

‘ सरकार! आतं हिच्या नवऱ्यानं टाकल्यान् , म्हंजी तुमीबी टाकनार हिला? येवडं मोटं गाव हाय. त्यात एक मानूस मावत न्हाई, का काय? ’

‘ तसं नव्हे, देवजी. इभ्रतीचा प्रश्न आहे हा. ’

‘ तेच, जी! सगळा इचार करूनच करूस पायजेत ह्या गोष्टी. ’

‘ ते करू म्हणतोस? आबा काय म्हणतील? ’

‘ रामज्याचं घर हाय, का न्हाई? एकटाच हाय त्यो बी घरात. पाठीमागं मोप रिकामं घर हाय की! आनी तिथं राह्यली, म्हंजी हौशा येतीच की कामाला. पोटापान्याची तिला, जी, काय काळजी? ’

‘ कसं, हौशा? ’

‘ तुमी काय करशिला, ते खरं, जी. रामजी मला घरात घील, न्हवं? ’

‘ त्येचा बा घील. घर सरकारांचं हाय, म्हनावं. ’

‘ तसंच करू या, देवजी. आता जा तू गावाकडं आणि रामज्याला सांगून ये. संध्याकाळी हौशा तिथं राह्यलाच जाईल. जाशील ना, हौशा? ’

‘ व्हय, जी. ’ हौशा म्हणाली.

‘ मी असेपर्यंत तू तुझी काळजी करू नकोस. ’

हौशा खुदकन् हसली.

रावबानं देवजीकडं पाहिलं, देवजी वळला. तो दिसेनासा होताच रावबा झोपडीकडं वळला. त्याच्या पाठोपाठ काकणांचा आवाज जात होता.

बजाबा आपल्या घरात उगीचच आत-बाहेर करीत होता. त्याला काही सुचत नव्हतं. येता-जाता मधल्या आखणात पडून राहिलेल्या विठूकडं तो पाहत होता.

गेले चार दिवस ह्याच तऱ्हेनं दिवस जात होते. हौशा गावचा एकच चर्चेचा विषय होऊन बसली होती. बजाबा-विठूला गावात तोंड काढायला जागा नव्हती. म्हाताऱ्याचा एकुलता एक आधार विठू- त्याचा संसार मोडलेला पाहून बजाबाची छाती फुटली होती. एरव्ही जर ही गोष्ट घडली असती, तर बजाबानं केव्हाच दिसेल त्या मार्गानं पोराचा संसार ताळ्यावर आणला असता. पण रावबानं हे केलं असल्याचं समजताच बजाबाला काही सुचेनासं झालं होतं. तो गुदमरला होता.

बजाबाची पिढी धरून तीन पिढ्या वाड्याच्या छायेत वाढल्या. बजाबाला वाड्याचा

मोठा आधार वाटे. तोच आधाराचा वटवृक्ष त्याच्या झोपडीवर कोसळून त्याच्याखाली त्याचं छोटं घरकुल पार धुळीला मिळालं होतं!

हिय्या करून बजाबा पोराला म्हणाला,

' विठू! ऊठ आता, बाबा! असं लोळून आनी दारू पिऊन जलम जायचा न्हाई. '

' काय म्हनलास? ' म्हणत विठू उठून बसला. त्याचे डोळे तांबडे लाल झाले होते.

' अरं, डोक्यात राख घालून काय होतंया? जरा दमानं घेऊस पायजे! सारं सुरळीत पार पडंल! '

' व्हय! पडंल तर. तेच करनार हाय म्यां. '

' काय? '

' तुला लाज नसली, तर मला हाय. न्हाई त्या रावबाचा मुडदा पाडला, तर नाव सांगनार न्हाई! '

' विठू, पायरीनं वागावं माणसानं... '

' कसली पायरी? '

' अरं, पिंडीवरच्या विंचवाला मारायला गेलं, तर पिंडीला धक्का लागंल न्हवं? '

' लागंना! इनामदाराचं कौतुक तुला असंल. मला न्हाई ! '

बजाबा तरारा पुढं गेला आणि त्यानं बसलेल्या विठूच्या पाठीवर लाथ घातली.

' हरामखोरा! ज्याच्या अन्नावर वाढलास, त्येला बोलतोस! एक बायको गेली, म्हनून? कुट फेडशील? '

विठू रागानं बापाकडं पाहत होता. तो थरथरत कसाबसा उभा राहिला. त्याच्या मुठी वळल्या गेल्या.

बजाबाचे डोळे भरून आले. तो म्हणाला,

' विठ्या! तुला आईची शपथ हाय. मार मला. आनी हवं ते कर. मार. '

बघता-बघता बजाबानं विठूला मिठी मारली आणि तो रडू लागला.

विठूचे हात बजाबाच्या पाठीवरून फिरत होते.

स्वत:ला सावरून बजाबा दूर झाला आणि म्हणाला,

' येवढ्यात येतो, पोरा. '

' कुटं निघालास? '

' भिऊ नगंस, वाड्यात जाऊन येतो. '

' का? सून भेटते काय, बघायला? '

' बोलू नगंस, पोरा. एकदा धाकल्या धन्यांस्नी इचारून येतो. मग तुझ्या वाटंत येनार न्हाई मी. '

' म्हाताऱ्या... '

' गुमान पडून ऱ्हा मी येइस्तंवर... ' म्हणत बजाबानं कोपऱ्यातली काठी उचलली आणि तो तडक घराबाहेर पडला.

खाली मान घालून तो तसाच ठेचाळत जात होता.

वाड्याजवळ येताच तो थबकला. त्यानं नाक ओढलं. मनाचा हिय्या करून तो वाड्याची पायरी चढला.

चौकात येताच सिद्दा पुढं आला. पण सिद्दाकडं एकदाही न पाहता तो तसाच आत शिरला.

सदरेत येताच नेहमीच्या सवयीनं त्यानं थोरल्या सरकारांच्या फोटोला नकळत हात जोडले. त्या फोटोकडं पाहण्याचंही धैर्य त्याला होत नव्हतं. त्यानं डोळे टिपले. आणि तो दिवाणखान्यात शिरला.

आप्पासाहेब एकटेच दिवाणखान्यात बसले होते. बजाबा तिथं जाताच मान वर करून त्यांनी पाहिलं.

त्याचे डबडबलेले डोळे बघताच आप्पासाहेबांनी हिशेबाच्या वह्या बाजूला सारल्या आणि ते म्हणाले,

' बस, बजाबा. '

' धाकलं धनी... ' म्हणत असताना बजाबाचा गळ दाटून आला. त्याच्या ओठांतून शब्द फुटेना. तो मटकन खाली बसला.

बराच वेळ तो तसाच बसून राहिला. मूकपणानं तो गालांवर ओघळलेले अश्रू टिपीत होता. आप्पासाहेबांनाही काय बोलावं, कळत नव्हतं. भारावलेल्या नजरेनं ते त्याच्याकडं नुसते बघत होते.

'धाकलं धनी, तुमांस्नी कळलं? '

आप्पासाहेब त्याच्याकडे पाहत म्हणाले,

' काय? '

' माजी सून... '

' घर सोडलं तुझ्या सुनेनं, म्हणे. '

' व्हय, धाकलं धनी... '

' पटलं नाही नवऱ्याशी? '

' धाकलं धनी, सारी अब्रू गेली... '

' मलाही वाटलं नव्हतं, असं होईल, म्हणून. फार वाईट गोष्ट झाली. पण, बजाबा, जाईल कुठं ती? '

' धनी! ' आप्पासाहेबांच्या बोलण्याकडं लक्ष न देता बजाबा म्हणाला, ' मला माज्या घराण्याच्या आब्रूची किंमत न्हाई. पन तुमच्या साऱ्या घराण्याची आब्रू... '

आप्पासाहेब त्या वाक्यानं चपापले.

‘ बजाबा... ’ ते ओरडले.

‘ व्हय, धनी. धन्यांनी माजी आब्रू घेतली. तुमची घालवली. .. ’

असेल, नसेल, ते बळ एकवटून आप्पासाहेब ओरडले...

‘ बजाबा- ’

‘ धाकलं धनी, धन्यांनीच घराबाहेर काडली आनी रामजीच्या घरात ठेवली. ’

आप्पासाहेब ताडकन उठले. त्यांचे ओठ थरथरले.

‘ बजाबा, तुला तुझी सून सांभाळता येत नाही. विठूला आपली बायको सांभाळता येत नाही. आणि दुसऱ्याला पोरं सांभाळायची शिकवता? कशाला लग्न केलं होतं, बायको सांभाळता येत नाही, तर? ’

आप्पासाहेब ताडताड बोलत होते. जरी ते बोलू नये, ते बोलत होते, तरी त्यांचं मन त्यांना आतून खात होतं. ह्याच्या बुडाशी सत्यता आहे, हे त्यांना पटत होतं. आजवर रावबाबद्दल अनेक गोष्टी त्यांच्या कानांवर आल्या होत्या. पण आज खुद्द बजाबा ज्यानं आप्पासाहेबांना अंगाखांद्यावर खेळवलं- जो आजपर्यंत आप्पासाहेबांशी इमाने-इतबारे वागला, तोच बजाबा आज सांगत होता, स्वत:च्या सुनेबद्दल, आपल्या घराण्याबद्दल, रावबाच्या इभ्रतीबद्दल!

आप्पासाहेबांचं बोलणं थांबताच बजाबा म्हणाला,

‘ धनी, तुमांस्नी ह्या खांद्यावर खेळवलं म्यां. आज थोरलं धनी असतं, तर .. धनी, सांगतू, ऐका, माजंबी प्वार हिरवट डोक्याचं हाय. चार दीस डोक्यात राख घाटलिया तेनं. दारू पिऊन गाळी दीत बसतंया त्ये. रागाच्या भरात कायतरी करून बसलं, तर बोल लागंल. ह्या म्हाताऱ्याला बोल लागंल. ह्या पायरीवर अब्रूनं दीस काढलं म्या. त्येला डाग लागंल. ’

‘ मला धमकी देतोस? ’ थरथरत आप्पासाहेब ओरडले, ‘ ज्यानं सून पळवली असेल, त्यानंही विचार केला असेल. स्वत:ला सांभाळायला रावबा समर्थ आहे. त्याला तुझा आशीर्वाद नको. ’

‘ पन, सरकार- ’

‘ जा, चालता हो! ’ आप्पासाहेब खवळून ओरडले.

बजाबा वळला आणि दोन पावलं गेला. नेहमीप्रमाणे त्यानं ‘जातू, धनी ’ म्हटलं नाही. जेव्हा त्यानं मागं वळून पाहिलं, तेव्हा आप्पासाहेबांना त्याच्या डोळ्यांतून ओघळणारे अश्रू दिसले. जड पावलांनी तो बाहेर पडला. त्याच्या पावलांचा आवाज नाहीसा होताच आप्पासाहेब तिथूनच ओरडले...

‘ सिद्दा... ’

‘ जी! ’ म्हणत सिद्दा धावला.

‘ आत्ताच्या आत्ता जा आणि त्याला पुढं घालून घेऊन ये. ’

' जी! ' म्हणत सिद्दा तिथंच घुटमळला.

जेव्हा आप्पासाहेबांचं लक्ष त्याच्याकडं वळलं, तेव्हा आप्पासाहेब ओरडले,

' जा म्हणतो, नव्हे? '

' जी, कुनाला आनू? '

' रामज्याला म्हणून सांगितलं, नव्हे? कान बंद व्हायला लागलेत हल्ली तुमचे सर्वांचे! '

पुढचं ऐकायला सिद्दा थांबलाच नाही.

तो जाताच आप्पासाहेबांनी कचेरीचा दरवाजा धाडकन बंद केला, आणि ते सोनारसोप्यावर आले. सोनारसोप्यात आतल्या चौकटीवर बसवलेल्या आबांच्या फोटोकडं लक्ष जाताच ते चपापले. सोपा आपल्याकडं पाहून हसतो आहे, असं त्यांना वाटू लागलं. अस्वस्थ चित्तानं ते फेऱ्या घालू लागले.

जेव्हा पावलं वाजली, तेव्हा त्यांनी मागं वळून पाहिलं.

दरवाज्यात गोविंदा उभा होता.

' काय? '

' काय नाही, जी. रामज्या आलाय्. '

' कुठं आहे तो? '

' आहे बाहेर. '

' पाठवून दे त्याला घरात. '

' व्हय, जी. '

रामजी सोनारसोप्याची पायरी चढला. तेव्हा आप्पासाहेब त्याच्याकडंच पाहत होते.

रामजीनं आप्पासाहेबांच्याकडं पाहिलं. आप्पासाहेबांच्या डोळ्यांतील आग बघताच रामजीची छाती धडाडली. तोच आप्पासाहेब ओरडले,

' इकडं ये. '

' जी. ' म्हणत रामजी पायऱ्या चढून वर गेला. नमस्कार करण्यासाठी तो वाकला. जेव्हा त्यानं मान वर केली, तेव्हा आप्पासाहेब नजीक आले होते. काय होतंय्, हे लक्षात यायच्या आतच आप्पासाहेबांच्या उजव्या हाताची पाचही बोटं रामजीच्या कानशिलावर कडाडली !

' हरामखोर! ' आप्पासाहेब कडाडले. ' दुसऱ्यांची घरं मोडून त्यांच्या बायका घरात बाळगतोस? '

रामजी चळचळ कापत होता. काय बोलावं, हेच त्याला समजेनासं झालं होतं. तो कसाबसा म्हणाला,

' न्हाई, जी... '

' न्हाई, जी, काय? बजाबाची सून तुझ्या घरात नाही? '

' पन, सरकार.... '

' ती घर सोडून आली नाही? गावातल्या गावात हे धंदे करता? माझ्यासमोर? कोण तुझी ती? का घेतलंस तिला घरात? '

रामजीची भीतीही थोडी कमी झाली होती. तो म्हणाला,

' पन, सरकार, माजी ह्यात काय बी चुकी न्हाई. '

' मग काय, माझी चुकी आहे? हरामखोर लेकाचे! गावची अब्रू घालवायचं ठरवलं आहे तुम्ही? '

' मी न्हाई म्हनत व्हतो, जी... '

' मग का घेतलंस! का लाथा घालून बाहेर घातलं नाहीस तिला? '

' सरकार! थोरल्या सरकारांनी सांगितलं. मी काय करनार, सरकार? धन्यांनी आनून ठेवली. मी कोन नगं म्हननार? घर तुमचं... '

पण त्याचं वाक्य पूर्ण व्हायच्या आतच आप्पासाहेबांची बोटं पुन्हा एकदा त्याच्या गालावर भिजलेल्या वादीसारखी कडाडली.

' माजोरी लेकाचे! जा, चालता हो! '

रामजी जाताच आप्पासाहेब क्षणभर तसेच उभे राहिले. त्यांनी धोतराच्या सोग्यानं डोळे टिपले.

त्याच वेळी त्यांच्या कानांवर काकणांचा आवाज पडला. त्यांनी चमकून पाहिलं. दरवाज्यात जयवंत उभा होता.

' काय, रे? '

' वहिनी आलीय्. '

' मुली- ' आप्पासाहेबांची पावलं आपोआप तिकडं वळली. दरवाजा ओलांडून ते आत गेले. उमा तिथंच उभी होती. काय बोलावं, हे आप्पासाहेबांना समजलं नाही. कसंबसं त्यांनी विचारलं,

' तू ऐकलंस, वाटतं? '

उमा काही बोलली नाही. खाली मान घालून ती तशीच उभी होती. जयवंत तिच्या हाताला बिलगला होता.

' तुला हे माहीत होतं? '

उमेनं काहीच उत्तर दिलं नाही.

' हं! आणि तरी तू मला बोलली नाहीस. तुला माहिती आहे, उमा, रावबात आणि तुझ्यात मला काही फरक वाटत नाही. सून म्हणून मी तुझ्याकडं कधी पाहिलं नाही.... आणि तरीही तुला मला सांगता आलं नाही. तुझा बाप असता, तर? ' एक उसासा सोडून आप्पासाहेब म्हणाले, ' जाऊ दे! पोटच्या पोराला जो विश्वास वाटला नाही, तो तू तरी कसा धरावास....? '

आप्पासाहेब बोलत होते. उमा मान खाली घालून गप्प उभी होती.

‘ ... हे सारं तुला माहीत असताना देखील तू हे सारं सहन करीत होतीस. अगदी एकटी... कुणाला न सांगता. मुली, तुझ्या रूपानं लक्ष्मी ह्या घरात शिरली आणि माझं सारं घर आनंदानं भरलं. पण, मुली, त्या लक्ष्मीलाच सुखी पाहायचं माझ्या नशिबी नाही. तुझ्या नशिबी काय आहे, कुणास ठाऊक! मला हे सारं समजतं, पोरी. पण मी काही करू शकत नाही. रावबा माझा मुलगा आहे. बाप या नात्यानं मी त्याला कह्यात ठेवू शकतो. माझा मुलगा ह्या नात्यानं मी त्याला वागवू शकतो. पण, मुली, तो संसारात रमणं, न रमणं ही गोष्ट माझ्या हातांत नाही. ती तुझी आहे. तुझा तो पती आहे, हे विसरता कामा नये. तू कशात कसूर करीत नाहीस, हे मला दिसतं. पण, मुली, देव तुला त्यात यश देत नाही. ती गोष्ट माझ्या हातांतली नाही आणि तुझ्याही नाही. मला हे तुझं दुःख पाहवत नाही... ’

‘ नाही, तसं काही नाही. मला ह्या घरात काही कमी नाही. ’ उमा एकदम बोलून गेली... आणि तशीच गप्प झाली.

आप्पासाहेब तिच्याकडं चकित होऊन बघत होते. त्यांना वाटत होतं की, उमेला पोटाशी धरावं. तिच्या माथ्यावरून हात फिरवावा. पण त्यांचे पाय जागेवरून हलत नव्हते. त्यांचे डोळे भरून आले होते. ते म्हणाले,

‘ हं! पोरी, तू सुखी! माथ्यावरचे केस पिकले माझ्या. काय सुख तुला ह्या घरात मिळालंय आणि मिळतंय् हे मी पाहिलं आहे आणि पाहतो आहे. तुझं लग्न होऊन तू ह्या घरात आलीस, ती सासऱ्या, बापाच्या भांडणात. तू माहेराला पारखी झालीस. आज बारा वर्षं झाली, पण तू कधी माहेरचं नाव काढलं नाहीस. एक दिवसही तसं दाखवलं नाहीस. तू ह्या घरात आलीस आणि घराची अवकळा सावरलीस. घराचा आनंद केलास. जयवंता एक पोरकं पोर, पण त्याला कधी पोरकेपणाची झळ लागू दिली नाहीस. घरादाराची जबाबदारी वय नसताना तू उचललीस आणि पार पाडलीस. ह्या घरात आल्यापासून तू स्वतःला अनेक बंधनांत जखडून घेतलंस. घरादाराला आपलंसं करून घेतलंस. जबाबदाऱ्या स्वीकारल्यास, पण त्या स्वीकारीत असताना हक्काच्या माणसाला जखडून ठेवायचं मात्र त्या धांदलीत संपूर्ण विसरलीस! ’

आप्पासाहेब अखंडपणे बोलत होते.

उमा मान खाली घालून ऐकत होती. तिला आप्पासाहेबांच्याकडं पाहण्याचा धीरही होत नव्हता.

बोलता-बोलता आप्पासाहेब अचानक थांबले होते. ती शांतता उमेला असह्य होत होती.

जयवंत ते सारं ऐकत होता. पण त्याला त्यातलं काहीच समजत नव्हतं. तो उमेला म्हणाला,

‘ वहिनी, चल ना, ग! ’

‘ कुठं? ‘ आप्पासाहेबांनी जयवंतकडं पाहत विचारलं.

‘ मला भूक लागलीय्. ’ जयवंत तक्रारीच्या स्वरात म्हणाला.

‘ मग सारजा नाही? ’

‘ आहे की! ’

‘ जा, तिला वाढायला सांग, जा. ’

पण जयवंतनं उमेचा पदर सोडला नाही. तो उमेच्या तोंडाकडं पाहत म्हणाला,

‘ चल ना, ग, वहिनी.... ’

‘ सांगितलं ना? ’ आप्पासाहेब आवाज चढवून म्हणाले,

आप्पासाहेबांचा तो आवाज ऐकताच जयवंतनं उमेचा पदर सोडला. पण तो जागेवरून हालला नाही.

बराच वेळ गेला, तरी कोणीच काही बोललं नाही. उमेची मान वर होत नव्हती. जयवंत फुरंगटून उभा होता. आप्पासाहेब त्या दोघांकडं पाहत होते.

‘ पाहिलंस, मुली, हे आणखीन् एक बंधन, ज्या बंधनातून तू, सुटेन म्हटलंस, तरी तुला आता सुटता येणार नाही. जा, त्याला वाढ, तसा तो ऐकायचा नाही. ’

उमा वळली. बाजूला जयवंत उभा होता. तिनं त्याचा हात धरला आणि त्याच्या केसांवरून हात फिरवला. आपल्या दोन्ही हातांचा विळखा उमेच्या हाताला घालून जयवंत चालू लागला.

आप्पासाहेब त्यांच्या पाठमोऱ्या आकृतीकडं पाहत होते.

ती दोघं दिसेनाशी होताच आप्पासाहेबांनी एक दीर्घ उसासा सोडला. त्यांनी डोळ्यांच्या कडा टिपल्या आणि ते आपल्या खोलीकडं चालू लागले.

वाड्याच्या पाठीमागं कुत्री कुणावर तरी भुंकत होती. त्यांचा कोलाहल क्षणाक्षणाला वाढत होता.

आप्पासाहेबांनी दिवाणखान्यातून बाहेर येत हाक दिली,

‘ कोण आहे, रे, बाहेर? ’

‘ जी! ’ म्हणत सिद्दा आला.

‘ उगीच कुत्र्यांनी ओरडा चालवलाय्. चार धोंडे फेक त्यांच्यावर! ’

‘ जी. ’ म्हणत सिद्दा धावला.

आप्पासाहेब मात्र भुंकणं थांबेपर्यंत तिथंच उभे होते....

८

नवरात्र जसं जवळ येत चाललं, तसं वाड्याचं स्वरूप पालटलं होतं. सारा वाडा सारवला गेला. दररोज गावच्या पाच-सहा सुवासिनी बायका त्यासाठी राबत होत्या. गड्यांची धावपळ चालली होती. वाड्याच्या विहिरीला अखंड उपसा सुरू होता. वाड्याच्या भिंतींची पडझड दुरुस्त होत होती. गावच्या कुंभारानं आणलेली चुन्याची पोती भिजत टाकली होती. चुना गाळून तयार झाला होता. भिंतींना शिड्या लावून मोळाच्या साळुत्यांनी भिंतींना चुना लागला. गोविंदा त्यावर हुरमंजाचे तांबडे पट्टे ओढीत होता.

उमेची नुसती धावपळ उडाली होती. नवरात्राचं सामान गोविंदाकडून आणवून, कोठी भरून घेण्यात ती मग्न होती.

एके दिवशी आप्पासाहेब कट्ट्यावर बसले असता गोविंदा तिथं आला. आपली चाळशी सावरीत त्यानं एक यादी आप्पासाहेबांच्या हाती दिली. आप्पासाहेबांनी विचारलं,

' काय आहे? '

' नवरात्राच्या सामानाची यादी! '

' मग माझ्याकडं का? '

' वहिनीसाहेबांकडून आलीय्. '

' मग? '

' नाही, मी दरवर्षीच्या शिररस्त्याप्रमाणं यादी करून आत पाठविली होती. नेहमीपेक्षा त्यात चालू वर्षी वाढ झालेली आहे. '

' कुणी केली? '

' वहिनीसाहेबांनी. '

आप्पासाहेबांनी गोविंदाला आपादमस्तक न्याहाळलं व विचारलं,

' गोविंदराव, किती वर्षं तुम्ही नोकरी करता? '

' सरकार, तीस वर्षं झाली असतील. '

' हं! '

' पण, सरकार.... '

' गोविंदराव, तुम्ही कारभारी आहात. कारभार चालवायचा तुम्ही. भलती उसाभर करायची नाही, समजलं? '

'पण, सरकार... '

' त्या यादीप्रमाणे सामान आणवून घ्या आणि चालू महिन्याला दोन रुपये दंडादाखल म्हणून तुमच्या पगारातून कमी करून घ्या. '

' पण, सरकार.... '

' गोविंदराव! ' आप्पासाहेब आवाज चढवून म्हणाले, 'वहिनीसाहेब घरच्या मालकीण आहेत. समजलं? त्यांनी काय आणायचं आणि काय नको, हे तुम्ही ठरवायचं नाही. पुन्हा असं घडलं, तर मला तुमचीही गरज लागणार नाही. '

गोविंदाला घाम फुटला होता. आपली टोपी सावरीत आप्पासाहेबांनी फेकलेली चिठी उचलून तो गडबडीत कचेरीत गेला.

दोन प्रहरपर्यंत साऱ्या देवांचं तेल वाटून झालं. आप्पासाहेब सदरेत बसले असता जयवंत तिथं धावत आला. आप्पासाहेबांच्या जवळ जात तो म्हणाला,

' आबा, ताटं केलीत. '

' आलोच, चल. '

आप्पासाहेब जेव्हा सोप्यात आले, तेव्हा तिथं दोनच ताटं मांडलेली होती. आप्पासाहेब आणि जयवंत पाटावर बसले.

उमा येताच आप्पासाहेबांनी विचारलं,

' मुली, रावबा आला? '

उमा काही बोलली नाही. तिनं जयवंतकडं पाहिलं.

जयवंत म्हणाला,

' दादा मळ्यात आहे. '

' हं! '

आप्पासाहेब खाली मान घालून जेवत होते.

थोडा वेळ गेला आणि उमा काहीतरी आणण्यासाठी आत गेली. त्या वेळी आप्पासाहेबांनी विचारलं,

' जया, काय चाललंय्, रे, मळ्यात? '

' भांगलण चाललेय, आबा. काल गेलो होतो मी. '

तेवढ्यात उमा आली.

आप्पासाहेब पुन्हा जेवू लागले.

काही वेळानं त्यांनी विचारलं,

' रावबाचं जेवण पाठवलं, की नाही? '

' पाठवलं. ' उमा म्हणाली.

' सगळ्या देवांचे शिधे दिलेस? '

' दिले. '

' कोठीचं सगळं सामान भरून घ्या. देव बसले, की काही आणता येणार नाही. '

' बहुतेक सगळं आहेच, जास्त आणलं नाही, तरी चालेल. ' पदर सारखा करीत उमा म्हणाली, ' एकदम दिवाळीच्या वेळी त्रास नको, म्हणून यादीत वाढ केली होती. '

आप्पासाहेबांच्या हातातला घास तसाच राहिला.

' मुली, देवानं भरपूर दिलंय्, ते हात आवरण्यासाठी नव्हे. आमच्या कारभाऱ्याचं बोलणं तुझ्या कानांवर आलेलं दिसतंय्. ते तुला समजलं असेल, तर कारभाऱ्याला मी काय सांगितलं, तेही समजून घे. ' आप्पासाहेब उठताना म्हणाले.

नोकर पाणी घेऊन धावला.

पंच्याला हात पुसता-पुसता त्यांनी आत पाहत हाक दिली,

' जयवंत... '

' काय, आबा? ' जयवंत आतून म्हणाला.

' तुझा दादा आला, म्हणजे त्याला माझ्याकडं पाठवून दे. '

' हो, आबा. ' जयवंत म्हणाला.

जयवंत जेवत होता. वहिनी त्याला वाढीत होती.

' वहिनी, रस्सा चांगला नाही झाला. '

' का? मामंजी गेल्यावर आवाज वाढला, वाटतं? '

' आणि चपात्या पण तुटत नाहीत. ' जयवंत हसू दाबीत म्हणाला.

' तुटतील हां! तुमचं लग्न झालं की, बघू ती नवी सुगरण चपात्या कशी करते, ती. '

' वहिनी, बघ हां! ' जयवंत म्हणाला.

' आता जेवा, भाऊजी, लौकर. मला भूक लागलीय्. '

' वहिनी, तू माझं ऐकशील का? ' जयवंत गंभीर होऊन म्हणाला.

' माहीत आहे. काही सांगू नका. '

' का? '

' सकाळी तुमचं ऐकलं. यादी केली आणि अक्कल पदरात आली. '

' मग काय झालं? आबा काय म्हणाले? '

' अहो, शहाण्याला शब्दाचा आणि... '

' आणि काय? '

' तुम्हांला छडीचा! ' एवढं बोलून उमा हसू लागली.

जयवंत गोरामोरा झाला.

' थांब, सांगतो आबांना. ' तो म्हणाला.

उमा एकदम घाबरी झाली आणि म्हणाली,

' बघा, हं, भाऊजी ! नसता फाजीलपणा करू नका. '

' आत्ता कशी भ्यायली? ' जयवंत हसून म्हणाला.

' उठा आता, नाहीतर, मी जाते, बघा. '

जयवंत हसत बाहेर गेला.

उमा बाहेर वळली, तोच सारजा आत आली आणि म्हणाली,

' आक्कासाब, तात्यांकडं शिधा पाठवायचा? '

' जळ्ळी मेली माझी आठवण! शिधा सकाळीच जायला हवा होता. चल बघू कोठीकडं! '

' मग जेवून काढू या की. '

' नाही, बाई. ते दिल्याशिवाय जेवण गोड लागायचं नाही मला. तो शिधा कुणाला तरी घेऊन पोहोचता करून ये आणि काकींना सांग की, काही कमी पडलं, तर कळवा, म्हणावं. '

' जी! मग चला तर लवकर. '

उमेनं किल्ल्यांचा जुडगा घेतला आणि ती सारजाच्या पाठोपाठ चालू लागली.

संध्याकाळी रावबा आला, तेव्हा आप्पासाहेबांनी त्याला हाक मारली. रावबा तिथं जाताच आप्पासाहेब त्याला म्हणाले,

' कुणाला तरी कंदील आणायला सांग. '

रावबानं पाहिलं, अद्याप चांगला दिवस होता, तरीही आबा कंदील आणायला सांगताहेत, याचा त्याला उलगडा होईना. पण तसं विचारायचं धारिष्ट रावबाला होत नव्हतं. त्यानं कंदील आणायला सांगितलं.

कंदील येताच आप्पासाहेब उठले. त्यांनी आपल्या खोलीतून किल्ल्यांचा जुडगा आणला व ते म्हणाले,

‘ कंदील घे आणि चल. ’

दोघेही देवघर सोप्याजवळ असलेल्या जामदारखान्याजवळ पोहोचले. जामदारखान्याचं मोहोरबंद कुलूप त्यांनी मोकळं केलं आणि दरवाजा ढकलला. करकरत दरवाजा उघडला. आप्पासाहेबांनी कंदील घेतला आणि ते आत शिरले. रावबा पाठोपाठ आत गेला.

आजवर रावबा कधीच जामदारखान्यात गेला नव्हता. त्या अंधाऱ्या खोलीत प्रथम त्याला काहीच दिसलं नाही. थोडा दृष्टीला सराव होताच कंदिलाच्या उजेडात त्याला थोडं दिसू लागलं. त्या मोठ्या अंधेऱ्या खोलीत मोठमोठ्या लाकडी संदुका, पेट्या ओळीनं लावलेल्या होत्या.

‘ हे पाहिलंस? ’ म्हणत आप्पासाहेब एक एक संदूक उघडीत होते. त्या संदुका जरीच्या कपड्यांनी, कागदपत्रांनी, सोन्या-चांदीच्या दागिन्यांनी, भांड्यांनी भरल्या होत्या. त्या सगळ्यांकडं बोट दाखवून आप्पासाहेब म्हणाले,

‘ हे पाहिलंस ? हे सारं तुझं आहे. एक ना एक दिवस हे सारं तुझ्या हातांत सोपवलं जाईल.’

पण रावबाचं तिकडं लक्षच नव्हतं.

जामदारखान्यात एका कोपऱ्यात एक चौरंग ठेवलेला होता. त्यावर एक छोटी पण अत्यंत सुबक अशी संदूक होती. तिकडं बोट दाखवीत रावबा म्हणाला,

‘ आबा, ते काय? ’

‘ ती सर्वांत मोलाची वस्तू. कंदील उचल. ’

कंदील उंचावला गेला. आप्पासाहेबांनी ती संदूक उघडली. त्या संदुकीत जरीच्या बासनात गुंडाळलेली काहीतरी वस्तू होती. ती आप्पासाहेबांनी उचलली. आणि मस्तकी लावून ते जरतारी वस्त्र सोडलं. रावबा तिकडं पाहत होता. त्या वस्तूवरील कपडा दूर केल्यावर एक सुरळी केलेला तांब्याचा पातळ पत्रा रावबाच्या नजरेला पडला.

‘ रावबा, एक वेळ हा सारा जामदारखाना मोकळा झाला, तरी मला त्यांची खंत वाटणार नाही. पण हे जर गमावलं, तर सारं संपलं, असं मला वाटेल. हा साधा पत्रा नाही. आपल्या घराण्याचा ताम्रपट आहे. आपल्या पूर्वजांनी चोरी करून, दरोडे घालून, लोकांना लुबाडून ही संपत्ती मिळविली नाही. अनाचारानं ही दौलत कमावली नाही, ह्याचा हा पुरावा आहे. आपल्या पूर्वजांनी आपल्या छातीची ढाल करून, आपल्या प्राणांचं मोल देऊन थोरल्या महाराजांचा जीव वाचवला होता. त्याची ही निशाणी आहे. माझ्या वडिलांनी असंच एक दिवस मला हे दाखवलं. हा ताम्रपट त्यांनी माझ्या स्वाधीन केला होता. तसाच दिवस परत यावा, म्हणून मी आजवर वाट पाहिली. पण तो दिवस उगवेल, असं मला वाटत नाही. रावबा, तू हवं ते कर,

पण घराण्याला कलंक लागेल, असं काही करू नकोस. तसं जर तुझ्या हातून घडलं, तर तुझा बापही तुला त्यातून वाचवू शकणार नाही. ह्याची अब्रू जतन करणं हे आता तुझ्या हातात आहे. ' आणि बोलता-बोलता आप्पासाहेबांनी तो ताम्रपट पूर्ववत जरीच्या वस्त्रात गुंडाळला आणि संदुकीत सुरक्षित ठेवला.

जामदारखान्यातून नवरात्रात लागणारी चांदीची भांडी, देवपूजेचं सामान, देवाचे मुखवटे, वस्त्रं त्यांनी यादीप्रमाणे काढली आणि ते बाहेर आले.

नवरात्रात तात्या नियमानं येत. गुरुचरित्र वाचण्याचं काम आप्पासाहेबांनी तात्यावर सोपवलं होतं. उमेचे उपवास होते. ती नित्यनियमानं पोथी ऐकावयास बसे. दररोज नैवेद्य, देवस्थानची व्यवस्था पाहण्यात तिचा सारा वेळ खर्च होई. यातून तिला मोकळा वेळ फार थोडा मिळे.

दरवर्षी खंडेनवमीचा सण मोठ्या थाटानं वाड्यात साजरा केला जात असेत्याला दुसरंही एक तसंच कारण होतं. खंडेनवमी हा जयवंतचा वाढदिवस.

सकाळपासूनच उमा जयवंतचं स्नान, त्याची आरती, त्यांचे कपडे करण्यात गुंतली होती. आप्पासाहेब कचेरीत आपल्या देखरेखीखाली शस्त्रांची साफसूफी करवून घेत होते. बंदुका, तलवारी, भाले, सारी शस्त्रं चकाकत होती. गोविंदा दप्तरं गुंडाळून देवघरी सोप्यावर नेत होता. दप्तरं, शस्त्रास्त्रं तिथं अंथरलेल्या बैठकीवर ठेवली होती. चारी बाजूंना ऊस लावले होते. जयवंत हे सारं पाहत उभा होता. त्या वेळी तात्या तिथं आले. जयवंत पुढं झाला आणि त्यांच्या पाया पडला.

' आयुष्यमान् भव ! ' तात्यांनी त्याला आशीर्वाद दिला व पूजलेल्या दप्तर-शस्त्रास्त्रांकडं पाहत ते म्हणाले,

' अरे, जयवंत, तुझं दप्तर कुठं दिसत नाही ? '

जयवंत गोंधळला. सकाळपासून ते त्याच्या ध्यानीही नव्हतं ! तो तसाच धावत गेला. वहिनी खोलीतच होती. दप्तर काखेत मारून जयवंत परतणार, तोच उमा म्हणाली,

' अहो, भाऊजी, कुठं ? '

' वा ! माझं दप्तर पूजायचं नाही, वाटतं ? का नाही पाठवलंस ? '

' वा ! दप्तर तुमचं आणि पाठवणार मी ? उगीच वाढदिवशी भांडू नका माझ्याबरोबर ! '

' भांडू कशाला ? पण तात्या म्हणाले. '

' तात्या आले ? '

' हो ! '

' कुठं आहेत ? '

' देवघर-सोप्यावर. '

पुढचं ऐकायला उमा थांबलीच नाही. जयवंतला तिथंच सोडून ती निघून गेली. जयवंत तिच्याकडं पाहत राहिला. भानावर येताच तो तिच्यामागून पळत सुटला.

सोप्याजवळ येताच उमेनं पदरसारखा केला आणि त्रिवार तात्यांच्या पाया पडली. त्यांनी आशीर्वाद दिला व ते म्हणाले,

' सूनबाई, आज जयवंतचा वाढदिवस ना? '

' हो ! '

' हे त्याच्या काकींनी पाठवलंय्. ' म्हणत तात्यांनी एक पितळी डबा जमिनीवर ठेवला.

उमेनं जयवंतकडं पाहिलं. तो डबा उचलून जयवंतनं उमेच्या हाती दिला. तात्या म्हणाले,

' येतो मी; आप्पासाहेब वाट बघत असतील. ' असं म्हणून तात्या वळले.

अकराच्या सुमारास नदीवरून जनावरं वाड्यात आली. बैलांची शिंगं तांबड्या रंगानं रंगवली होती. त्यांच्या पाठींवरच्या झुली वाऱ्यानं सळसळत होत्या. गळ्यात रंगीबेरंगी माळा शोभत होत्या. आतल्या चौकात जनावरं येताच, उमा डोकीवरचा पदर किंचित पुढं ओढून, हातात आरती घेऊन उभी होती. एक एक जोडी पुढं आणली जात होती. उमा त्यांना ओवाळीत होती. शेजारी उभा असलेला जयवंत त्यांना पुरणपोळ्या खाऊ घालीत होता.

आप्पासाहेब हे सारं पाहत होते. उमेकडं पाहता-पाहता त्यांचे डोळे पाणावले. सुनेला पाहून त्यांना आपल्या पत्नीची आठवण झाली. तीदेखील अशीच आरती ओवाळीत असे.

पहाटेला आप्पासाहेब वाड्यातल्या गडबडीनं जागे झाले. ते बाहेर आले, तेव्हा चांदणं अंधूक दिसत होतं. मधून मधून रावबाचा आवाज कानांवर येत होता. रावबाला त्यांनी हाक मारली. रावबा येताच त्यांनी विचारलं,

' काय, रावबा, काय गडबड? '

' काही नाही आबा, शिकारीला जाऊन येतो. '

' येणार केव्हा? '

' हाक्याची माणसं सांगितलीत. एक वेळ हाका काढून, शिकार करुन येतो. '

' पण संध्याकाळी सोनं लुटायला जायचं आहे. विसरशील. '

' नाही, आबा, लौकर येतो. '

थोड्याच वेळात रावबा देवजी-रामजीसह बंदुकी घेऊन बाहेर पडला.

संध्याकाळी तात्या वाड्यात आले. जयवंत फेटा बांधून तयार झाला होता.

पुढच्या चौकात दोन्ही घोड्यांवर जिनं आवळली होती. वाड्यात सारे जमले होते. रावबाची वाट पाहत होते. सिद्दा चार वेळा लक्ष्मी टेकावर जाऊन आला होता. पण रावबाचा कुठंच पत्ता नव्हता.

तात्यांना पाहताच आप्पासाहेब म्हणाले,

‘ पाहिलंत, तात्या ! अद्याप रावबाचा पत्ता नाही. सकाळीच मी त्याला बजावलं होतं. भारीच शिकारीचं नादिष्ट पोर, शिकार मिळाली नाही, म्हणून बसला असेल. भटकत ! शिकार घेतल्याखेरीज यायचा नाही तो. ’

तात्या म्हणाले,

‘ तसंच असेल. चालायचंच, तरणं रक्त आहे. पण आता फार वेळ करून भागायचं नाही. तुम्ही सोनं लुटल्याखेरीज गाव नाही सोनं लुटायचं. रामाची पालखी दिवस मावळायला वाड्यात येईल. जरा गडबड केली पाहिजे. ’

‘ पण रावबा तरी यायला हवा ना? ’

‘ मग, आबा, मी जाऊ? ‘ जयवंतनं एकदम विचारलं.

‘ काय म्हटलंस? पुन्हा बोल! ’ आबासाहेब एकदम भडकले.

जयवंतनं चमकून त्यांच्याकडं पाहिलं.

आप्पासाहेबांच्या नजरेतील रागाची छटा पाहताच जयवंत गोरामोरा झाला. त्यानं मान खाली घातली.

‘ सोनं लुटायचा मान थोरल्याचा, हे कधी विसरू नकोस. ’ तात्यांकडं वळून आप्पासाहेब म्हणाले, ‘ चला, तात्या, मी येतो. ’

आप्पासाहेब देवघरात गेले. पाठोपाठ जयवंत होता. देवांच्या पाया पडून आप्पासाहेबांनी जवळची तलवार उचलली. घटाजवळ उगवलेले कोंब उपसून घेतले आणि त्यांचा तुरा पटक्यात खोवला. जयवंतकडं पाहून त्यांनी पुन्हा कोंब घेतले आणि त्याच्या पटक्यात खोचीत ते म्हणाले,

‘ असं बोलू नये हं! ’

जयवंतनं होकारार्थी नुसती मान हलवली.

आप्पासाहेब बाहेर आले. भटजी पूजेचं साहित्य घेऊन उभे होते.

आप्पासाहेब बाहेर आलेले पाहताच सिद्दानं घोड्यांची तोंडं फिरवली, घोड्याकडं पाहत आप्पासाहेब सिद्दाला म्हणाले,

‘ सिद्दा, हे तट्टू तबेल्यात बांध. घोडं घे, आणि दौड, जंगलाकडं सूट. बहुधा रावबा वाटेतच भेटेल. त्याला घोडं दे आणि पुढं पाठव. निदान गावचं सोनं घ्यायला तरी येऊ दे. गोविंद... ’

‘ जी. ’ म्हणत गोविंद धावला.

‘ तुम्ही आज वाड्यातच राहा. जर एवढ्यात रावबा आला, तर पाठवून द्या. ’

‘ जी. ’

‘ चला. ’ तात्यांकडं वळून आप्पासाहेब म्हणाले.

तात्या-आप्पासाहेबांच्या पाठोपाठ सारे चालू लागले.

आप्पासाहेबांनी तर्क केला, तो बरोबर होता. सकाळपासून रावबा हाका काढीत होता. एकापाठोपाठ दुसरी सव घेत होता. एक भेकर उठलं होतं. पण त्यावर काढलेला बार चुकला होता. त्यामुळंच तो संतापला होता. जेवणाची देखील रावबाला शुध्द राहिली नव्हती. शिकार केल्याखेरीज आजवर तो कधी घरी परतला नव्हता. त्यामुळंच रावबा हट्टाला पेटला होता. दोन-तीन वेळ रामजीनं रावबाला आप्पासाहेबांच्या ताकिदीची आठवण करून दिली होती. तरीही रावबानं तिकडं लक्ष दिलं नव्हतं. पण जेव्हा सूर्य डोंगरावर टेकला, तेव्हा तो भानावर आला. त्यानं मोजकीच माणसं बरोबर घेतली आणि शिकारीचा नाद सोडून तो जंगल उतरू लागला.

जंगलाबाहेर तो आला, तेव्हा सूर्य मावळला होता. रावबा झपझप पावलं टाकीत होता. त्याच वेळी घोड्याच्या टापांचा आवाज कानी पडला. रावबानं पाहिलं, तो सिद्दा भरधाव वेगानं येत होता. जवळ येताच सिद्दा घोड्यावरून उतरला. त्यानं रावबाला मुजरा केला. रावबानं विचारलं,

‘काय, रे, सिद्दा? ’

‘ चकोट! मलाच इचारा. ’ सिद्दा म्हणाला, ‘ येवडा येळ केलासा. सरकार लई रागवल्यात. वाट बगून सोनं लुटाय् गेल्यात. ’

‘ आणि, रे? ’

‘ आनी काय? मला म्हनले, ‘ घोडं घेऊन जा ’ आनी तुमांस्नी लौकर पाटवून देऊस सांगिटल्यात. गावचं सोनं घेऊन येऊस पायजे, म्हन्ले सरकार. ’

‘ हात्तिच्या! आत्ता जातो, बघ. ’

‘ पन, सरकार, दिवा न्हाई. ’

‘ दिवा कशाला? चांदणं आहे की. तुम्ही या मागनं. जातो मी पुढं. ’ सिद्दाच्या हातात बंदूक देत रावबा म्हणाला.

रावबा घोड्यावर स्वार झाला. घोडं वळलं. घोड्याला टाच मारताच घोडं भरधाव वेगानं धावत सुटलं. टापांचा आवाज घुमवीत घोडं धावत होतं. पाठोपाठ सिद्दा धावत होता.

खाचा-खळग्यांची पर्वा न करता रावबा घोड्याला पिटाळीत होता. चंद्र आकाशात चढत होता. हळूहळू चांदणं वाढत होतं. खडीच्या टापूवर येईपर्यंत घोडं घामानं थबथबून गेलं होतं. दगडधोंड्यांत घोडं ठेचाळत होतं. पण रावबाचं लक्ष तिकडं नव्हतं. घोड्याचा वेग मंदावला होता.

रावबा टापूवर आला, तेव्हा खडीवर टिपूर चांदणं पसरलं होतं. त्या चांदण्यात चुन्यानं रंगवलेलं लक्ष्मीचं देऊळ जवळ येऊ लागलं, तसतसा रावबा बेचैन होत

होता. त्याची मांड नकळत आवळली जात होती. ती व्यक्तीही देऊळ नजरेत भरत होते. त्या देवळाकडं रावबाचं लक्ष होतं. देवळासमोर कुणीतरी उभं होतं घोडं भरघाव नव्हतं. त्याची पावलं एकसारखी पडत होती. जसजसं देऊळ सोडून पायवाटेकडं येत होती. रावबानं विचारलं,

' कोण ते? '

पण ती व्यक्ती काही बोलली नाही. तिच्या हातात काहीतरी चकाकलं. रावबानं निरखण्याचा प्रयत्न केला. विठूसारखा त्यास भास झाला. तशा थंडीचाही रावबाला घाम फुटला.

त्यानं परत हाक दिली,

' अरे, कोण ते? '

' तुझा बाप! ' पाठोपाठ ती व्यक्ती मोठ्यानं हसली.

रावबानं विठूला ओळखलं. झोकांड्या खात, समोर येणाऱ्या घोड्याकडं तो येऊ लागला. राबवाच्या जिवाचं पाणी पाणी झालं. त्यानं जोरानं घोड्याला टाच दिली. एकदम घोडं उधळलं. समोर येणाऱ्या विठूला बगल देऊन जायचा रावबाचा विचार होता, पण त्याच वेळी विठूनं आपला मोहरा बदलला आणि तो एकदम रस्त्यावर आडवा आला. समोरून येणारं घोडं पाहत असतानाही तो हलला नाही. रावबाला वाटलं की, घोडं जवळ येताच तो बाजू काढील. भरधाव वेगानं येणारं घोडं जवळ येताच घोड्याचा लगाम पकडण्यासाठी विठूनं हात उंचावला. त्याबरोबर नकळत रावबानं जोरानं लगाम खेचला. क्षणात घोड्याचे पुढचे पाय उचलले गेले. घोडं पडणार, असं वाटून रावबा त्याला आवरण्याचा प्रयत्न करीत असताना दोन पायांवर उभ्या राहिलेल्या घोड्याकडं भीतीनं पाहणाऱ्या विठूकडं रावबाचं लक्ष गेलं. त्याच वेळी रावबाचं दोन्ही पाय विठूच्या छाताडावर उतरताना रावबाला दिसले. एक आर्त किंकाळी उठली. त्या बिथरलेल्या घोड्याला आवरण्यासाठी रावबानं लगाम पुरी खेचून ठेवली होती. घोडं खिंकाळत होतं. तिथंच थयथयाट करीत होतं. त्याच्या टापांखाली विठू तुडवला जात होता.

घोडं थोडं शांत होताच रावबानं पाहिलं. चांदण्याच्या उजेडात विठोबा पडला होता. त्याची हालचाल होत नव्हती. त्याच्या शेजारीच त्याची फरशी पडली होती. चांदण्यात ती चकाकत होती. घोड्यावरून उतरण्याचा धीर रावबाला झाला नाही. त्यानं घोड्याला तशीच टाच दिली.

वाड्याच्या उघड्या दरवाज्यातून तो आत शिरला. तबेल्यात घोड्याला बांधून तो सदरेत आला. समोरच आप्पासाहेब कट्ट्यावर आले. सदरेत बैठक पसरली होती. सर्वत्र आपट्याचा पाला पडला होता. छताला लावलेल्या हंड्यांतल्या मेणबत्त्या विझत आल्या होत्या.

रावबाला पाहताच आप्पासाहेब म्हणाले,

' अरे, किती वेळ हा? सारी सोनं देऊन गेलीसुध्दा! किती वाट बघायची तुझी? शिकार झाली? '

' नाही. '

रावबाचा घामानं डबडबलेला चेहरा पाहून आप्पासाहेब म्हणाले,

'जा आत. '

सारजा गडबडीनं आत शिरली.

जयवंत झोपला होता.

उमा खिडकीतून चांदणं पाहत होती. तिनं विचारलं,

' काय, ग? '

' सरकार आले. '

उमा गडबडीनं वळली आणि दाराशी येऊन उभी राहिली. सारजेनं दिलेली आरती तिनं हातात घेतली. रावबा येत होता. तो पायरीजवळ येताच सारजेनं त्याच्या पायांवर पाणी घातलं. डोळ्यांना पाणी लावलं. उमा पायरी उतरली आणि तिनं रावबाला टिळा लावला. रावबाच्या हाती विडा देऊन उमेनं त्याला ओवाळलं. पण ओवाळणं पूर्ण व्हायच्या आत्तच रावबानं विडा आरतीत ठेवला आणि उमेला बगल देऊन तो खोलीत गेला.

सारजा म्हणाली,

' आक्कासाब, ताटं करायची? '

' हो, कर. ' म्हणत रावबापाठोपाठ आत गेली.

रावबा पटका काढीत होता. पटका काढून तो तसाच पलंगावर पडला. उमेनं पटका काढून खुंटीला लावीत विचारलं,

' शिकार झाली? '

' नाही, म्हणून सांगितलं ना? ' रावबा चिडून म्हणाला.

' मला केव्हा सांगितलं? ' उमा शांतपणे म्हणाली. ' चला, ताटं करायला सांगितलीत. फार वेळ झाला. '

' मला नको. जेव जा तू. '

' का? '

' माझं डोकं दुखतंय्. '

' सणावाराचं उपाशी झोपू नये. '

' सांगितलं ना, जेवणार नाही, म्हणून! ' रावबा तिच्यावर नजर रोखीत म्हणाला, ' एकदा सांगून समजत नाही? '

' बरं! जेवू नका. पण सणावाराचं निदान वाईट तरी बोलू नका. ' म्हणत आपले अश्रू लपवण्यासाठी ती गडबडीनं खोलीबाहेर पडली.

दारातच सारजा भेटली. ती म्हणाली,

‘ आक्कासाब, ताटं केल्यात. ’

‘ एकच कर आणि थोरल्या सरकारांना कळवायला सांग. ’

आप्पासाहेब आले, तेव्हा तिथं एकच ताट मांडलेलं पाहून त्यांनी विचारलं,

‘ जयवंत कुठं आहे? ’

‘ झोपले ते! ’

‘ न जेवताच? ’

‘ हो! ’

‘ त्याला वाढून द्यायचं होतंस अगोदर, एवढी रात्र कसा जागणार तो? आणि रावबा जेवत नाही? ’

‘ डोकं दुखतंय्, म्हणे. ’

‘ दुखेल, नाहीतर काय होईल! उन्हातान्हातून उपाशी हिंडायचं. त्याला दूध तरी दे. ’

‘ जी. ’

आप्पासाहेब जेवून गेले.

उमेनं नोकरांना वाढायला सांगितलं.

सारजा म्हणाली,

‘ आनी, आक्कासाब, तुमी जेवत न्हाईसा? ’

‘ मला भूक नाही. घ्या वाढून तुम्ही. ’

सारजा आत गेली. थोड्याच वेळात तिनं स्वयंपाकघरातून हाक मारली,

‘ आक्कासाब.... ’

‘ काय? ’

‘ जरा इकडं या. ’

उमा आत गेली. तिनं पाहिलं, तो, स्वयंपाकघरात पाट मांडला होता. ताट केलं होतं. ते पाहताच किंचित त्रासून उगा म्हणाली,

‘ खरंच मला भूक नाही. ’

‘ हा, मला माहीत हाय; बसा बगू पानावर! ’

‘ नाही, सारजा, मला जाणार नाही. ’

‘ आक्कासाब, तुमची पाठराखन म्हणून मी ह्या घरात आलू. माझा शबूद मोडू नगा. दसऱ्याचा दिवस. घरात राम आल्यात. घरच्या लक्ष्मीनं उपाशी ऱ्हाऊ नव्हं. खावा थोडं. ’

उमा बसली, तिनं समोरचा भात कालवला. एक घास तोंडात घेतला आणि दुसऱ्याच घासाला तिला हुंदका फुटला. गडबडीनं तिनं पाण्याचा पेला उचलला आणि ती स्वयंपाकघराबाहेर पडली.

वाड्यात हळूहळू सामसूम होत होती, देवडीवर तासाला तास पडत होते. अशा वेळी सिद्दा थोरल्या दरवाज्यानं आला, तो सरळ गोठ्यात गेला. गोठ्यात घोडं उभं होतं. जीन तसंच आवळलेलं होतं. घोड्याचा घाम पुरता जिरला नव्हता. घोड्याच्या जवळच्या कट्ट्यावर क्षणभर सिद्दा बसला. क्षणात तो उठला आणि वाड्याबाहेर गेला. थोड्यात वेळात तो गोविंदासह परत आला.

पागेत येताच सिद्दा घोड्याकडं बोट दाखवीत म्हणाला,

‘ बगा. ’

‘ काय, घोडं बघितलं नाही का काय कधी? ’

‘ ते न्हवं! घोड्याचं पाय बगा. ’ म्हणत कोनाड्यातील चिमणी सिद्दानं उचलली आणि खाली धरली. ते बघताच गोविंदा म्हणाला,

‘ शिकार झाली काय की. ’

‘ जनावराची न्हवं. ’

‘ मग? ’

‘ मानसाची! ’

‘ काय? ’ गोविंदानं चमकून विचारलं.

‘ व्हय, सरकार एकटेच पुढं आले. म्या मागनं आलू, खडीवर देवळाजवळ काय पडलंय्, म्हणून बगायला गेलू, तर बजाबाचा इठू. ’

‘ विठू? ’

‘ व्हय; सपला व्हता! ’

‘ काय सांगतोस? ’

‘ देवाच्यान्! ’

गोविंदा मटकन खाली बसला. थोड्या वेळात तो म्हणाला,

‘ सिद्दा! ’

‘ काय? ’

‘ जा, तात्यांस्नी लौकर बोलावून आण. जा. ’

सिद्दा धावतच बाहेर पडला.

थोड्याच वेळात तात्या आले. त्यांनी घोड्याकडं पाहिलं. घोड्याचे चारी खूर रक्तानं माखले होते. काही ठिकाणी तर फऱ्यावरही रक्ताचे शिंतोडे उडले होते. तात्यांनी विचारलं,

‘ कुठं झालं हे? ’

‘ खडीवर! लक्ष्मीच्या देवळाजवळ. वाटेवरच. ’

‘ कोण होता तो? ’

‘ विठू. बजाबाचा. ’

‘ तात्या, कसं करायचं? ’ गोविंदानं विचारलं.

‘ काही करायचं नाही. ’ तात्या म्हणाले, ‘ सिद्दा डोईचं मुंडासं काढ आणि पाण्यात भिजवून घोड्याची सारी गेळं पुसून काढ, घोड्याच्या अंगाखालचा चगाळा बदल. कुठं निशाणी राहता उपयोगी नाही. समजलं? ’

‘ जी! ’ सिद्दा म्हणाला.

‘ आणि, सरकार... ’ गोविंदानं बोलण्याचा प्रयत्न केला.

‘ जेव्हा समजेल, तेव्हा समजू दे. गोविंदा, मी आता जातो. सिद्दा, तू दार लावून घे. हे सगळं झाल्याखेरीज वाड्यात कुणालाही घेऊ नकोस. ’

तात्यांनी दोन पावलं टाकली आणि ते परत वळले.

‘ ते पोर खरंच... ’

त्यांनी विचारलं.

‘ व्हय, तात्या. म्या परतक्ष डोळ्यांनी बघितलं. ’

‘ विसरून जा. ’

‘ काय? ’

‘ विसरून जा. ’ तात्या परत वळले आणि चालू लागले.

सिद्दानं आपलं मुंडासं काढलं. पाण्यानं भरलेली बादली उचलली आणि बादलीत मुंडासं भिजवून घोड्याचा एक-एक खूर तो स्वच्छ करू लागला. धुनीतली राख काढून, ती खुरावर घासून तो साफ करू लागला.

चारी खूर स्वच्छ होताच त्यानं त्या ओल्या मुंडाशानं घोड्याचं अंग पुसून काढलं. चिमणीच्या उजेडात पुन्हा एकदा त्यानं घोडं बारकाईनं निरखलं. समाधान होताच तो वळला. धुनी पेटली होती. लाकडं हलवून त्यानं ती धुनी चेतवली. संशयाला जागा नको, म्हणून त्यानं घोड्याजवळचा गदाळा गोळा केला आणि धुनीत फेकला. दुसरा गदाळा आणून घोड्याच्या पायांत टाकला. पुन्हा एकदा सर्वत्र बघून, मुंडाशाचा बोळा बादलीत पिळून, जवळच पेटलेल्या धुनीत फेकला. चरचर आवाज करीत लाकडं विझू लागली, तसा त्यानं भरडीचा कोंडा भरीला घातला. थोडा धूर होऊन भपकन जाळ पेटला. त्यानं परत एक-दोन लाकडं धुनीत भरीला सरकवली.

सिद्दा उठला आणि पुढच्या दरवाज्याकडं गेला. दिंडी दरवाजा उघडून तो बाहेर गेला. गाव टिपूर चांदण्यात उभं होतं. गल्लीत कोणीही दिसत नव्हतं. समाधानाचा सुस्कारा सोडून सिद्दा वळला, तोच पावलांचा आवाज त्याच्या कानांवर पडला. चमकून सिद्दानं पाहिलं.

चांदण्यातून कुणीतरी धावत येत होतं.

जवळ येताच सिद्दानं त्याला ओळखलं.

' कोन, रामजी? '

' व्हय! ' धापा टाकीत तो म्हातारा म्हणाला, ' सरकार कुठं हाईत? '

' का! '

' घात झाला. बजाबाचं पोरगं मेलं. लोक लई भडकल्यात. वाड्याकडं यायला लागल्यात! '

' खरंच? '

' तर काय? वेशीतनंच आलू न्हवं? '

गडबडीनं सिद्दा व रामजी दिंडी दरवाज्यानं आत शिरले. सिद्दानं दरवाजा लावून घेतला. सिद्दा धावत सुटला. कट्ट्यावर झोपलेल्या गोविंदाला हलवीत तो म्हणाला,

' गोविंदा, ऊठ ! मानसं आली! '

गोविंदा ताडकन उठत म्हणाला,

' कुठं आहेत? कोन म्हणतं? '

' ह्यो आलाय् न्हवं का? '

गोविंदानं रामजीला एकवार न्याहाळलं. तो म्हणाला,

' सिद्दा, बघतोस काय? अडणा घाला दरवाज्याला. बरं झालं, तू आलास, ते. रामजी, तू चल माझ्याबरोबर. मी तुला बंदूक देतो. '

त्याच वेळी माणसांचा आवाज त्यांच्या कानांवर आला. त्या नीरव शांततेत गल्लीतून उतरणाऱ्या माणसांची पावलं स्पष्ट आवाज देत होती. गोविंदा थरथर कापत होता.

पहिली धडक दरवाज्यावर पडली आणि गोविंदा भानावर आला.

रामजी म्हणाला,

' बंदूक देता न्हवं? जोवर रामजी हाय, तोवर एक मानूस वाड्याची पायरी चढून आत येयाचा न्हाई. '

घोगऱ्या आवाजात गोविंदा म्हणाला,

' चल. '

दरवाजा उघडून ते कचेरीत गेले. त्यानं बंदूक आणि काडतुसाचा पट्टा रामजीच्या हाती दिला. त्याच वेळी आप्पासाहेबांच्या खोलीच्या दरवाज्याच्या आवाज झाला. दोघेही दचकले. त्यांनी विस्फारित नेत्रांनी तिकडं पाहिलं. आप्पासाहेबांच्या खोलीचा दरवाजा उघडला होता. बॅटरीच्या झोतात दोघेही उजळून निघाले. आप्पासाहेब ओरडले,

' कोण ते? '

' मी गोविंदा, जी. ' गोविंदानं थरथरत उत्तर दिलं.

' आणि कोण आहे? '

' मी रामजी, जी! '

आप्पासाहेब पुढं आले. रामजीच्या हातातल्या बंदुकीकडं नजर जाताच ते चपापले. बाहेरच्या दरवाज्यावर धक्के पडत होते. ते कानांवर पडताच आप्पासाहेबांनी गोविंदाकडं पाहिलं,

' अरे, काय चाललंय्? कोण आहे बाहेर? '

' सरकार, लई मानसं हाईत. पुढं जाऊ नगा. '

' कुठली माणसं? दरोडा आला? '

' न्हाई गावचीच. '

' गावचीच माणसं आणि वाड्यावर धक्के देतात? बोल! '

' सरकार!.... '

आप्पासाहेबांनी खाडकन गोविंदाच्या थोबाडीत मारली.

गाल चोळीत गोविंदा म्हणाला,

' बजाबाचा पोरगा मेला. '

' मेला? '

' होय! कुनी मारलं त्याला... '

' कुठं? '

' खडीवर सापडला, म्हनं. '

' मग वाड्यावर धक्के का? चल बाहेर. '

' पन... सरकार... '

' काय, खातात का काय मला? '

गडबडीनं गोविंदानं कंदील उचलला. रामजी बंदूक घेऊन मागं होता. आप्पासाहेब पुढच्या चौकात आले. दरवाज्याजवळ जाताच त्यांनी पाहिलं, तो सिद्दा दरवाज्याला पाठ देऊन उभा होता. त्याचा काळा चेहरा घामानं निथळला होता. हातात फरशी चकाकत होती. दरवाज्यावर बसणाऱ्या प्रत्येक धक्क्याबरोबर तो हेंदकाळत होता.

आप्पासाहेबांना पाहताच तो म्हणाला,

' धनी, मागं जावा! '

' चल, हट बाजूला. उघड तो दरवाजा... '

सिद्दा बाजूला झाला. पण अडणा सरकवायचा धीर त्याला होईना.

' सरकार! '

' उघड तो दरवाजा! ' आप्पासाहेब गरजले.

बाहेर एकदम सामसूम झाली.

सिद्दानं खाडकन् अडणा सरकवला.

' उघड दरवाजा! '

दरवाजा करकरत उघडला गेला. दहा-पंधरा पलोते पेटले होते. शंभर-सव्वाशे

माणसं दरवाज्यात गोळा झाली होती. प्रत्येकाच्या हातात काही ना काही शस्त्र होतं. आप्पासाहेबांनी पाऊल पुढं टाकताच पायरीपर्यंत आलेले लोक दोन पावलं मागं हटले. दगडी उंबऱ्यावर उभं राहून आप्पासाहेबांनी सर्वांवरून नजर फिरवली आणि विचारलं,

' काय आहे? '

पुढच्या माणसांना बाजूला सारीत, वाट काढीत बजाबा पुढं आला. त्याचे पाय थरथरत होते.

बजाबाला पाहताच आप्पासाहेबांचा जीव कासावीस झाला. बजाबाकडं पाहत आप्पासाहेबांनी विचारलं,

' काय, बजाबा, काय आहे हे? '

' माजं सोनं लुटलं, धनी...' म्हणत बजाबा एकदम रडू लागला.

पाच-सहा माणसांनी विठूचं रक्तबंबाळ प्रेत आणलं. तिकडं पाहत डोळं पुशीत बजाबा म्हणाला,

' धनी, माजा बा ह्याच वाड्याच्या पायरीवर गेला. माजी सारी वर्सं तुमांस्नी अंगाखांद्यावर खेळवन्यात म्या घालवली. येवढं पोर ह्या पायांपासून दूर जात व्हतं, त्येला ह्या पायरीवर आनलंया. '

आप्पासाहेब सुन्न झाले होते. ते कसेबसे म्हणाले,

' बजाबा, कुणी केलं हे? '

' धनी, दुसरं घोडं कुनाचं हाय गावात? '

' बजाबा! '

' धनी, माजं पोर घोड्यांच्या पायांखाली घालून मारलं तुमच्या पोरानं. सरळ दोन हात केलं असतं... हत्तीलाही भारी व्हतं माजं पोर. म्हणून टाचंखाली घालून मारलं त्येला. '

' बजाबा! काय बोलतोयस, ह्याची शुद्ध आहे काय तुला?' आप्पासाहेब ओरडले.

' अजून गेली न्हाई, धनी.... बोलवा तुमच्या पोराला आनी इचारा त्येला. '

' सिद्दा! ' आप्पासाहेब ओरडले.

' जी. '

' रावबाला हाक मार. '

' सरकार... '

' हाक मार रावबाला! '

सिद्दा मागच्या मागं पळाला. थोड्याच वेळात कंदील घेऊन सिद्दा आला. पाठोपाठ मलमली शर्ट, विजार घातलेला रावबा आला. त्याचं सारं अंग थरथरत होतं. तो जवळ येताच पायरीवर ठेवलेल्या प्रेताकडं बोट दाखवून आप्पासाहेबांनी विचारलं,

' रावबा, तू केलंस हे? '

रावबानं एकवार त्या प्रेतावरून नजर टाकली आणि नकारार्थी मान हलवली.

' बोल! तू केलंस? '

' नाही, आबा... ' रावबा कसाबसा म्हणाला.

' च्याऽयला, खोटं बोलतोस....! 'म्हणत बजाबा एक पाऊल पुढं आला.

' हा, बजाबा...' आप्पासाहेब गरजले.

पण बजाबाला भान राहिलं नव्हतं. तो म्हणाला,

' खांडोळी न्हाई केली, तर... '

' बजाबा! ' आप्पासाहेब ओरडले. त्यांचा चेहरा उग्र झाला होता. नाकपुड्या फुलत होत्या. ' काय, समजतोस स्वत:ला? कुणाची खांडोळी करतोस? रावबाची? विसरतोस, काय कुणापुढं बोलतोस, ते? पुन्हा बोललास, तर जीभ हासडून हातात देईन! पोटाला दोन पोरं असतील माझ्या. पण माझ्या मागं रावबाच दौलत चालवणार आहे, हे विसरू नको. थोरला आहे तो. त्याच्या केसाला तरी धक्का लागू दे... ' साऱ्या लोकांवरून नजर फिरवीत ते म्हणाले, 'गावात एक घर राहणार नाही. नाहीतर जातीचं नाव सांगणार नाही! '

तोच वाट काढीत तात्या पुढं आले. त्यांनी एकवार सर्वत्र पाहिलं आणि ते बजाबाला म्हणाले,

' बजाबा, शोभत नाही तुला हे! '

' तात्या, माजं पोर मारलं आनी गप्प बसू म्हंतासा? ' छातीवर हात मारून बजाबा म्हणाला, ' ह्या ध्याईत सगळं जळतंय्. '

' बजाबा, तुझं दु:ख मी जाणतो; पण म्हणून कुणावरही आळ घेणं बरं नव्हे. '

' तात्या, बघा त्या पोराकडं-कुणाचं घोडं हाय गावात दुसरं? '

' पण ह्याच घोड्याच्या पायांखाली तुझा पोरगा... '

' व्हय, तात्या, व्हय... '

' बजाबा.... ' तात्या बजाबाकडं पाहत म्हणाले, 'तुझा जर ह्याच घोड्यावर संशय असेल, तर चार माणसं घे आणि आत जाऊन घोडं बघ... '

' तात्या ! ' आप्पासाहेब सुन्न होऊन म्हणाले.

' जा, बजाबा. कोणी अडवणार नाही तुला. '

बजाबा पुढं झाला. पाठोपाठ दोन मशाली घेऊन चार-पाच माणसं आत शिरली. तात्यांनी पाऊल उचललं, पण क्षणात ते तिथंच पायरीवर थांबले.

बजाबा म्हणाला,

' चला, तात्या. '

' जा तू, बजाबा, तूच बघून ये आणि सांग मला. '

बजाबा गेला. आप्पासाहेब बजाबाकडं पाहत होते. तात्या असं काही तरी बोलतील, असं त्यांना स्वप्नातही वाटलं नव्हतं.

थोड्याच वेळात बजाबा आला. तो गोंधळला होता.

' काय, बजाबा? ' तात्यांनी विचारलं.

बजाबा काही बोलला नाही. त्याच्या पाठीवर हात फिरवीत तात्या म्हणाले,

' बजाबा, विचार केल्याशिवाय बोलू नये माणसानं. '

' पण मी गप्प राहणार नाही, तात्या. ' बजाबा म्हणाला.

' कोण म्हणतं, राहा, म्हणून? पण पुराव्याशिवाय माणसाच्या शब्दाला किंमत नसते. जा तुम्ही आता. '

हळू हळू सारे परतले.

लोकांनी विठूला उचलून नेलं.

रावबा आत केव्हा गेला, हे कुणालाच समजलं नाही.

तात्यांनी आप्पासाहेबांच्याकडं पाहिलं. त्यांच्या कपाळावर आठ्या दिसत होत्या. तात्यांशी एक शब्दही न बोलता ते परत फिरले.

सिद्दा, रामजी, गोविंद पायरीवर खिळून उभ्या असलेल्या तात्यांकडं पाहत होते.

तात्यांनी मान वर केली. ते सिद्दाला म्हणाले,

' सिद्दा, मालकाला फास लावायचा विचार आहे? '

सिद्दा गोंधळला. गोविंदाकडं वळून तात्या म्हणाले,

' आणि तुमची अक्कल कुठं होती? '

' काय झालं, तात्या? '

' काय झालं? कंदील खाली कर. '

कंदील खाली करताच तात्यांनी आपला जोडा सरकवला. पायरीवर रक्ताचा नाल उठला होता. सिद्दाला ते म्हणाले,

' सिद्दा, उजाडायच्या आत वाड्याच्या रस्त्यापर्यंत कुठं काही राहिलं असेल, तर पुसलं गेलं पाहिजे. समजलं? दरवाजा लावून घ्या. '

' जी! ' म्हणून सिद्दा आत पळाला.

गोविंदा पायरीवर उभा होता.

तात्या वळले.

गल्लीतले सारे दरवाजे बंद झाले होते. चांदणं पडलं होतं. त्या चांदण्यातून खाली मान घालून पाय ओढीत तात्या घरची वाट चालत होते... एकटे...

৶৶৶

९

दसऱ्याला राम सीमोल्लंघनाला जात आणि सीमोल्लंघनानंतर परत देवळात न जाता एक रात्र वाड्यात वस्तीला येत. सकाळी ते पालखीतून बाहेर पडून गावातल्या प्रत्येक घरासमोर जात. तेथली आरती स्वीकारून संध्याकाळी देवळात पोहोचत.

वाड्यात पालखी होती. एरव्ही सकाळपासून कोण गडबड उडायची! पालखीला उशीर होऊ नये, म्हणून आप्पासाहेब नेहमीच जागरूक असत. हक्कदार आले, की नाही; वाजंत्री आले, की नाही, मशालजी कुठं आहे, अशा अनेक गोष्टी त्यांना पाहाव्या लागत. पण ती गडबड आज नव्हती. सर्वत्र शुकशुकाट वाटत होता. हक्कदार पाठीमागच्या दाराला येऊन बसले होते. वाजंत्रीवाले आले होते. पण सनईचा आवाज उठत नव्हता. चौकातून एखादा नोकर जाताना दिसे-पण तोही चुपचाप!

सारजा खोलीजवळ आली आणि तिनं हाक मारली,

'आक्कासाब!'

'आले हं!' म्हणत उमा बाहेर आली.

'पालखीला उशीर होतो.'

'आले, चल.' उमा बाहेर आली.

देवघरात गालिच्यावर पालखी ठेवली होती. उमा येताच हक्कदार बाहेर गेले. दोन्ही बाजूंना समया तेवत होत्या. तिनं आरती उचलली आणि ओवाळली. आरती होताच तिनं देवापुढं डोकं टेकलं.

तिनं जेव्हा मान वर केली, तेव्हा तिचे डोळे पाणावले होते. तिनं डोळे टिपले आणि सारजाला विचारलं,

' सरकार कुठं आहेत? '

' सोनारसोप्यात. रावजी दूध घेऊन गेला व्हता. अजून भाहीर आले न्हाईत. '

' बरं, जयाला हाक मार. '

जयवंत येताच त्याच्याकरवी उमेनं देवाला हळदकुंकू वाहायला लावलं. सारजाकडं वळून ती म्हणाली,

' हक्कदारांना ह्यांच्याकडून करून घ्या, म्हणावं. '

तळी उचलून होताच पालखी उचलली गेली. वाजंत्री वाजू लागली.

जयवंत आणि उमा कट्ट्यावरून पाहत होती. दरवर्षी उमा वाटेवर सतरंजी अंथरायला लावून जयवंतला त्यावर झोपवी; आणि मग त्याच्या अंगावरून रामाची पालखी जाई. पण ह्या वर्षी कुणीच काही जयवंतला बोललं नाही. वाड्याच्या मोठ्या दरवाज्याकडं पालखी जात असता सोनारसोप्याच्या खिडकीमागं हात जोडून उभ्या असलेल्या आप्पासाहेबांकडंही कुणाचं लक्ष गेलं नाही.

तात्या वाड्यात गेले नाहीत, तरीही त्यांना वाड्यातल्या बातम्या कळत होत्या. तात्या, काकी त्या बातम्या ऐकून अस्वस्थ होत होती. समोर आलेलं अन्न त्यांना गोड लागत नव्हतं. काकी म्हणाली,

' काय केलं हे रावबानं? '

उसासा सोडून तात्या म्हणाले,

' काही म्हण, पण मला हे खरं वाटत नाही. रावबा असं करणारा मुलगा नव्हे. ह्यात काहीतरी गफलत आहे. '

' जयाही आला नाही कुठं? '

' कसा येणार? त्या पोरीजवळ कोण आहे? '

' तात्या! ' बाहेरून हाक आली.

' कोण आहे? '

' मी गोविंदा. '

तात्या उठले व बाहेर गेले. गोविंदा आणि रामजी उभे होते.

' ये, गोविंदा, बस. '

गोविंदा आणि रामजी बसले. तात्यांनी आपली चंची काढली आणि ते म्हणाले,

' काय काढलंय् काम? '

' काय न्हाई, उगीच आलू व्हतो. ' रामजी म्हणाला.

' रामजी! माणसानं पटकन आपल्या मनातलं सांगावं आणि मोकळं व्हावं. नाहीतर वेळ लागेल, तसं माणूस बोलायला कुचमतं. '

रामजीनं गोविंदाकडं पाहिलं. गोविंदा खाकरला आणि सांगू लागला,

‘ काय सांगू, तात्या! किती केलं, तरी आम्ही नोकर मानसं. आम्हांला काय बोलता येत नाही. आज सकाळी पाटील आले होते. ’

‘ कोण, रंगराव? ’

‘ होय. ’

‘ का? ’

‘ येईल, न्हाईतर काय करंल? बजाबानं पंचनामा करा, म्हणून हट्ट धरला. त्याचं काम त्यानं केलंच पाहिजे. ’

‘ खरं आहे. मग तो आप्पासाहेबांना भेटला? ’

‘ तेच सांगत व्हतो. तो काय करू, म्हनून विचारायला आला होता. सरकार म्हणाले, सरकारी कामात ढवळाढवळ करायची नाही मला. पाटील, जे योग्य आणि बरोबर असेल, तसं करा तुम्ही. काही भिऊ नका. गुन्हेगार असेल, त्याला शिक्षा झालीच पाहिजे. ’

‘ असं म्हणाले? ’

‘ व्हय, तात्या. आमी काय सांगनार? म्हनून आलू आमी. ’

‘ विठूला अग्नी दिला? ’

‘ न्हाई! बेळगावास घेऊन जायचं, म्हंत्यात. ’

‘ गोविंदा! ऊठ. पाटलांना सांग, पंचनामा करा, म्हणून. पण काही करून प्रेताला अग्नी द्यायला लावा, म्हणावं. तू भेट जा पाटलांना. ते होय-नाही म्हणाले, तर कळव मला. ’

रामजी व गोविंदा बाहेर जाताच तात्या उठले. त्यांनी कपडे केले.

काकी म्हणाली,

‘ अद्याप स्नान नाही. ’

‘ विठूचं प्रेत अद्याप गावात आहे. मी वाड्यात जाऊन येतो. ’

वाड्याच्या दारात सिद्दा उभा होता. तात्यांना पाहताच तो पुढं आला.

‘ सरकार कुठं आहेत, रे? ’

‘ सोनारसोप्याच्या खोलीत हाईत, जी. ’

‘ रावजीला हाक मार आणि कळव, मी आलोय् , म्हणून. ’

‘ जी. ’ म्हणून सिद्दा आत गेला.

तात्या तबेल्यात गेले.

दोन्ही घोडी तिथं उभी होती. तात्या थोरल्या घोड्याकडं बघत उभे होते.

आतून सिद्दा आला आणि तो तात्यांना म्हणाला,

‘ तात्या, सरकारांनी बोलवलंय्. ’

‘ कुठं आहेत? ’

‘ खोलीत. ’

‘ चल. ’ म्हणत तात्या आत गेले.

सोनारसोपा ओलांडून ते खोलीजवळ गेले. खोलीचं दार पुढं केलेलं होतं. रामजी परत गेला. क्षणभर तात्या त्या बंद दारापाशी थांबले आणि त्यांनी दार ढकललं. दार उघडंच होतं.

‘ कोण? ’ आतून आप्पासाहेबांनी विचारलं.

‘ मी. ’ तात्या म्हणाले.

तात्या आत गेले. त्यांनी दरवाजा पुढं केला. बैठकीवर लोडाला टेकून आप्पासाहेब बसले होते. त्यांचे केस विस्कटले होते.

आप्पासाहेबांनी एकवार तात्यांकडं पाहिलं. तात्यांच्या मनात चर्रर झालं. एका रात्रीत आप्पासाहेबांचा चेहरा पार बदलून गेला होता. तो करारीपणा, बेफिकीरपणा कुठच्या कुठं गेला होता; आणि त्या जागी त्यांच्या वृत्तीला सर्वांगी विसंगत असे असहायतेचे भाव दिसत होते. एखादा बहरलेला वृक्ष दुसऱ्याच दिवशी पर्णहीन, उघडाबोडका दिसावा, तसा!

तात्या बसले. कुणी काही बोलत नव्हतं.

तात्यांनी विचारलं,

‘ पालखी गेली? ’

‘ हो! ’

‘ आप्पासाहेब, काय ठरवलंय् तुम्ही? ’

‘ काय करायचं? जे होईल, ते पाहायचं. ’

‘ हो! पण असं बसून कसं भागणार? रावबा, किती केलं, तरी अद्याप हूड आहे.... ’

‘ त्याचं नाव घेऊ नका. ’ आप्पासाहेब उसळून म्हणाले.

‘ राहिलं. सूनबाई घरात आहे, हे तरी ध्यानात घ्या तुम्ही! ’ तात्या संथपणे म्हणाले.

‘ तात्या, ती पोर घरात आहे, म्हणूनच ठीक! नाहीतर रावबाचा गळा मी स्वत:च्या हातानं आवळला असता! ’

त्या वाक्यानं तात्यांच्या मनात कालवाकालव झाली. ते म्हणाले,

‘आप्पासाहेब, मला ते पटत नाही. रावबा हवं ते करील. पण.... ’

‘ हं! काय करायचं शिल्लक ठेवलंय् त्यानं? तात्या, मी त्याला चांगला ओळखतो. आजवर तो माझ्या डोळ्यांत धूळ फेकीत आला आहे. त्या पोरासाठी मी काहीही करायचं शिल्लक ठेवलं नाही. त्याची प्रत्येक हौस मी भागवली. पण त्यानं मला किंमत दिली नाही. आजवर अनेक घराण्यांतून घराण्यांसाठी पोरांचे बळी गेलेत. आज तीच पाळी माझ्यावर आहे. तात्या, मी नुसता पोराचा बाप नाही.

वतनदार आहे मी. गावचा मालक आहे. पोरासाठी गाव पोरकं करायचं नाही मला. '

' मलादेखील ते माहीत आहे. रावबाबद्दल मलाही तेवढंच वाटतं. ' तात्या म्हणाले.

' रावबाबद्दल आणि तुम्हांला वाटतं? तात्या, मला माहीत आहे. प्रथमपासून तुम्ही रावबाचा द्वेष करीत आलात. रावबा तुम्हांला खुपत होता. सलत होता.. '

' आप्पासाहेब! ' तात्या थक्क होऊन म्हणाले.

' नाहीतर काल तुम्ही बजाबाला तबेल्यात जाऊ दिलं नसतं... '

तात्या सुन्न झाले. ते कसेबसे उभे राहिले. काय बोलावं, हे त्यांना सुचेना. कसेबसे ते म्हणाले,

' येईल तोही दिवस! तो दिवस उजाडेल, त्या दिवशी कळेल तुम्हांला, बजाबा का तबेल्यात गेला, होता ते.... ' ते सरळ खोलीबाहेर आले.

सोनारसोप्यात येऊन ते काही वेळ उभे राहिले. त्यांनी एकवार चौकाच्या कोपऱ्यात दिसणाऱ्या उमेच्या खोलीकडं नजर टाकली. सर्वत्र सामसूम दिसत होती. जयवंतचाही आवाज येत नव्हता. नकळत तात्या उमेच्या खोलीच्या दिशेनं चालू लागले. आज प्रथमच ते खोलीकडं जात होते. चौक संपवून ते कट्ट्याची पायरी चढले आणि सोप्यावर गेले. उमेच्या खोलीचा दरवाजा उघडा होता. आतून बोलणं ऐकू येत होतं.

तात्या खोलीजवळ गेले. त्यांच्या कानांवर शब्द पडत होते :

' रडतेस कशाला? मी मेलो नाही. जिवंत आहे अजून... '

तो आवाज रावबाचा होता.

तात्या मोठ्यानं खाकरले.

आतून रावबा ओरडला.

' कोण आहे? '

' मी. ' म्हणत तात्या आत गेले.

तात्यांचा आवाज ऐकताच उमा गडबडीनं उठली आणि तिनं पदर पुढं घेतला.

रावबा पलंगावर बसला होता. तात्यांना बघताच त्याला बसल्या जागेवरून उठण्याचंही त्राण राहिलं नाही. तो तसाच विस्फारित नेत्रांनी तात्यांकडं पाहत होता.

जयवंत वहिनीच्या पायांशी बसला होता. तो तात्या- रावबांकडे आळीपाळीनं बघत होता.

रावबा बसल्या जागेवरूनच तात्यांकडं त्रासून पाहत होता. तात्या म्हणाले,

' किती दिवस जिवंत राहणार आहात? '

' कोण, काय करणार आहे माझं? ' रावबा बेपर्वाईनं म्हणाला.

' हां! बापाचा चेहरा बघितला का सकाळपासून? नसला बघितला, तर जाऊन बघून या. पाहा, ओळख पटते का! एका रात्रीत किती अवकळा आली, ती डोळे

उघडून पाहा.... नुसतं गाव तुझ्यावर टपलं, तर मी पर्वा केली नसती त्याची. '

'मग काय पालखी पाठवली होती काय मी? कसंही करून याच म्हणून... ! का आला? '

'तुला वाचवायला! ' तात्या शांतपणे म्हणाले.

'कुणाची माय व्यालीय्...? '

'तुझीच, लेका, तुझीच! गावापासून वाचवशील, पण प्रत्यक्ष बापाच्या हातून कोण सोडवील तुला? बापाच्या नुसत्या नजरेसमोर जरी गेलास, तरी जिवंत जाळील तुला तो आपल्या नजरेनं. '

त्या वाक्यानं रावबाचं सारं अवसान सुटलं. बसल्या जागेला त्याला कापरा सुटला. कोरड्या पडलेल्या ओठांवरून जीभ फिरवीत तो म्हणाला,

'पण, तात्या, मी काय केलं? '

'तेच विचारण्यासाठी मी आलोय्. ' तात्या उमेकडं वळून म्हणाले, 'मुली, तू जरा जयवंतला घेऊन बाहेर जातेस का? '

उमेनं जयवंतचा हात पकडला आणि ती खोलीबाहेर पडली.

दरवाज्यापर्यंत तात्या आले.

उमा बाहेर जाताच त्यांनी दाराला आतून कडी घातली आणि रावबासमोर जात म्हणाले,

'रावबा, शपथ आहे तुला. खरं सांग. मला सारं समजलं पाहिजे, काय खरं आहे, ते. मग ते केवढंही भयंकर असो. तुझ्यासाठी, घरासाठी, मी काहीतरी त्यातून मार्ग काढीन. पण तू जर का खोटं सांगितलंस, तर मात्र तुझं नशीब आणि तू... '

'नाही, तात्या, शपथ घेऊन सांगतो, मीहून विठूला मारलं नाही.... मी घोड्यावरून येत होतो.... '

रावबा सांगत होता. थांबत होता. डोळे टिपीत होता.

काही न बोलता तात्या ऐकत होते. रावबानं सर्व हकीकत सांगितल्यावर तात्या म्हणाले,

'रावबा, तूझी चूक नाही. ही तुझ्या कर्मांची फळं आहेत. ते असू दे. पण मी सांगेपर्यंत आप्पासाहेबांच्या पुढ्यात तू जाऊ नको. मी त्यांचं मन वळवतो. तसं काही झालं, तरी वाडा सोडू नको. समजलं? '

रावबानं नकारार्थी मान हलवली. तात्या उठले आणि दोन पावलं टाकून ते थांबले. रावबाकडं न पाहता म्हणाले,

'आणि हे बघ... सूनबाईला दुखवू नकोस. तिचं मन तुला कळायचं नाही. ते कळायला सुद्धा आकाशाएवढं मन हवं. '

तात्या सोनारसोप्यात आले. एकवार आप्पासाहेबांना भेटावं, असं त्यांना वाटलं. पण त्यांनी विचार बदलला. ते तसेच बाहेर गेले. गोविंदा तिथं उभा होता.

‘ गोविंदा! ’

‘ काय, तात्या? ’

‘ कुठल्याही माणसाला पुरी चौकशी केल्याखेरीज वाड्यात सोडू नका.... समजलं? ’

‘ जी! ’

तात्या वाड्याबाहेर पडले.

संध्याकाळी चारच्या सुमारास विठूला अग्नी दिल्याचं तात्यांना समजलं. ते काकीला म्हणाले,

‘ मला स्नानाला पाणी मिळेल का? ’

‘ हो! आणवून ठेवलंय्. माझंही अंगधुणं व्हायचं आहे. मी अंग धुऊन घेते, मग तुम्ही स्नान करा. म्हणजे मग तुमजी पूजा होईंपर्यंत मी स्वयंपाकाचं पाहीन...’

‘ बरं. ’

तात्या उठले आणि पुढच्या कट्ट्यावर आले.

रामजी आला आणि कट्ट्यावर बसला.

‘ काय, रे, रामजी! ’

‘ गेलो व्हतो मातीला. ’

‘ लोक आले होते काय, रे? ’

‘ लोक? ‘ रामजी तात्यांकडं पाहत म्हणाला, ‘पुरं गाव लोटलं होतं, तात्या. काय न्हवंच ते! कसलं तरणं- ताठं पोर आणि काय झालं हे? ’

‘ दैव म्हणायचं! ’

‘ कुठलं आलं दैव! त्या रांडंपायीच झालं हे सगळं. काय पायजे ते हुंदेत. आत्तं जाऊन पेकाटात लाथ घालतो आणि हाकलतो भाईर... ’

‘ रामजी, तसं काही करू नकोस. गावात आग पेटली आहे, तेवढी पुरे. आणखीन वाढवू नकोस. ’

‘ मग काय करू, तात्या? सारं गाव थुकतंय् मला. म्हातारा झालो म्यां. आजवर कुनाकडनं फट् म्हनून घेटलं न्हाई... आणि त्या रांडंपायी.... ’

‘ कळतंय् मला. पण, रामजी, जर दमानं घे. ’

दाराशी येऊन काकी म्हणाली,

‘ पाणी ठेवलंय्. ’

‘ आलो हं! ’ म्हणत तात्या उठले. ‘रामजी, जातो मी. अजून स्नान व्हायचं आहे. तू जेवलास, की नाही?

‘ कुठलं जेवन, तात्या? सारं, गावात चूल पेटली नाही. आतं हेच्या म्होरं बगायचं. येतो, तात्या. ’

रामजी उठला आणि चालू लागला.

हातांत पंचा घेऊन तात्या तसेच उभे होते.

दुसऱ्या दिवशी सकाळी जयवंत आला. गेले दोन दिवस तो तात्यांच्याकडं आलाच नव्हता. वाड्यातल्या वातावरणानं तो कंटाळला होता. परसदारातून तो आत शिरला. काकी चुलीपुढं बसली होती. तो हळूच मागून गेला आणि त्यानं काकीचे डोळे झाकले.

काकीच्यासमोर पिठाची परत होती. तोल सावरता-सावरता तिचे हात पिठात गेले. तोल सावरून तिनं हात वर केले. जयवंतच्या गालांना तिच्या हाताचा स्पर्श झाला. ती हसली व म्हणाली,

‘ कोण, जया? ’

जयवंतनं हात काढले. काकीनं मागं वळून पाहिलं. जयवंतच्या गालांना पीठ लागलं होतं.

‘ आता शिवलास ना? ’

‘ मग तुला शिवायचं नाही? ’ जयवंतनं विचारलं.

काकी डोळ्यांत पाणी येईपर्यंत हसली; आणि ती बसल्या जागेवरून म्हणाली,

‘ अहो, ऐकलंत का? ’

‘ काय? ’ म्हणत तात्या आत आले.

‘ हा मला शिवला, बघा. ’

‘ मग? ’

‘ तुम्हांला चालेल? ’

‘ तुला चालतं, तर मलाही चालेल. ’

‘ ऐकलंस, बाबा! मोठा भाग्यवान आहेत तू. हे भाग्य आजवर कुणालाही लाभलं नव्हतं. ’

जयवंतला ते काही समजत नव्हतं.

तात्या पाट घेऊन तिथंच बसले. त्यांनी विचारलं,

‘जया, आप्पासाहेब काय करताहेत, रे? ’

‘ सोनारसोप्याच्या खोलीत आहेत. ’

‘ आणि रावबा? ’

‘ वहिनीच्या खोलीत... आणि... काकी, वहिनी सारखी रडतेय्, बघा. ’

‘ रडेल, नाहीतर काय करील पोर! ’ काकी उसासा सोडून म्हणाली, ‘ दहा वेळा वाटलं, जावं, म्हणून. पण पोरीसमोर जायचा धीरच होत नाही. ’

‘ मी वाड्यात जाऊन येतो. ’ तात्या म्हणाले.

‘ बरं. ’

‘ जया, उद्यापासून शिकायला येत जा. ’

जयवंतनं मान हलवली.

तात्या उठले आणि पायांत जोडा सरकवून बाहेर पडले.

तात्या सरळ वाड्यात शिरले. आप्पासाहेबांच्या खोलीचा दरवाजा बंद होता. तात्यांनी हाक मारली...

‘ आप्पासाहेब... ’

‘ कोण? ’

‘ मी... तात्या. ’

दरवाजा उघडला गेला. तात्या आत गेले. त्यांनी दरवाजा पुढं केला. आप्पासाहेबांच्या नजरेला नजर देत ते म्हणाले,

‘ आप्पासाहेब, असं किती दिवस खोलीत बसून राहणार तुम्ही? ’

‘ मग काय करू, तात्या? ’

‘ काय करू? आप्पासाहेब, ह्या प्रश्नाची अपेक्षा तुमच्याकडून नव्हती मला. घरात प्रसंगाला सापडलेला मुलगा आहे... ’

‘ कशाला फिरून फिरून नाव घेता त्याचं? ’

‘ का? त्याचं नाव न घेण्यासारखं काय केलंय् त्यानं? ’ तात्यांनी विचारलं.

‘ काय केलंय्? ’

‘ हो, काय केलंय्? आप्पासाहेब, संपूर्ण निर्दोषी आहे तो. विठूच्या हत्येचा आणि त्याचा काही संबंध नाही. ’

‘ कोण म्हणतंय्? ’

‘ मी! ’

‘ तात्या, एवढा बरा पुळका आला रावबाचा? ’

‘ आप्पासाहेब, आजवर मी कधी असत्याची कास धरली नाही; आणि ह्यापुढंही धरणार नाही. रावबा पूर्ण निर्दोष आहे. ’

‘ तात्या, ब्राह्मण आहात तुम्ही. मला बरं वाटावं, म्हणून खोटं बोलायची गरज नाही तुम्हांला. ’

‘ आप्पासाहेब, मी खोटं बोलत नाही. ’ तात्या संथपणानं एक एक शब्द उच्चारीत म्हणाले.

चपापून आप्पासाहेबांची तात्यांकडे पाहिलं. ते म्हणाले,

‘ तात्या.... ’

‘ होय, आप्पासाहेब, जरा विचार करा. रावबा एकटा घोड्यावरून येत होता. हातात

ना बंदूक, ना दुसरं शस्त्र. विठू संतापाच्या भरात फरशी घेऊन आडवा आला. रावबानं बगल द्यायचा प्रयत्न केला. विठू तरीही पळत आडवा आला. घोडं भर वेगात. एकदम विठू आलेला पाहताच रावबानं लगाम खेचला. घोड्याचे दोन्ही पाय वर गेले. पाय उतरले, ते सरळ विठूच्या छातीवर. तरी वेळ बरी, नाहीतर रावबाचं काय झालं असतं? '

' कुणी सांगितलं हे? '

' रावबानं. '

' हं! आणि तुम्ही विश्वास ठेवलात. '

' आप्पासाहेब! रावबा नादान असेल, भेकड असेल, पण तो मनानं एवढा नीच खास नाही. तुम्हांला त्याची ओळख नसली, तरी मला आहे. रावबा तुमचा मुलगा आहे. त्याची जबाबदारी पेलणं तुमच्या हातांत आहे. जर रावबावर हा कलंक आलाच, तर तो तुमच्या ह्या डोक्याला हात लावून बसण्यानं आला, असंच खेदानं म्हणावं लागेल. घराण्यावर शिंतोडा उडालाच, तर त्याला जबाबदार रावबा राहणार नाही, तुम्हीच! एवढंच सांगायला मी आलो होतो. जातो मी. ' म्हणत तात्या उठले. आणि ते वळले.

तोच आप्पासाहेबांनी हाक मारली,

' तात्या! '

' काय? ' म्हणत तात्या वळले. त्यांनी पाहिलं, आप्पासाहेबांच्या डोळ्यांतून अश्रू ओघळत होते. ते भरल्या आवाजात म्हणाले,

' तात्या, काल मी बोललो. पण नंतर मला सिद्दानं सांगितलं, विसरून जा ते. '

' ते विसरलो नसतो, तर आज इथं आलो नसतो. पण, आप्पासाहेब, तुमच्या डोळ्यांत पाणी का? '

' तात्या, काय करू मी? मला काही सुचत नाही. '

तात्यांचे डोळे बघता-बघता भरून आले. ते आप्पासाहेबांच्या शेजारी बसले, आणि त्यांच्या पाठीवर हात ठेवीत म्हणाले,

' आप्पासाहेब! तुमच्या डोळ्यांत पाणी! हे कधी माझ्या स्वप्नातही आलं नव्हतं. तुम्ही डोळ्यांत पाणी आणलंत, तर घरच्यांनी काय करायचं? रावबानं कुणाकडं पाहायचं? मुलीनं कुठं आसरा शोधायचा? संकटं आली, म्हणून भिऊन कसं चालेल? ती खोलीत बसून टळत नाहीत. प्रत्यक्ष दशरथावरही ब्रह्महत्येचं पातक आलं होतं. विसरू नका. पुसा ते डोळे. '

तात्यांनी आपले डोळे टिपले आणि ते बाहेर पडले.

आप्पासाहेबांच्या मनावरचं ओझं उतरलं होतं. तात्यांच्या त्या शब्दांनी त्यांची सारी उमेद, सारी ईर्ष्या पुन्हा जागी झाली होती. त्यांनी खाडकन दरवाजा उघडला आणि हाक मारली,

' गोविंद... '

‘ जी. ’ म्हणत गोविंदा धावला.

‘ गोविंद, रंगराव पाटलांना बोलावणं करा आणि उद्या सकाळच्या आत मला शिलकी रकमेचा आकडा आणि घरच्या धान्याचा जादा साठा सांगा. ’

‘ जी. ’

‘ जा तुम्ही. ’ म्हणत आप्पासाहेब वाड्याच्या आतल्या चौकात उतरले.

थोड्याच वेळात मंदिरातली घाट घणघणू लागली.

चार दिवस उलटले आणि एके दिवशी संध्याकाळी रामजी तात्यांच्या घराची पायरी चढला.

‘ कोण? रामजी? ’ म्हणत तात्या बाहेर आले.

‘ होय, तात्या. ’

‘ का आलास? ’

‘ तात्या, गाव लई बिथरलंय्, इटूचा तेरावा व्हायच्या आत धाकल्या धन्याचं बरं-वाईट करायचं म्हंत्यात. ’

‘ कोण? ’

‘ तालमीची सारी पोरं एक झाल्यात, गावचं बी लोक हाईत. धनी भाहीर पडलं न्हाई, तर वाड्यात घुसायचं म्हंत्यात. ’

‘ हे वाड्यात सांगितलंस? ’

‘ न्हाई. ’

‘ मग कुठं बोलू नकोस. मी भेटतो आप्पासाहेबांना. ’

आप्पासाहेब कचेरीत होते, तात्या तिथं गेले आणि आप्पासाहेबांना म्हणाले,

‘ आप्पासाहेब, जरा काम होतं. ’

‘ चला ना! ’ म्हणत आप्पासाहेब तात्यांना घेऊन आपल्या खोलीत गेले. खोलीत जाताच आप्पासाहेबांनी विचारलं,

‘ काय आहे, तात्या? ’

‘ आप्पासाहेब! मला आत्ता हेच समजलं की, गाव थोडं बिथरलं आहे. ’

‘ गाव? ’

‘ होय! तेव्हा रावबा अथवा तुम्ही वाडा सोडून बाहेर पडू नका. ’

आप्पासाहेब हसले व म्हणाले,

‘ तात्या, गाव माझा आहे. मी गावाला ओळखतो. ’

‘ ते पूर्वीचं गाव राहिलेलं नाही. लोकांच्या भावना चेतवल्या गेल्या आहेत. ’

‘ आणि म्हणून वाड्यात दडून बसू, म्हणता? ’

‘ काही दिवस तसं केलं नाही, तर तो अविचार ठरेल. ’

' आणि बजाबा? '

' तो बेळगावला गेला होता. बहुतेक त्यानं फिर्याद दाखल केली असावी. '

' माझ्याविरुद्ध? '

' नाही. रावबाविरुद्ध !'

' तेच ते. ' आप्पासाहेब संतापानं म्हणाले.

' मी उद्या काळूला निरोप पाठवितो. '

' कशाला? '

' चार दिवस सोबतीला माणसं राहू देत. '

' तात्या, काय बोलता? '

' स्पष्टच सांगायचं झालं, तर विठूचा तेरावा घालायच्या आधी रावबाचं बरं-वाईट करायचा चंग बांधला आहे गावानं, मग त्यासाठी ते वाड्यातही घुसतील. '

' आणि म्हणून बेरड बोलावू? गावाचे लोक मारायला? तात्या, विसरता तुम्ही. गावचा इनामदार आहे मी. मारेकरी नाही. ते माझ्या हातून केव्हाही व्हायचं नाही. येऊ देत लोक. पाहतो, कुणाची हिंमत आहे, ती! '

' मला माहीत होतं, तुम्ही ऐकणार नाही, ते. राहिलं. पण निदान खबरदारीनं तरी राहा. ऐका एवढं; निदान तेवढं वचन तरी द्या. '

' ठीक आहे, तात्या. मीहून कुठं जाणार नाही. '

घरबसल्या अनेक बातम्या तात्यांना समजत होत्या.

एके रात्री वाड्यावर दगड पडले. आप्पासाहेब पिंजऱ्यात कोंडलेल्या वाघाप्रमाणे संतापले होते. गावही बिथरलं होतं. केव्हा भडका उडेल, हे काही सांगता येत नव्हतं.

रात्रीची वेळ होती. तात्या नुकतेच जेवून बसले होते. काकी भांड्यांची आवराआवर करीत होती. त्याच वेळी पाठीमागच्या दारवर थाप पडली. तात्या म्हणाले,

' कोण? '

' मी. ' जयवंतचा आवाज आला.

' कोण, जया? ' म्हणत तात्यांनी दिवा उचलला आणि कडी काढली. ' का, रे, जया? '

' तात्या, वहिनी आलीय्. '

' इथं? '

त्याच वेळी उमा पुढे आली आणि तिनं उंबऱ्यावर पाऊल ठेवलं.

तात्या मागं सरकले.

उमा आत आली. आत येताच ती चटकन् वाकली आणि तिनं तात्यांचे पाय धरले.

तात्या गोंधळले. ते म्हणाले,

‘ मुली, तू! अशा वेळी? वेळीअवेळी माणसानं बाहेर पडू नये. सौभाग्यवती हो. ऊठ. ’

पण उमा उठली नाही. तिचे कढत अश्रू तात्यांच्या पायांवर पडले.

तात्यांनी पाय मागं घेतले आणि ते म्हणाले,

‘ अहो, पोरीला समजवा. उठवा. ’

काकी पुढं आली आणि तिनं उमेला बळंच उभं केलं. उमा काकीला बिलगली आणि हुंदके देऊ लागली. काकी तिच्या पाठीवर थोपवीत होती. पुटपुटत होती,

‘ गप, पोरी, गप...

तात्या सुन्नपणे हे सारं बघत होते.

‘ पोरी, रडू नको. काही सांगू नको. मी सारं समजलो. तू जा. एवढ्यात मी येतो वाड्यात. रावबाची काळजी करू नको. जोवर मी आहे, तोवर रावबाची काळजी तू मनातून काढून टाक. हा माझा शब्द आहे. जा, तू फार वेळ थांबू नको इथं. ’

उमेनं परत नमस्कार केला आणि ती वळली.

त्याच वेळी काकी म्हणाली,

‘ थांब, पोरी, कातरवेळी आलीस, कुंकू लावून जा.’ उमेच्या पाठीवरून हात फिरवीत ती म्हणाली. ‘ जा तू, पोरी. हे येतील एवढ्यात. ’

उमा गेली.

तात्या काकीला म्हणाले,

‘ एक-दोन लुगडी घे बांधून. अंगावरची शाल घे आणि तयारीत राहा. कुठं जायचं, हे विचारू नको. ’

तात्यांनी वाड्याचा दरवाजा ठोठावला. तात्यांची ओळख लागताच सिद्दानं दरवाजा उघडला. तात्या आत जाताच पुन्हा अडणा सरकवण्यात आला.

‘ गोविंदा कुठं आहे? ’

‘ आत हाईत, जी. ’

तात्या आत वळले. गोविंदा तात्यांचा आवाज ऐकून बाहेर आला.

‘ काय, तात्या? ’

‘ गोविंदा, मेण्याची माणसं गोळा करायला किती वेळ लागेल? ’

‘ येवढ्यात व्हतील गोळा. का? ’

‘ जास्ती प्रश्न विचारू नको. निवडक, विश्वासातली माणसं गोळा कर. अर्ध्या तासात सारं झालं पाहिजे. ’

‘ कुणाला बरं नाही? ’

' होय! मंडळींना बेळगावला घेऊन जाणार आहे. जा, कामाला लाग. '

' पन, सरकार...... '

' जा म्हटलं ना? ' म्हणत तात्या आत वळले.

तात्यांच्या पायांचा आवाज ऐकून आप्पासाहेबांनी हाक दिली,

' कोण ते? '

' मी; तात्या. '

आप्पासाहेब गडबडीनं सोनारसोप्यावर आले.

' काय आहे, तात्या? '

तात्या सहजपणे म्हणाले,

'काही नाही, रावबाला घेऊन जातो बेळगावला. '

' आत्ता? '

' हो. '

' कशातनं? '

' मेण्यातून. '

' तात्या... '

' आप्पासाहेब, काही बोलू नका. ही वेळ नव्हे. माझ्यावर विश्वास ठेवा. तुमच्या हाती नव्हता, एवढा रावबा माझ्या हाती सुरक्षित आहे. '

' पण, तात्या, ही जबाबदारी... '

' न पेलणाऱ्या जबाबदाऱ्या आजवर मी कधी घेतल्या नाहीत. जोवर तात्या जिवंत आहे, तोवर रावबा सुरक्षित आहे. '

' मला त्यात शंका नाही. मी पण येतो बरोबर. '

' नाही, मी एकटाच जाणार. तुम्हांला नेलं, तर संशय येईल. मी रावबाला बेळगावला पोहोचवून येतो. मग तुम्ही जा. घरात सून आहे. जया आहे. त्यांच्याकडं पाहा. '

आप्पासाहेब मटकन खाली कट्ट्यावर बसले. सद्गदित होऊन म्हणाले,

' तात्या, का एवढं करतोस माझ्यासाठी? मी कोण तुझा? '

' आप्पासाहेब, काही नाती जोडून जोडली जात नाहीत. कैक जन्मांचा तो ऋणानुबंध असतो. ह्या रेशमाच्या गाठी आहेत. सोडतो, म्हणून सुटत नाहीत.... आप्पासाहेब, आता बोलायला वेळ नाही. येतो मी. ' असं म्हणून तात्या रावबाच्या खोलीकडं वळले.

रावबा बसला होता. तात्यांना पाहताच तो उभा राहिला.

उमेकडं पाहत तात्या म्हणाले,

' मुली, रावबाला मी आता मेण्यातून बेळगावला घेऊन जातो. तू मराठ्याची पोर आहेस. काही रडारड होता उपयोगी नाही. तुझ्या कुंकवाची काळजी मी घेईन. मी

तुला वचन देतो. रावबा, तयार राहा. जिभेच्या दरवाज्याला मेणा येताच चटकन आत बस. वेळ लावू नको. मेण्यात तुझी काकी असेल. '

' मी मेण्यातून येणार नाही. '

खाडकन् तात्यांनी रावबाच्या मुस्काटात ठेवून दिली! शक्य तो स्वत:ला सावरीत ते म्हणाले,

' तुझं बोलणं ऐकायला मला सवड नाही. सांगितलं, तसं कर. नाहीतर जिवंत राहणार नाहीस! '

एवढं बोलून तात्या बाहेर पडले.

घरी येताच ते काकीला म्हणाले,

' एवढ्यात मेणा येईल. मेणा आला, की त्यात बसायचं. '

' मला कशाला मेणा? '

' वरात काढायची आहे. लग्नात निघाली नव्हती ना? ' स्वत:ला सावरीत तात्या म्हणाले, ' रावबा येणार आहे. '

काकी सारं उमजली.

गावावर रात्र चढत होती. चांदणं फाकलं होतं.

अचानक मागच्या दारी पावलं वाजली.

दारावर थाप पडली. दार उघडताच गोविंदा म्हणाला,

' तात्या, मेणा आला. '

' मग तू कशाला आलास? जा परत. '

गोविंदा गेला.

तात्या देवघरात गेले.

समई तेवत होती. गणपतीची पितळी मूर्ती त्या मंद प्रकाशात उजळली होती. जमिनीला डोकं टेकीत ते म्हणाले,

' गजानना, आता तुलाच माझी लाज! '

तात्यांनी डोळे टिपले आणि काकीसह ते बाहेर पडले.

भोई उभे होते. मेणा खाली ठेवला होता. काकी आत बसताच पडदे सारखे केले.

तात्या म्हणाले,

' जिभेच्या दाराला फक्त एकदाच मेणा खाली ठेवायचा आणि उचलायचा. गाव सोडीपर्यंत थांबायचं नाही, की पावलं कमी करायची नाहीत. '

मेणा उचलला गेला. तात्या पुढं चालत होते. साऱ्या गल्लीत शुकशुकाट होता. जिभेच्या दाराजवळ मेणा खाली ठेवला. पण जिभेचा दरवाजा उघडला नाही. तात्यांना घाम फुटला. ते अगदी अस्वस्थ झाले. पण दुसऱ्याच क्षणी दरवाजा

करकरला. रावबा बाहेर आला. झरझर पायऱ्या उतरून तो क्षणात मेण्यात बसला. जिभेचं दार लावलं गेलं. तात्यांनी निःश्वास सोडला. मेणा उचलला गेला.

मेणा गावातून जात होता. तात्या पुढं चालले होते. गावच्या वेशीत मेणा आला आणि एका भोयानं तात्यांना खुणावलं. तात्यांनी पाहिलं, तो पाणवठ्यावर पाचपंचवीस माणसं उभी होती. तात्या म्हणाले,

‘ चला. तुम्ही थांबू नका. ’

मेणा पाणवठ्यावर आला आणि मेण्याभोवती माणसांचा गराडा पडला. मेणा थांबला. तात्यांनी विचारलं,

‘ काय आहे? ’

बजाबा, रामू पुढं झाले. रामूच्या हातात फरशी होती. इतरांच्या हातात विळेकाठ्या दिसत होत्या. बजाबा म्हणाला,

‘ तात्या, कोन हाय मेन्यात? ’

‘ मंडळी. ’

‘ कोन? काकी? ’

‘ होय. ’

‘ कुठं चाललाय् मेना? ’

‘ बेळगावला. ’

‘ का? ’

‘ मंडळींना बरं नाही. छातीत कळ आहे. ’

‘ गाडी बरं नाही केला? ’ रामूनं विचारलं,

‘ गाडीचे हादरे सहन होणार नाहीत, म्हणून मेणा केला. ’

‘ तात्या, आम्हांला मेना बघायचा आहे. ’ म्हणत रामू पुढं झाला.

‘ रामू!’ तात्या ओरडले, ‘ दुसऱ्यांच्या बायका बघायची केव्हापासून सवय लागली तुम्हांला? ’

रामू मागं सरला. कुणालाच काय बोलावं, ते सुचत नव्हतं.

बजाबा गोंधळला. तो पुढं झाला.

‘ तात्या, खरंच काकी हाईत आत? ’

‘ नाहीतर कोण आहे? ’

मेण्यातून काकणांचा आवाज आला. पाठोपाठ काकींचं कण्हणं ऐकू आलं.

‘ बजाबा, झालं समाधान? ’ तात्या त्रासिकपणानं म्हणाले... ‘ चला, रे. ’

‘ थांबा, ’ बजाबा म्हणाला, ‘ तात्या, मेणा सोडतो, पन एका अटीवर... ’

‘ काय? ’

‘ शपथ करा जानवं हातात घेऊन की, मेन्यात फक्त काकीच हाईत, म्हनून. ’

तात्यांनी शांतपणानं जानवं बाहेर ओढलं. जानव्याची गाठ हाती धरून ते मोठ्यानं म्हणाले,

' देवाशपथ खरं सांगतो की, मेण्यात फक्त माझी पत्नी आहे. दुसरं कोणी नाही.. '

' जाऊ दे, रे, मेना! ' बजाबा म्हणाला.

' पन, बजाबा... ' रामजी म्हणाला.

' गप, रामू. मी तुझ्यापरीस तात्यांना ओळखतो. ते खोटं बोलायचे न्हाईत. जाऊ दे मेना... '

साऱ्यांनी वाट दिली. मेणा पाणवठ्यावरच्या पाण्यात शिरला. तात्यांनी चूळ भरली आणि पाणवठा ओलांडून ते थांबले. आकाशाकडं पाहून ते पुटपुटले,

' परमेश्वरा! क्षमा कर! आयुष्यात प्रथमच खोटं बोललो....

☙☙☙☙

१०

तात्या मळेकरणीच्या ओढ्याजवळ आले, तेव्हा सूर्य डोक्यावर आला होता. तात्यांचे पाय भरून आले होते. तरीही ते भराभर पावलं उचलण्याचा प्रयत्न करीत होते. अधूनमधून त्यांची नजर गावावरून फिरत होती. सारं गाव शांत होतं. कुठंच काही हालचाल दिसत नव्हती. नदीजवळचा उतार उतरून ते नदीकाठावर आले. पायांतला जोडा काठावर ठेवून ते नदीत उतरले. गुडघाभर पाण्यात जाऊन त्यांनी खळखळा दोन चुळा भरल्या. गार पाण्याच्या स्पर्शानं सारा शीण कुठच्या कुठं गेला. काही वेळ ते तसेच पाण्यात उभे राहिले. अचानक त्यांची नजर पेठेतून खाली उतरत असलेल्या दोन इसमांवर गेली. तात्यांनी बजाबा-रामूला तेव्हाच ओळखलं. ते काठावर आले. काठावर ठेवलेला जोडा घेऊन ते पुन्हा नदीत शिरले. अलीकडच्या काठावर येताच त्यांनी जोडा पायांत सरकवला आणि पंच्यानं तोंड पुशीत ते चालू लागले.

बजाबा आणि रामू खालीच येत होते. त्यांना चुकवणं शक्य नव्हतं. खाली मान घालून तात्या तसेच पुढं चालू लागले. बजाबा आणि रामू जवळ येताच तात्या थांबले. त्यांचं लक्ष बजाबाकडं गेलं. बजाबा पुरा ढासळला होता. त्याच्या डोळ्यांच्या खोबण्यांतून लुकलुकणारी बुबुळं त्याच्या एकंदर भकास चेहऱ्याची भयाणता अधिकच वाढवीत होती. पांढरे केस अस्ताव्यस्त वाढले होते. त्याच्याकडं पाहताच तात्यांना काय बोलावं, ते समजेना. पुन्हा एकवार त्यांनी बजाबाकडं पाहिलं आणि दुसऱ्याच क्षणी आपली मान खाली घालून ते उभे राहिले.

तोच रामू म्हणाला,

‘ तात्या... ’

तात्यांनी वर पाहिलं.

‘ तुमची मंडळी सुखरूप पोहोचली? ’

‘होय.’ तात्यांनी रामूकडं पाहत म्हटलं.

रामूच्या नजरेत तिरस्काराची छटा उमटून गेली. तो म्हणाला,

‘ तात्या, रावबा गावातून गेला, असं समजलं... ’

तात्या गप्प उभे राहिले.

‘ व्हय, तात्या... ’ बजाबा म्हणाला, ‘ असा शेळीसारखा पळून जाईल, असं वाटलं नव्हतं आमांस्नी! ’

‘ आनी शेळीला पळवणारा असला असंल, असं बी वाटलं न्हवतं! ’ तात्यांकडं पाहत रामूनं साथ दिली.

‘ रामू ...!’ तात्या ओरडले.

त्याच्या ओरडण्याकडं लक्ष न देता रामू बजाबाला म्हणाला,

‘ म्हाताऱ्या, लई इस्वास वाटत व्हता, न्हवं? ’

तात्यांना काही सुचत नव्हतं. ते आळीपाळीनं त्या दोघांकडे पाहत होते.

‘ तात्या, जानव्याची शपथ घेतलीस, नव्हं? ’ बजाबानं विचारलं.

‘ मग? ’ तात्या नकळत म्हणाले.

‘ न्हाई. आमास आत्ता समजलं, बामनंबी हातात जानवं घेऊन खोटी शपथ घेत्यात. ’

‘ रामू! ’ तात्यांचा आवाज चढला.

‘ तात्या... ’ बजाबा म्हणाला, ‘ आता तुमच्या वरडन्याला काय दम उरला न्हाई. आतं गाव अगोदरचं न्हाई. गावात इनामदाराचा मान आणि तुमचा मान सारखाच हाय. तात्या, वाटलं नव्हतं मला. येवढ्या दिसाचा विस्वास.... ’ बोलता-बोलता त्याचा गल भरून आला. ‘ खोटी शपथ घेतलीस तू.... ’ पण क्षणात तो स्वत:ला सावरून म्हणाला. ‘ पन, तात्या, रावबा असा वाचनार न्हाई! ’

तोच तिथं भैरू आला. भैरूनं एकवार तात्यांना आपादमस्तक न्याहाळलं आणि तात्यांच्या नजरेला नजर देत तो म्हणाला,

‘ काय, तात्या.. ’

तात्यांना ते सारं असह्य झालं होतं.

‘ काय मिळलं? ’

‘ कसलं? ’ तात्या न समजून म्हणाले.

‘ बक्षीस! ’ भैरू म्हणाला.

‘ बक्षीस? ’

‘ तर काय फुकाट कोन कुनाचं काम करतंय् व्हय? इनामदारानं दिलं असंल

की हजार पाचशे... एवढा पोरगा वाचवलासा जिवानं रान करून. हातात जानवं धरून गावाम्होरं खरं बोललासा न्हवं? '

' भैरू! ' तात्या आवेगानं बोलले. आणि किंचित थांबून ते म्हणाले, ' रावबाला मी का बाहेर काढलं, हे तुम्हांला आज नाही समजायचं- '

' समजंल की... ' बजाबा म्हणाला.

' व्हय! ' रामू म्हणाला, ' ज्या येळेस इनामदार तुमच्या घराचा बंगला करंल, त्या येळेस आमी सगळ्यांना सांगू पायजे तर... '

' माझ्या घराचा बंगला करायचा असला, तर काय मला जड नाही, रामू ! तो इनामदारांनीच बांधून दिला पाहिजे, असं नाही. रावबाला वाचवून, तुम्हांला फसवून बंगल्यात राहण्यापेक्षा एक झोपडी मी पसंत करीन.... इनामदार काही माझे कोण बांधले नाहीत अथवा मी त्यांचा बांधला नाही. आजवर सचोटीनं वागलो, दुसऱ्याचं बरं व्हावं, म्हणून जगलो, ते ह्या म्हातारपणी कुणाची गुलामगिरी पाळण्यासाठी नव्हे.. '

' येवढा आमचा पुळका तुमास व्हता, तर का दडवलास रावबास? '

' तुमच्यासाठी! '

' आमच्यासाठी? '

' होय! केवळ तुमच्यासाठी! '

' तर तर! ' बजाबाचा खोल गेलेल्या डोळ्यांतून द्वेषाची छटा उमटून गेली.

' जेच्यावर आम्ही टपलो होतो, तेला दडवून कल्यान केलं, म्हना की. '

' बजाबा! जरा विचार करा. रावबा तुमच्या हाती आला असता, तर तुम्ही काय केलं असतं? '

' हेच की! ' बजाबा आपली मुंडी हालवून म्हणाला, ' ह्या म्हाताऱ्याच्या हाडांत अजून जीव आहे, हे दाखविलं असतं; नुसत्या हातानं फाडला असता त्याला. '

' हो. ' तात्या शांतपणे म्हणाले, ' तेच म्हणतोय् मी. तसं केलं असतंस, तर साऱ्या गावाला फास लागला असता. रावबाचा मुडदा पडला असता, तर सारं गाव गुंतलं असतं. '

' मग गुंतना व्हतं! ' रामू पचकन थुंकत म्हणाला.

' बोलायला सोपं असतंय्. तू होतासच तेव्हा. तुझ्या चार काठ्या पडल्या असत्या आणि फौजदारानं चौकशीला तुझी चामडी लोळवायला सुरुवात केली असती, तर तुझ्या आईला काय वाटलं असतं? काय केलं असतं तिनं? तू काय केलं असतंस? रावबानं तुझं काय वाकडं केलं? '

' गाव बिघडवलं त्यानं. एका घराचा विस्कोट केला. '

' तू सांगतोस मला?' तात्या त्याच्या डोळ्याला डोल देत म्हणाले,

‘ झिरगीच्या वगळाला कशासाठी चपलाचा मार खाल्लास तू? तेव्हा तुझा खून पडला असता, तर! ’

रामू चपापला.

तात्या म्हणाले,

‘ अरे, चुका सगळ्यांच्या हातनं होतात. नाही कुणाच्या हातून होत? म्हणून डोक्यात राख घालून चुका वाढवू नयेत. माणसानं.’

बजाबा म्हणाला,

‘ तात्या, माझं पोर मेलं, ते बरं झालं, म्हना की..... ’

‘ तसं कसं म्हणेन, बजाबा? ’ तात्यांचे डोळे एकदम पाणावले. ‘ तसं म्हणेन, तर नरकात पडेन मी. पण, बजाबा, मी विचारतो, राबवाच्या हातात घोडं नसतं, जर विठूनं फरशी चालविली असती आणि रावबा मेला असता, तर चाललं असतं तुला? ’

बजाबा घोटाळला. तो म्हणाला,

‘ ते सरकारांनी पोटात घातलं असतं! ’

‘ कोण म्हणतं? पण जर तसं घडलंच असतं, तर तुला वाचवायला मी आलो असतो. खऱ्या न्यायाचा निवाडा परमेश्वर करील. माणसाच्या न्यायासाठी कोर्टं आहेत. फार तर तिकडं धाव घ्यावी. पण माणसानं आपल्या हातांत कायदा घेतला, तर माणसंही दोषी ठरतात आणि देवाच्या दरबारातही खरं ठरेलच, हेही सांगता येत नाही. ’

‘ तेच ठरवलंय् आमी. ’ बजाबा म्हणाला.

‘ काय? ’

‘ कोर्टात जानार आमी. उंद्या फौजदार येईल. ’

‘ येऊ दे! पण, बजाबा, मी तुला एवढंच सांगतो की, आप्पासाहेब ह्यात नाहीत. रावबाच्या हातून काही घडलंच असलं, तर ते नकळत घडलं. एक ना एक दिवस पटेल तुला. ’

तात्यांनी एकवार सर्वांवरून नजर फिरवली आणि ते गडबडीनं म्हणाले,

‘चला. अजून माझी संध्या व्हायचीय्! ’

आणि एवढं बोलून तात्या चालू लागले. पेठ ओलांडेपर्यंत त्यांनी एकदाही मागं वळून बघितलं नाही. वळणावरून वळताच ते झपझप पावल उचलू लागले.

त्यांनी घराचा दरवाजा उघडला आणि ते आत शिरले. उगाचच त्यांनी इकडं तिकडं पाहिलं. त्यांचे डोकं सुन्न झालं होतं. काय करावं, ते सुचत नव्हतं. प्रवासाचा सारा शीण असूनही त्यांना बसावंसं वाटलं नव्हतं. ते तसेच माघारी

वळले. दरवाजा ओढून घेतला आणि वाड्याच्या रोखानं चालू लागले.

मोठ्या दरवाज्यातून आत येताच त्यांनी आजूबाजूला नजर फेकली. सारा वाडा सामसूम होता. कशाचा काही आवाज होत नव्हता. तात्यांनी हाक मारली,

' सिद्दा! '

पागेत झोपलेला सिद्दा गडबडून उठला आणि ' जी. ' म्हणत डोक्यावरचा रुमाल सावरीत धावला. तात्यांना पाहताच तो गोंधळला. स्वत:ला सावरीत तो म्हणाला,

' तात्या, कवा आलासा? '

' आत्ताच! '

जवळ येत हळुवार आवाजात तो म्हणाला,

' सरकार सुखरूप पोचलं? '

' होय! आप्पासाहेब कुठं आहेत? '

' हाईत की... '

' कुठं? '

' बगतो... ' म्हणत सिद्दा आत शिरला.

त्याच्या पाठोपाठ तात्या आत शिरले.

सदरेत येताच तात्यांनी पाहिलं. आप्पासाहेब लोडाला टेकून पडले होते. त्यांनी तात्यांकडं पाहिलं, तात्यांनी सिद्दाला डोळ्यांनीच खूण केली. सिद्दा हळुवार पावलांनी मागं सरला. तात्यांनी एकवार आप्पासाहेबांच्याकडं पाहिलं, आणि तेही वळले. दोन पावलं जातात, न जातात, तोच आप्पासाहेबांनी दचकून डोळे उघडले.

' कोण ते? '

तात्यांना बघताच आप्पासाहेब सरळ बसत म्हणाले,

' कोण? तात्या? '

तात्या आत गेले.

' बसा, तात्या. '

तात्या आप्पासाहेबांच्याजवळ बसले.

क्षणभर कोणी काही बोललं नाही.

ती शांतता असह्य होऊन तात्या म्हणाले,

' जया कुठं आहे? '

' असेल आत. '

' हं! '

पुन्हा कोणी काही बोललं नाही. बराच वेळ गेला.

आप्पासाहेब डोळे मिटून स्वस्थ पडले होते. तात्या म्हणाले,

‘ आप्पासाहेब, रावबा सुखरूप पोहोचला. ’

‘ बरं झालं! त्याची मला चिंता नव्हती...’ आप्पासाहेब सुस्कारा सोडून म्हणाले.

‘ आप्पासाहेब, आता स्वस्थ बसून चालायचं नाही. ’

आप्पासाहेबांनी किलकिल्या डोळ्यांनी तात्यांच्याकडं पाहिलं आणि पुन्हा डोळे मिटून घेत ते म्हणाले,

‘ मग काय करू, तात्या? ’

‘ आता नदीवर बजाबा आणि रामू भेटले मला. ’

‘ हं! ’

‘ पोलिसात केस दाखल केली, म्हणे. ’

‘ करू दे! ’

‘ करू दे? ’ तात्यांनी एकदम विचारलं.

‘ मग काय करू, तात्या? जे होईल, ते उघड्या डोळ्यांनी बघायचं. माझ्या नशिबी असेल, तर ते कसं चुकणार? ह्यापेक्षा माझे डोळे मिटले असते, तरी फार बरं झालं असतं. ’

आप्पासाहेबांचा गल दाटून आला. त्यांना बोलवेना. काही क्षण ते तसेच बसून राहिले. ते म्हणाले,

‘ तात्या, आज बारा वर्षं झाली. ही गेली, मी दुसरं लग्न केलं नाही, ते ह्या पोरांच्यासाठी. तळहाताच्या फोडासारखी ही पोरं जपली. लहानाची मोठी केली. हा रावबा ... त्याचे कोणतेही लाड मी पुरवायचे ठेवले नाहीत. हा घराण्याचा मालक, म्हणून मी सुद्धा त्याला मान देत आलो. मी दिला, म्हणजे लोक देतील! पण साऱ्यावर पाणी पडलं. तात्या, आजवर हे घराणं कलंकाच्या सावलीशेजारीदेखील फिरकलं नव्हतं. मानाच्या उन्हात नुसतं झगमगत होतं. वाडवडिलांचे आत्मे ह्या घरात हसत, खेळत वावरत होते. म्हणून घरात आनंद होता. आता बघा, मसणवटीची शांतता पसरलीय् घरावर. त्या पूर्वजांचं भाग्य घरावर होतं. ज्यांचा वावर होता, ते कंटाळले. ते भाग्य संपलं आता. ’

‘ पण, आप्पासाहेब.... ’

‘ नाही, तात्या, नाही.... ते तुम्हांला समजायचं नाही. मला जनाची किंमत नाही, ते कितीही बोंबलले, तरीही मी खचणार नाही. मला भीती वाटते, ती पूर्वजांची, त्यांना मी कोणत्या तोंडानं सांगू की, माझा मुलगा खुनी आहे!साऱ्या घराण्याला बट्टा लावणारा कलंकी पोरगा तू निपजू तरी का दिलास? त्याच्या अनेक गोष्टी समजून देखील तू त्याला छेडलं का नाहीस? तू तुझ्या हातानं त्याच्या गळ्याला नख का लावलं नाही? तात्या, ह्या प्रश्नांना मी तोंड वर करून कसं उत्तर देऊ? कोणत्या तोंडानं त्यांच्यासमोर जाऊन उभा राहू?..... ही कुळी चालवणारा

पोरगा कुळी चालवण्यास अपात्र आहे, असं अनेक वेळा त्यांनी माणसांच्या तोंडून वदवलं, तरीही मी त्याकडं दुर्लक्ष केलं. तात्या, तू देखील मला अनेक वेळा जागवलंस. लक्ष्मीच्या देवळातून येऊन तू मला म्हणाला होतास... 'घराणं धुळीस मिळेल.' पण मी त्याला तेवढी किंमत दिली नाही. मला वाटलं, पोरगा तरुण आहे. इनामदाराचा आहे. येईल ताळ्यावर. पण आता समजून काय उपयोग? फार वेळ झाला. तात्या, आता मला हे सारं समजतं, पण वेळ गेली...! '

आप्पासाहेबांनी डोळे टिपले. नकळत आप्पासाहेब तात्यांचा उल्लेख एकेरी नावानं करीत होते. तात्या त्यानं भारावले गेले. ते आप्पासाहेबांच्या जवळ सरकले, आणि आवेगानं आप्पासाहेबांचा हात धरून ते म्हणाले,

' अशा संकटाच्या वेळी धीर खचू न देणं हेच शहाणपणाचं. आप्पासाहेब, पूर्वजांची पुण्याई म्हणता, ती अजून संपली नाही... घराण्याचा निष्कलंक वंश असाच पुढं चालविणारा पुरुष खुनी नाही, हे सिद्ध करण्यासाठी तुम्ही पाय घट्ट केले पाहिजेत. ते डळमळता उपयोगी नाहीत..... तुम्हांला कसं सांगू की, रावबा निर्दोष आहे, म्हणून? कुठला पुरावा असा त्याला कायद्यातनं धरणार आहे? कुठल्या पुराव्यानं तुम्ही रावबाकडं बोट दाखवता? '

आपल्या छातीवर हात मारीत आप्पासाहेब म्हणाले,

' तात्या, पुरावा इथं असतो. कोर्टातल्या पुराव्याला दाबून टाकाल. पण इथल्या पुराव्याला कसं दाबणार?.....' आप्पासाहेब कावरेबावरे झाले. भिंतीवरच्या तसबिरीकडे पाहत म्हणाले, ' तात्या, आता उगाच मला धीर देण्याचा प्रयत्न करू नका. जे काय व्हायचं, ते सारं मी समजलो आहे. जे होणार आहे, ते सारं ठरलेलं आहे..... तुम्हांला मनातून वाटतं, पण मला ते पटून चुकलं आहे.... पूर्वजांचंही तेच मत आहे. आज ह्या घराण्याची प्रतिष्ठा संपली. घराण्यावर कलंकानं कालेखी धरली.....तात्या, रात्री आबा आले होते स्वप्नात. त्यांचे डोळे अजूनही माझ्या नजरेसमोरून हालत नाहीत, अजूनही ते माझ्याकडं रोखानं पाहत आहेत... पुऱ्या आयुष्यात मी कधी आबांच्या डोळ्यातं पाणी बघितलं नव्हतं..... त्यांचा असा कठोर चेहरा उभ्या आयुष्यात झाला नव्हता. पण म्हातारपणी ते पाहण्याचं दुर्दैव माझ्या नशिबी आलं.... '

आप्पासाहेब मुसमुसून रडू लागले.

' काय हे, आप्पासाहेब? असं तुम्ही केलंत, तर त्या पोरांनी काय करावं? मनीचे विचार स्वप्नात येतात. तुम्ही जे स्वप्नच उराशी धरून बसलात आणि जर का खरंच ह्या घराण्यावर कलंकाचा शिंतोडा उडाला, तर, आप्पासाहेब, त्याची निम्मी जबाबदारी तुमची राहील. मी म्हणतो, कलंक लागला नाही कुणाला? जे चंद्राला करता आलं नाही, जे इंद्राला जमलं नाही, जे युधिष्ठिराला

शक्य झालं नाही, तेच रावबाच्या हातून घडलं, म्हणून त्याला तरी दोष कसा द्यावा? विचारायचंच झालं, तर तुमचे पूर्वज हेच विचारतील की, घराण्यावरचा कलंक धुऊन काढण्यासाठी तू काय केलंस? त्या वेळी सांगाल? ' आप्पासाहेबांच्या डोळ्याला डोल भिडवीत तात्या म्हणाले, ' --- हेच ना, की मी भेकडासारखा दूर पळालो, म्हणून? बोला! '

आप्पासाहेब काही बोलले नाहीत.

तात्या म्हणाले,

' असं गप्प बसू देणार नाही मी तुम्हांला. आप्पासाहेब. हा कलंक धुऊन काढला नाहीत, तर ह्या पूर्वजांच्या भीतीनं सुखानं मरायला देखील यायचं नाही तुम्हांला. मेलो, तर त्यांच्यासमोर कोणत्या तोंडानं जायचं, हे भेडसावील तुम्हांला... विसरता, आप्पा! गावात जरी एक घोडं असलं, तरी दुनियेत लाख घोडी आहेत. मनोळीच्या इनामदाराचं आहे. काट्यानीच्या पाटलाचं आहे. गावात खून झाला, तो घोड्याच्या टाचेखाली झाला... आणि गावात एकच घोडं आहे, म्हणून काही तो त्याच्या मालकानं केला, अशातला भाग नाही... ते सिद्ध करायला प्रत्यक्ष ब्रह्मदेव यायला हवा! तबेल्यात गेलेल्या लोकांचा पुरावा काढला, तर तेही सांगतील की, घोड्याच्या टाचा रक्तानं माखल्या नव्हत्या. एवढंच काय. पण त्यावर साधा रक्ताचा शिंतोडा देखील उडाला नव्हता...... हे सगळ्या लोकांनी जरी सांगितलं आणि त्यावर जरी सरकारचा विश्वास बसला नाही, तरी बजाबाकडं बोट दाखवून विचारता येईल! बजाबा काही दुसरं तिसरं सांगणार नाही.. तोही तेच सांगेल.. जे लोकांनी सांगितलं, तेच.'

तात्या आवेशानं बोलत होते. आप्पासाहेब भारावून ऐकत होते. त्यांना काही कळेनासं झालं होतं.

तोच गोविंदा तिथं हिशेबाच्या वह्या घेऊन आला. पुढं होऊन त्यानं हिशेबाच्या वह्या आप्पासाहेबांच्या समोर ठेवल्या आणि तो उभा राहिला.

तात्या, उठले आणि म्हणाले,

' येतो मी, अजून अंघोळ नाही..... आणि एक विसरलो, आप्पासाहेब..... रावबा तिथं एकटा आहे. धीर देणारं त्याला तिथं कुणीच नाही. तेव्हा.... '

' पण, तात्या, ते कसं शक्य आहे? कोण जाणार तिथं? जावं, तर मीच.... पण वाड्यात आता कोण आहे? एकटी पोर आणि जयवंत... '

' त्याची काळजी करू नका, आप्पासाहेब! मी आहे.... पोरीची काकी आहे.... झोपायलाच येत जाऊ आम्ही इकडं... उद्या चला तुम्ही. ' तात्या बाहेर पडले.

ते गेलेल्या दरवाज्याकडं बराच वेळ आप्पासाहेब भारावलेल्या नजरेनं पाहत राहिले.

जेव्हा ते भानावर आले, तेव्हा त्यांनी समोर उभ्या असलेल्या गोविंदाकडं पाहिलं आणि पुढ्यातल्या हिशेबाच्या वह्या ओढल्या आणि गोविंदाला म्हणाले,

‘ बसा, गोविंदराव. ’

गोविंदा बसला.

आप्पासाहेबांनी विचारलं,

‘ गोविंदराव, किती आहे शिल्लक? ’

‘ हजार... सव्वा हजार असेल ना! ’

‘ बस्स? ’

‘ जी! सिद्दा आज आठवडाभर फिरतो आहे सारखा, पण कोणी यायलाही तयार नाहीत इकडं. जमिनी देऊन उपकार केलेत ना त्यांच्यावर? माजोरी लेकाचे! ’

‘ ते असू दे! आता काय करणार, बोला! ’

‘ काय, जी, आता काय करणार ह्या वेळी? ’

‘ तुम्ही आजच्या आज दड्डीला जा. ’

‘ जी! ’

‘ सावकाराला माझा निरोप सांगा. पण लक्षात ठेवा. जमिनी विकायच्या नाहीत. वरच्या वाटीच गहाणपत्र लिहून द्या आणि आजच्या आज दीड-दोन हजार रुपये आणा. ’

‘ जी. ’

गोविंदा तिथंच घुटमळला.

आप्पासाहेबांनी त्याच्याकडं पाहिलं.

‘ वह्या राहू देत, जी? ’

‘ कशाला? गोल करा आणि ठेवा कपाटात. ’

‘ जी. ’

संध्याकाली सिद्दा घाबराघुबरा होऊन वाड्यात शिरला.

कचेरीत गोविंदा बसला होता. खिडकीजवळ जाऊन सिद्दानं त्याला हाक मारली,

‘ गोविंदा! ’

‘ काय, रे? ’ म्हणत गोविंदानं मान वर केली.

‘ जरा भाहीर ये. ’

‘ कशाला? ’

गोविंदानं त्याच्या चेहऱ्याकडं एकवार पाहिलं आणि तो तसाच बाहेर आला.

‘ काय, रे? ’

' पोलिस-! '

' पोलिस? '

' व्हय. '

' कुठं? '

' येऊ लागल्यात! '

' कुणीकडं ? '

' हिकडंच. '

' पळ... ' गोविंदा एकदम म्हणाला.

सिद्दा गोविंदाच्या तोंडाकडं पाहत राहिला. ते पाहताच तो खेकसला,

' अरे, जा म्हणतो, नव्हे? '

' कुठं? '

' तात्यांना बोलावून आण, जा. '

सिद्दा जाताच गोविंदा गडबडीनं आत गेला.

आप्पासाहेबांची खोली बंद होती. आतून पोथी वाचल्याचा अस्पष्ट आवाज बाहेर येत होता. गोविंदानं घाबरत-घाबरत दरवाजा आत लोटला आणि हाक मारली...

' सरकार! '

आप्पासाहेबांचं वाचन थांबलं. त्यांनी वर मान करून विचारलं,

' कोण? '

' मी, जी. '

' काय? '

' जी. '

' काय पाहिजे? '

' सरकार.... '

' अरे, बोल की. '

' पोलिस! '

' पोलिस?, आप्पासाहेब दचकून एकदम उठले.

' कुठं आहेत? '

' आता सिद्दा सांगत आला. '

' कुठं आहे तो? '

' तात्यांना बोलवायला गेलाय्. '

' हं! ' म्हणत आप्पासाहेब उठले.

गोविंदा तिथंच घुटमळत उभा राहिला.

आप्पासाहेब अस्वस्थ चित्तानं बाहेर आले.

जेव्हा ते सदरेत आले, तेव्हा तात्या आत शिरले. आप्पासाहेबांनी विचारलं,

' तात्या, कसं आता? '

' बघायचं! '

तोच सिद्दा वर्दी घेऊन आला,

' फौजदारसाहेब भाहीर उभे हाईत. '

तात्या आणि आप्पा बाहेर गेले.

फौजदारांना पाहताच आप्पासाहेब म्हणाले,

' या, फौजदारसाहेब. '

रंगराव पाटील संकोचानं उभे होते. त्यांनी बिचकत मुजरा केला.

आप्पासाहेब म्हणाले,

' पाटील, लाजू नका. तुमचा काही दोष नाही, चला आत. '

तात्यांनी फौजदारांना नमस्कार केला. सारेजण आत गेले. सदरेवर येताच आप्पांनी बैठकीकडं बोट दाखवून म्हटलं,

' बसा. '

फौजदार बसले. क्षणभर थांबून फौजदारांनी येण्याचं कारण थोडक्यात सांगितलं, त्यासरशी आप्पासाहेब उसळले.

' माझ्या रावबानं खून केला? '

' तसं म्हणत नाही मी, इनामदार. ' फौजदार म्हणाले, ' बजाबानं संशयितांच्या यादीत त्यांचं नाव घेतलं आहे. आमचं कर्तव्य आम्हांला केलं पाहिजे. एवढ्या दिवसांची ओळख आपली. मी येणार नव्हतो, पण खरं काय आहे, हे पाहावं, म्हणून मी आलो. जमलं, तर काही मदत करावी, असा माझा हेतू होता. '

' मग? '

' आणि बजाबानं असंही सांगितलं आहे, की खून करून रावबा फरारी आहे ....'

' फरारी? '

' होय. '

' माझा रावबा म्हणजे काय तुम्हांला भेकड वाटला, होय? दोन दिवस पाव्हण्याकडं गेला, म्हणजे काय फरारी होतो, होय? '

' हे पाहा, फौजदारसाहेब. ' तात्या म्हणाले, ' कर्तव्य तुम्हांला करायलाच हवं. तुम्ही चला बेळगावला. आम्ही हजर करतो रावबाला उद्या. '

' ठीक... तेच बरं. '

बराच वेळ फौजदार, तात्या आणि आप्पासाहेब बोलत होते.

दुसऱ्या दिवशी फौजदाराबरोबर आप्पासाहेबांनी जायचं ठरवलं....

तात्या उठत म्हणाले,

' येतो मी. '

फौजदारांना नमस्कार करून तात्या बाहेर पडले.

आप्पासाहेब उठले आणि आत गेले. सोनारसोप्यावर येताच त्यांनी सारजाला हाक मारली.

' जी. ' म्हणत सारजा आली.

ती येताच आप्पासाहेब म्हणाले,

' सूनबाई कुठं आहे? '

' देवघरात! '

' ठीक आहे. तिला म्हणावं, मी उद्या बेळगावला जातो. '

तोच उमा देवघरातून बाहेर आली. डोकीवरचा पदर सावरीत ती पुढं आली आणि आप्पासाहेबांच्या पाया पडली.

आप्पासाहेब म्हणाले,

' मी उद्या बेळगावला जातो. इथं तात्या, काकी आहेत. ती येतील. मी पण एक-दोन दिवसांआड येत जाईन. का तू येणार बेळगावला? '

' घरी कोणी नाही! देव! हे सारं..... '

' तेही खरंच, पोरी, पण माझ्यावर विश्वास टाकून निर्धास्त राहा. तुझ्यासाठी एवढंही गालबोट मी रावबाला लागू देणार नाही. आजवर मी कुणाचं वाईट केलं नाही. परमेश्वर माझ्या उतारवयात मला टाकणार नाही. पूस ते डोळे. '

उमेनं डोळे पुसले. आप्पासाहेब माघारी वळले.

दुसऱ्या दिवशी आप्पासाहेब बेळगावला निघून गेले. वाड्यात फक्त जयवंत आणि उमाच राहिली. काकींचा मुक्काम वाड्यातच पडला. जेवणासाठी फक्त ती घरी जाई. तात्या परगावी जायचं कटाक्षानं टाळू लागले. गेलेच, तरी दिवसा. रावबा जामिनावर सुटल्याची बातमी तात्यांना समजली. एक वेळ बेळगावला जाऊन यावं, असं तात्यांना वाटत होतं. पण ते जाऊ शकत नव्हते. कोर्टात मुदत पडली होती. आप्पासाहेबांनी वकील दिला होता. सारं काही सुरळीत चाललं असल्याचं आप्पासाहेबांनी कळवलं होतं.

एक दिवस जयवंत अचानक जागा झाला. त्यानं आजूबाजूला पाहिलं. खोलीत सारा गडद कालेख पसरला होता. त्याच्या नजरेसमोरून अजून ते स्वप्न हालत नव्हतं. तो तसाच उठला. त्याचं अंग शहारलं होतं. तो तसाच थरथरत उठून उभा राहिला आणि त्यानं हाक मारली,

' वैनीऽऽऽ! '

तरीही उमेचा आवाज कुठंच आला नाही. तो हळुवार पावलांनी चाचपडत-चाचपडत कोपऱ्यात गेला. त्याच्या सर्वांगाला घाम फुटला होता.

' वैनीऽऽऽ! '

तो आवाज ऐकताच बाहेरच्या सोप्यात झोपलेले तात्या दचकून जागे झाले, आणि गडबडीनं उठले.

' जया! ' त्यांनी हाक मारली.

जयवंत बाहेर गेला, तोच तिथं सारजा आली. सारजेकडं पाहत जयवंतनं विचारलं,

' वैनी कुठं आहे? '

' देवघरात. '

जयवंत धावत देवघराकडं गेला.

देवासमोर समई तेवत होती. तिच्या मंद प्रकाशात उमा डोळे मिटून हात जोडून बसली होती. जयवंतनं क्षणभर पाहिलं आणि तो दुसऱ्याच क्षणी ओरडला,

' वैनीऽऽ '

उमेनं पाठीमागं वळून पाहिलं. जयवंतला पाहताच ती गडबडीनं उठली आणि म्हणाली,

' भाऊजी, तुम्ही? '

जयवंत काही बोलला नाही. एकदम त्यानं उमेच्या कमरेला विळखा घातला.

' एवढ्या लवकर उठलात? '

' वैनी, मला स्वप्न पडलं! '

' स्वप्न? कसलं? ' उमेनं त्याच्या पाठीवरून हात फिरवीत विचारलं.

' तो सदरेवर आजोबांचा फोटो आहे, की नाही? '

' हं. '

' ते तलवार घेऊन आले होते. '

' मग? ' उमेच्या अंगावर शहारे आले.

' त्यांनी ती आबांना मारली. आबांच्या छातीवर रक्त गळत होतं. '

उमेनं जयवंतला एकदम आपल्या बाहुपाशात घेतलं. हुंदका दिला.

उंबरठ्याबाहेर हे सारं सारजा आणि तात्या ऐकत उभी होती. सारजा चटकन पुढं झाली आणि तिनं उमेच्या हाताला धरलं. जयवंतला बाहेर सारून तिनं उमेला बाहेर आणलं.

जयवंतला काही कळेनासं झालं होतं. तो कावराबावरा होऊन हे सारं पाहत होता. तात्या त्याला म्हणाले,

' जया, तुला रक्त दिसलं? '

‘ होय! ’ जयवंत म्हणाला.

‘ छान! ’ उमेकडं पाहत तात्या म्हणाले, ‘ काही काळजी करू नको, मुली! सारं काही व्यवस्थित होईल. स्वप्नात रक्त दिसणं फार चांगलं लक्षण आहे..... पाणी दिसणं...... कुणी तरी मोठ्यानं हसणं ह्या गोष्टी वाईट आहेत.... जा, झोपव जा जयवंतला. ’

उमा जयवंतला खोलीत घेऊन गेली. तिनं जयवंतच्या अंगावर पांघरूण घातलं.

जयवंत म्हणाला,

‘ वैनी, तू पण झोप...... मला भीती वाटते. ’

उमा तिथंच कलंडली आणि जयवंतच्या केसांवरून हात फिरवू लागली. थोड्याच वेळात जयवंत झोपी गेला.

उमा हळुवारपणे उठली आणि बाहेर पडली. देवघरात जाताच तिनं समईची वात मोठी केली. तिनं हात जोडले. समोरच्या लक्ष्मीच्या मूर्तीकडं ती एकटक पाहत होती आणि पाहत असता समईच्या त्या अंधूक प्रकाशात तिच्या डोळ्यांतील अश्रू चमकत होते.....

तात्यांनी नुकतंच स्नान आटोपलं होतं आणि ते देवघरात जाणार, तोच गोविंद गडबडीनं आला. त्याच्या मुद्रेकडं पाहत तात्यांनी विचारलं,

‘ काय, गोविंदा? ’

‘ बेळगावास्नं सरकारांनी चिठी दिलीय्. ’

‘ कुठं आहे? ’

हातातली चिठी तात्यांना देत तो म्हणाला,

‘ बाहेर तो माणूस थांबलाय्. त्याला मी काय सांगू? ’

‘ थांब, म्हणावं, जेवून जा. ’

‘ बरं. ’ म्हणत गोविंदा वळला.

तात्यांनी चिठी उलगडली आणि वाचली.

‘ .... चिठी पोचताच निघून या. फार अडचणीत सापडलो आहे. वेळ लावू नका.. परवा दिवशी मुदत आहे. ’

त्या मजकुरानं तात्या गोंधलत पडळे. त्यांना काहीच अर्थबोध होईना. ते तसेच बाहेर गेले आणि चिठी घेऊन आलेल्या माणसास त्यांनी विचारलं,

‘ काय म्हणाले सरकार? ’

‘ येवढी चिठी दे आणि तुमांस्नी बलावून घेऊन ये, म्हनून सांगिटल्यानीत. ’

‘ ठीक. थांब तू. एवढ्यात निघू या. ’ तात्या घरी गेले आणि काकीला म्हणाले, ‘ मी बेळगावला जाऊन येतो. ’

' जेवण करून जाणार, नव्हे? '

' हो. पण लवकर आटपा. '

ते तसेच वाड्याकडं वळले. वाड्यात येताच त्यांनी जयवंतला हाक मारली.

' जया... '

जयवंत पळत आला.

' सूनबाईला म्हणावं, मी बेळगावला जाऊन येतो. '

जयवंत आत पळाला.

तात्या सोनारसोप्यावर उभे राहिले.

थोड्याच वेळात जयवंत आला.

' काय म्हणाली सूनबाई? '

' वैनी, इकडंच येते, म्हणाली. '

तोच उमा आली. तिनं तात्यांना नमस्कार केला. तात्या म्हणाले,

' अखंड सौभाग्यवती भव. मुली, आताच तुझ्या सासऱ्याचं पत्र आलंय्. मला त्यांनी बोलावलंय्. जाऊन येतो मी. '

' काय लिहिलंय् पत्रात? '

तात्यांनी ते पत्र उमेच्या हातात दिलं व म्हणाले,

' बहुतेक पैशांचीच अडचण असावी. '

तात्या बेळगावला पोहोचले, तेव्हा दिवस मावळला होता. ते झपाझप चालत होते, मागोमाग चालणाऱ्या त्या माणसाची धावपळ चालली होती. मधेच तात्या वळून मागं पाहत. तो इसम मागं राहिला, हे त्यांच्या लक्षात येई, तोच तो धावत येऊन तात्यांनी गाठी आणि तात्या पुन्हा झपाट्यानं चालू लागत.

बंगल्यात येताच तात्यांनी आप्पासाहेबांना निरोप पाठवला. आप्पासाहेब बाहेर आले. तात्यांना पाहताच आप्पासाहेब हसण्याचा प्रयत्न करीत म्हणाले,

' या, तात्या. '

आप्पासाहेबांच्या पाठोपाठ तात्या आत गेले.

' रावबा कुठं आहे? '

' आहे आत. '

' बरं आहे ना सगळं? '

' आहे, तात्या! ' दीर्घ उसासा सोडून आप्पासाहेब म्हणाले.

त्यांच्या त्या वाक्यानं तात्यांचं अंग शहारलं.

आप्पासाहेब बैठकीकडं बोट दाखवीत म्हणाले,

' बसा. '

तात्या बसले. त्यांना काय बोलावं, तेच समजत नव्हतं.

' परवा मुदत आहे? '

' हो! '

' वकील काय म्हणाले? '

' म्हणाले पुष्कळ! '

' म्हणजे? '

' तात्या, वकील सुद्धा घाबरून गेलेत. ते म्हणतात. आजवर कधी केस हरले नाही. पण ही केस काही वेगळीच आहे. '

' म्हणजे आहे तरी काय हे? '

' फार मोठा धोका आहे, तात्या. आणि तो सारा मल्हारीनं निर्माण केला आहे. '

' कोण मल्हारी? '

' आपल्या गावड्याचा. '

' म्हणजे? '

' सीमोल्लंघनादिवशी, म्हणे, मल्हारी उशिरा येत होता शेतावरनं. लक्ष्मीच्या देवळाच्या खालच्या वाटेनं तो येत होता, म्हणे, त्या वेळेला त्याच्या कानांवर किंकाळी पडली. त्यानं दचकून वरच्या बाजूला बघितलं, तेव्हा एक पांढरा घोडा चांदण्यात गावाकडं दौडत होता. '

' मग? '

' वकिलांनी मला विचारलं, ' आजूबाजूच्या गावात एखादा पांढरा घोडा आहे का? ' मी नाही म्हणालो, तर वकिलानं एवढं तोंड केलं आणि म्हणाला, 'सरकार, एवढा साक्षीदार फिरवला पाहिजे. '

' असं म्हणाले वकील? '

' हो! '

' म्हणजे यातून काहीच मार्ग नाही म्हणतात ते? '

' आहे. पण भलतंच सांगतात ते. '

' काय म्हणतात? '

' तो साक्षीदार फिरला नाही, तर मला ह्या खटल्याचं नक्की काय ते सांगता येत नाही. '

' आता आहेत का वकील घरी? '

' असतील बहुधा. '

' चला, आपण जाऊन येऊ या त्यांच्याकडं. '

' चला. '

वकील घरीच होते. आप्पासाहेब आणि तात्या आत जाऊन बसले. वकिलांनी समोरचं पुस्तक मिटलं आणि विचारलं,

' बोला, सरकार! काय म्हणतात तात्यासाहेब? '

आप्पासाहेबांनी तात्यांच्याकडं पाहिलं.

' आमचं कसलं विचारता, वकीलसाहेब? ' तात्या म्हणाले.

' मग काय ठरवलं, सरकार? '

' वकीलसाहेब, मल्हारीचं तोंड देखील दिसत नाही. त्याला बजाबा आणि रामूनं कुठं लपून ठेवलंय्, कुणास ठाऊक! '

' बघा! मी खूप विचार केलाय् त्यावर. रावबा बहुधा सुटेल, असं वाटतं. पण तो निर्दोष सुटेल, असं वाटत नाही. पुराव्याअभावी त्याला तसंच सोडून देण्यात येईल, पण तो एक प्रकारचा ठपकाच राहील घराण्यावर! जर त्या मल्हारीला भेटून दोन शब्द तुम्ही सांगू शकला, तर रावबा सुटण्याचा संभव आहे. त्याला तुम्ही एवढंच सांगायला सांगा, ' मी दूर होतो. मला घोड्याच्या टापा ऐकू आल्या. ' घोड्याचा रंग विचारला, तर दूर असल्यामुळं दिसू शकला नाही रंग... एवढं जरी त्यानं सांगितलं, तरी पुढचं मी पाहून घेईन... '

वकील सांगत होते. आप्पासाहेब आणि तात्या ऐकत होते. आप्पासाहेब खाली मान घालून ऐकत होते.

बाहेर येताच आप्पासाहेब तात्यांना म्हणाले,

'पाहिलंत, तात्या! काय करायचं आता? '

' पाहू! ' तात्या म्हणाले.

बंगल्यावर येताच आप्पासाहेबांनी विचारलं,

' तात्या, जेवण? '

' नाही, शनिवार आज. सकाळी जेवलो. '

साऱ्यांची जेवणं झाल्यावर तात्यांनी देवजीला एका बाजूला बोलावलं आणि म्हणाले,

' जा आणि मल्हारीचा पत्ता काढून ये. सारं बेळगाव पालथं घाल. पण अर्ध्या तासासाठी तरी त्याला मला भेटव. '

देवजी बाहेर पडला.

बंगल्यात सारी शांतता पसरली. हळूहळू बाहेरचा गलबलाट बंद होऊ लागला. नाही म्हणायला मध्येच एखादी मोटार रस्त्यावरून निघून जाई. आणि तिचा आवाज बंगल्यात घुमे. रात्र चढत होती. तात्या क्षणाक्षणाला अस्वस्थ होत

होते. बाहेरची चाहूल ऐकण्यासाठी त्यांचे कान टवकारले होते. पण कुठंच काही हालचाल ऐकू येत नव्हती.

अचानक तात्यांना जाग आली. त्यांनी आजूबाजूला पाहिलं. एक अस्पष्ट आकृती तात्यांना दिसली.

' कोण? ' तात्यांनी विचारलं.

' मी देवजी. '

' कोण, देवजी? '

देवजी पुढं आला. तात्या उठून बसले. देवजी हळुवार आवाजात म्हणाला,

' मल्हारी आलाय् ,जी! '

' कुठं आहे? ' शक्य तेवढ्या हलक्या आवाजात तात्यांनी विचारलं.

' खाली. '

' चल. '

तात्या उठून देवजीबरोबर चालू लागले. खाली येताच तात्यांनी पाहिलं.

एका खांबाला टेकून मल्हारी उभा होता.

तात्या म्हणाले,

' बैस, मल्हारी. '

तात्या बसले. त्यांच्यासमोर मल्हारी उभा राहिला. तात्यांनी देवजीकडं पाहिलं. देवजी वळला आणि आत निघून गेला.

तात्या म्हणाले,

' मल्हारी, आता वेळ नाही. उद्याला तुझी कोर्टात साक्ष आहे. '

' व्हय. ' मल्हारी म्हणाला.

' तू काय सांगणार आहेस? '

' म्या काय सांगणार? जे डोळ्यांनी बघिटलं, तेच सांगणार. दुसरं काय म्या सांगू, तात्या? '

' पण दिसलं तरी काय तुला? '

' हेच की म्या शेतावरून येत व्हतो..... लक्ष्मीजवळनं किंकाळी ऐकली. वर बघतोय् , तर एक पांढरं घोडं पळत व्हतं गावाकडं. '

' हं ' तात्या म्हणाले, ' पांढरं घोडं? '

' व्हय. '

' कुठं होतास तू? '

' खालच्या वाटंला. '

' मग ती किंकाळी ऐकून तू का आला नाहीस वर?... '

' मला वाटलं, असंल काय तरी. '

‘ काय तरी, म्हणजे? ’

‘ काय तरी म्हंजे... ’ मल्हारी अडखळला.

तात्या म्हणाले,

‘ अरे, उद्या कोर्टात घोड्याचा रंग सांगणार तू! चांदण्या रात्री तुला रंग दिसला? एवढा लांब तू! ... हजार प्रश्न विचारतील वकील! ’

‘ पण, तात्या, खरंच बघिटलं म्या! ’

‘ अरे, दोन डोळ्यांना दिसतं, ते सारंच खरं नसतं! ’

‘ आं? ’

‘ तुझी साक्ष उद्या खोटी पडली, तर? रावबा तुझ्या साक्षीवर फाशीवर जाईल, असं वाटतं तुला? ’

‘ छाः! तसं कसं म्हनंन म्या? ’

‘ मग तुला काय मिळेल? उद्या वाड्यात थारा मिळेल का? ’

‘ मंग काय खोटं सांगू? ’

‘ छे! खोटं कशाला सांग, म्हणू मी? तसं सांगितलं, तर नरकसुद्धा मला जागा देणार नाही. पण, मल्हारी, रावबानं काय केलं, इकडं बघू नको. थोरल्या सरकारांच्याकडं बघ. पिंडीवरचा विंचू मारायला गेलं, तरी पिंडीला धक्का लागतोच ना! ’

‘ मग करू तरी काय, म्हनतासा? ’

‘ तू काही करू नको. बघितलं, तेवढंच सांग, सांग, शेतावरनं येत होतो. किंकाळी ऐकली. तिकडं मी बघितलं. एक घोडं पळत गेलं. घोड्याचा रंग विचारला, तर सांग, नीट दिसला नाही. ’

‘ पन गाव काय म्हनंल? ’

‘ गावानं सांगितलं तुला? ’

‘ पन वकील? ’

‘ वकील कोण तुझा, बाबा? अरे, गावाचे आणि इनामदाराचे संबंध आहेत, ते काही वकील जोडायला आला नव्हता आणि आताही येणार नाही. गावाला काही कमी पडलं, तर ते काही वकील द्यायला येणार नाही. मला फक्त एवढंच म्हणायचं आहे, तू जे काही सांगणार आहेस त्यानं तुझं काय भलं होणार आहे..... गावाचं काय भलं होणार आहे, याचा अवश्य विचार करायला हवा तू. ’

‘ व्हय. ’ मल्हारी म्हणाला.

‘ आणि एक गोष्ट लक्षात ठेव. तू जर सरकारच्या मागं उभा राहिलास, तर सरकार तुझ्यामागं राहतील. तुझं कल्याण होईल. अर्थात मी जे सांगतोय्, ते काही लाच म्हणून नव्हे. इनामदाराची अब्रू आणि गावची अब्रू काही दोन नाहीत. एकाची

गेली, की दुसऱ्याची गेलीच. तुम्ही ती वाचवता आली, तर वाचवावी. इनामदारांनी तुझं वाकडं केलं असेल, तर तू त्यांच्या मानाला हात घालू शकतोस, हेही तुला मी सांगतो. '

' छे, तात्या, सरकारांनी आजवर कुनाचं वाईट केलं न्हाई. उलट, त्यांचे डोंगरायेवढं उपकार गावावर हाईत. त्येंचं अन्न खाल्लंय् म्या, तात्या. खोटं बोलून ते काय माझ्या संगं येणार? '

' मग? ' तात्या म्हणाले, ' विचार कर जरा. '

' मी तरी म्हनतच व्हतो, तात्या.. पण त्या रामूनं भरीला घातलं मला. '

' रामू! हं! सारा गाव बिघडवला त्यानं! काय करायचं शिल्लक ठेवलंय् त्यानं? कलागत्या रामू उगीच म्हणत नाहीत त्याला. '

' तात्या, देवाच्यान् मी न्हाई म्हनत व्हतो. '

' काही हरकत नाही. तू साक्ष दे. पण सांगताना बेतानं सांग. वकील असतोच आमचा. '

' बरं. येतो, तात्या. त्यांस्नी पत्त्या लागला, तर खात्याल मला. '

' मग सांगशील नव्हे? '

' सांगतो, तात्या, वाटलं, तर शपथ करतो. '

' नको, मल्हारी, माझा विश्वास आहे तुझ्यावर. दुसऱ्याकडून शपथ घ्यायचा अधिकार नाही माझा. तुला ते समजायचं नाही, जा तू.'

मल्हारी गेला. तात्या समाधानानं परतले.

जिन्यावर पाय ठेवताच जिन्यावर कोणी तरी उभं असलेलं तात्यांना दिसलं. तात्यांनी विचारलं,

' कोण? '

' मी. ' आप्पासाहेबांचा आवाज आला.

' कोण... आप्पासाहेब? '

' हं!' आप्पासाहेबांनी एक दीर्घ उसासा सोडला.

' झोपला नाही अजून? '

' झोप आली नाही, तात्या. '

' आप्पासाहेब? काळजी करून काही प्रश्न सुटत नाहीत. निवांतपणानं झोपा तुम्ही. जे काय होईल, ते बघू आपण. जगदंबेची मर्जी असली, तर साऱ्या गोष्टी सुरळीत होतील. चला! '

' नाही, पण तात्या, तो सांगेल ना? '

' त्याची काळजी करू नका. मी मल्हारीला ओळखतो. त्याचं प्रेम आहे तुमच्यावर. '

‘ होय! आणि त्याचा फायदा असा घ्यायचा! ’ आप्पासाहेबांनी मोठा सुस्कारा सोडला आणि ते तात्यांशी न बोलता जिना चढू लागले.

आप्पासाहेब अस्वस्थ चित्तानं घरात बसून होते. त्यांच्या डोळ्यांवरची झोप अजिबात उडाली होती. सूर्य कलला. कौलांतून येणारे कवडसे पूर्वेकडच्या भिंतीवर चढू लागले, तसे आप्पासाहेब अधिकच अस्वस्थ झाले. ते क्षणात बसत तर क्षणात उठत. इकडं तिकडं पाठीमागं हात घेऊन फिरत. मध्येच लोडाला टेकून आडवे होत आणि पुन्हा एकदम उठून चालू लागत.

अचानक खाली तात्यांचा आवाज आला. ते गडबडीनं खाली आले. तात्या, रावबा, वकील हसत-खिदळत येत होते. रावबाचा चेहरा आनंदानं फुलला होता, आप्पासाहेब एकदम पुढं झाले. रावबा पुढं सरकला आणि आप्पासाहेबांच्या पायांना हात लावून तो पाया पडला.

तात्या म्हणाले,

‘ गाडी नीट रस्त्याला लागली. ’

‘ सरकार! ’ वकील म्हणाले, ‘ आता सारं व्यवस्थित जमलं. रावसाहेब निर्दोष सुटले, असंच समजा तुम्ही ! काही काळजी करू नका. आता बाकीचे साक्षीदार आहेत आणि मी आहे. पाहून घेतो. तुम्ही आता निश्चिंत असा. ’

आप्पासाहेब हसले. आज कितीतरी दिवसांत तात्यांना त्यांचं असं हसणं पाहायला मिळलं नव्हतं!!

रात्री तात्या, आप्पा आणि रावबा बोलत बसले होते.

तात्या म्हणाले,

‘ आप्पासाहेब, आता उगाच मनाला वाळली रखरख लावून घेऊ नका. सारं व्यवस्थित होईल, याची खात्री बाळगा. मी उद्या सकाळी चलतो. तिकडं बिचाऱ्या पोरीचा जीव अर्धा झाला असेल. तुम्ही लिहिलेलं पत्रही तसंच अर्धवट! साराच घोटाल... ’

‘ काय करणार, तात्या? मी त्या वेळी शुद्धीतच नव्हतो. मी काय लिहिलं, ते माझं मलाच माहीत नाही! ’

‘ झोपा आता. काल दिवसभरचा त्रास... रात्री झोप नाही. डोळे आपोआप झाकताहेत आता! ’

रावबा उठला आणि आत गेला.

आप्पासाहेब उठले आणि तात्यांच्याजवळ येऊन बसले. त्यांचे हात हातांत घेऊन आप्पासाहेब म्हणाले,

' तात्या, तुमच्या उपकारांचं ओझं वाढता-वाढता एवढं झालं आहे की, ते कधी आयुष्यात फिटेल, असं वाटत नाही! '

' कसले उपकार, आप्पासाहेब! काय केलंय् मी? '

' काय शिल्लक राहिलंय् आणखी? '

' आप्पासाहेब, तसं काही समजू नका. माणसानं माणसासाठी झिजायचं नाही, तर कुणासाठी झिजायचं? '

' नाही, तात्या, ही झीज साधी नाही, माझ्या घराण्याची अब्रू आज तुमच्यामुळं वाचली. तुम्ही एवढं केलंत, पण मी काही दिलं नाही. घ्या म्हटलं नाही आणि तुम्हीही संकोचानं कधी विचारलं नाही. ' आप्पासाहेब उठले. त्यांनी कपाट उघडलं, आणि एक बटवा तात्यांच्या हातात दिला.

' काय हे? '

' काही नाही, तात्या, फूल ना फुलाची पाकळी, म्हणून...'

' काय आहे? '

' हजारांचा तोडा आहे. '

' हजार रुपये ऽऽ ' तात्या ताडकन उठत म्हणाले.

क्षणात त्यांच्या अंगाला कापरं भरलं. ते उसळले-

' तुमच्या जातीला कधी उभ्या आयुष्यात अक्कल येणार नाहीच का? हजार रुपयांत तुमची, माझी, गावची अब्रू आली, असं समजता? कसली किंमत केलीत ही, आप्पासाहेब? काय केलंत हे? आयुष्यात वाटलं नव्हतं की, तुम्ही हाही मूर्खपणा कराल, म्हणून! ' तात्यांच्या डोळ्यांत बोलता-बोलता पाणी उभं राहिलं.

आप्पासाहेब विस्मयचकित होऊन पाहत होते. कसं सावरावं, हे त्यांना कळत नव्हतं. त्यांचा चेहरा केविलवाणा झाला. ते गयावया करीत म्हणाले,

' तात्या, तुमचा अपमान करायचा माझा हेतू नव्हता. काय करू मी? मला काही सुचत नाही. तुम्ही ते नाही म्हणू नका. मला लाजवू नका.'

' नाही, आप्पासाहेब! माझी ती कधीच भावना नव्हती. जाऊ दे, माझा तुमच्यावर राग नाही. तुम्ही पडलात इनामदार. साऱ्याच गोष्टी पैशानं खरेदी करायची सवय तुम्हांला. पण तुम्हांला कळायला हवं होतं की, साऱंच पैशानं खरेदी होत नाही. मल्हारी कशावर कबूल झाला? पैशावर? किती दिलेत? केवढा श्रीमंत आहे तो? '

आप्पासाहेब भारावून ऐकत होते. तात्यांचा प्रत्येक शब्द त्यांच्या हृदयाला भिडत होते-

' आप्पासाहेब! ठेवा हे पैसे. माझा स्वभाव वाटतो, तसा भिडस्त नाही, हे तुम्हांला समजायला हवं होतं. ब्राह्मणाच्या जातीला भिडस्तपणा मानवतच नाही.

ह्या तात्यावर तसा काही प्रसंग आलाच, तर हजार काय, पण लाख रुपये लागले, तरी तुमच्याकडं येईन मी; कारण मला दुसरी जागाच नाही. मग त्या वेळी माझी नड भागवण्यासाठी तुम्हांला तुमचं घरदार विकावं लागलं, तरी ह्या तात्याचे डोळे ओले होणार नाहीत. ठेवा ते पैसे. अजून पुष्कळ दिवस जायचेत. सारं संपलं, असं समजू नका. '

आप्पासाहेबांनी थरथरत्या हातांनी ती पिशवी तात्यांच्या हातांतून घेतली आणि कपाटात नेऊन ठेवली.

सकाळी गाडी जुंपली, तेव्हा आप्पासाहेब रावबाला म्हणाले,
' रावबा, मी पण जाऊन येतो. मुलीलाही भेटल्यासारखं होईल. उद्या येतो परत.'

गाडी जुंपली. तात्या आणि आप्पासाहेब गाडीत बसले. गाडीचे बैल पळू लागले. बैलांच्या गळ्यांतील घुंगरांचा आवाज बराच वेळ रावबाच्या कानांवर पडत होता.

दुसऱ्या दिवशी आप्पासाहेब परतले. त्यांच्या येण्यानं उमेला बराच धीर आला होता.

दिवस उलटत होते. कोर्टाच्या तारखा पडत होत्या. वकील खात्री देत होते. आता सर्वांचे डोळे निकालाकडं लागून राहिले होते. उमा रात्रंदिवस देवघरात बसून राही. जयवंतला सारं विचित्र वाटत होतं. आप्पासाहेब अधूनमधून येत आणि दुसऱ्या दिवशी परत जात.

एक दिवस आप्पासाहेब गावी आले. दोन दिवस झाले तरी ते परत जाण्याचं चिन्हं दिसेना. त्यांचं नेहमीचं बोलणंही कुठच्या कुठं गेलं. ते पाहून तात्या त्यांना म्हणाले,
' आप्पासाहेब! तुम्ही जा ना! पोर एकटा आहे. '
' तात्या, परवा दिवशी निकाल आहे कोर्टाचा. मला तिथं राहावंसारखं वाटलं नाही. बारा तास तोच विचार करण्यापेक्षा इथं दोन तास मोकळेपणानं तरी काढता येतात. '
' ठीक आहे. पण, आप्पासाहेब, निकाल घेऊन कोण येणार आहे? '
' बघू. '
' म्हणजे? '

‘ गोविंदाला पाठवावं, म्हणतो, उद्या. आणि सिद्दाही घोडं घेऊन जाईल. ’

‘ बघा, तुम्हांला कसं वाटतं, ते. तुम्ही तिथं राहिला असता, म्हणजे फार बरं झालं असतं. पोराला धीर देणारं कोण आहे तिथं? ’

‘ ते खरं, तात्या. पण माझी अवस्थाच अशी विचित्र झाली आहे की. माझ्यामुळं पोराला धीर येण्याऐवजी खचून जाईल त्याचा धीर. ’

दुसऱ्या दिवशी गोविंदा आणि सिद्दा बेळगावला गेले.

कुणालाही जेवण सुचत नव्हतं. वाड्यात एवढी माणसं असूनही सारी अबोल होती. ती विलक्षण शांतता सर्वांनाच असह्य होत होती. पण कुणीच काही बोलत नव्हतं.

आज सकाळपासून उमा देवघरातून बाहेर पडली नव्हती. जयवंतच्या देवघरात फेऱ्या होत होत्या. तो वहिनीला बोलावीत होता, उमा हालत नव्हती. आप्पासाहेब सदरेवर पडून होते.

दिवस कलू लागला. आप्पासाहेबांना वाटू लागलं की, आपण बेळगावलाच राहिलो असतो, तर--- ! एव्हाना आपणांस निकाल समजला असतो. तात्या सांगत होते, ते काही खोटं नव्हतं. त्यांच्याशी बोलायला आज तात्याही नव्हते. कालच ते जक्कनहट्टीला गेले होते. केव्हा परत येतील, याचा भरवसा नव्हता.

अचानक पुढच्या चौकात घोडं खिंकाळलं. आप्पासाहेब ताडकन उठले आणि धावत-धावत, बाहेर आले. सिद्दा घोड्याला तसाच सोडून आत धावत येत होता. आप्पासाहेबांना पाहताच त्यानं मुजरा केला. त्या मुजऱ्याचा अर्धवट स्वीकार करीत आप्पासाहेब पुढं झाले. सिद्दानं कनवटीचं पत्र काढलं आणि हसत-हसत आप्पासाहेबांच्या हाती दिलं. आप्पासाहेबांनी भरभर ते पत्र वाचलं. त्यातल्या ‘निर्दोष’ ह्या शब्दावरच त्यांचं लक्ष बराच वेळ खिळून राहिलं. बराच वेळपर्यंत तो शब्द पाहत होते. त्यांना कशाचंही भान नव्हतं. समोर सिद्दा उभा आहे, याचाही त्यांना विसर पडला होता. एकदम ते मोठ्यानं हसले आणि समोर असलेल्या सिद्दाकडं पाहत म्हणाले,

‘ सिद्दा, तुझे थोरले सरकार सुटले--- निर्दोष! ’

‘ व्हय, जी! ’ सिद्दा म्हणाला.

आप्पासाहेबांनी आपल्या बोटाकडं पाहिलं. बोटात काही नव्हतं. त्यांनी गळ्यात हात घातला. गळ्यात सोन्याची साखळी होती. फासा काढायच्या भरीला न पडता त्यांनी हिसका दिला. साखळी हातात आली. सिद्दाच्या अंगावर फेकून ते त्याच्या बोलण्याकडं लक्ष न देता हसत-हसत आत वळले आणि त्यांनी मोठ्यानं हाक मारली...

‘ जया... ’

ती हाक ऐकताच खोलीत असलेला जयवंत बाहेर आला...

तो जवळ येताच आप्पासाहेबांनी एकदम त्याला उचललं आणि म्हणाले,

' जया, तुझा दादा सुटला! जा, सांगून ये जा तात्या-काकींना... '

' तात्या नाहीत. '

' काकींना सांगून ये जा. '

' हं... ' म्हणत जयवंत पळत सुटला, तोच आप्पासाहेब ओरडले, ' थांब... जयाऽऽ'

जयवंत माघारी वळला.

' अगोदर वहिनीला सांग तुझ्या. '

' तिकडंच निघालो होतो अगोदर! ' म्हणत जयवंत पुन्हा गर्रकन् वळला, आणि क्षणात आत दिसेनासा झाला.

आप्पासाहेब बराच वेळ ते पत्र हातात घेऊन जयवंत गेलेल्या वाटेकडं पाहत होते.

जेव्हा ते भानावर आले, तेव्हा रामाच्या मंदिरातली घंटा वाजत होती. त्या घंटेचें पडसाद साऱ्या गावावर उठत होते.

॒ॐॐॐ॒

११

तळीमाळावर येताच तात्यांच्या मागून चालणाऱ्या इसमानं हाक मारली,

'तात्या!'

तात्यांनी मागं वळून पाहिलं.

'काय?'

'तात्या, उद्या येतो. बायकोजवळ कुनी न्हाई.'

'ये! मात्र उद्या यायला हयगय करू नकोस. मी औषध तयार करून ठेवतो. आणि जमलं, तर सांग कुणाकडून तरी संध्याकाळपर्यंत! म्हणजे मलाही उद्या औषध द्यायला बरं पडेल.'

'व्हय, लोक येत्यात. सांगतो मी त्येंच्याकडनं. येतो मग.' म्हणत त्यानं तात्यांना नमस्कार केला आणि तो माघारी वळला.

तात्या गावच्या दिशेनं चालू लागले. आतापर्यंत तात्यांचे कोंडलेले विचार गाव दिसताच मोकाट सुटले. काल सर्व काम होईल, असं तात्यांना वाटत होतं. पण तात्या काल परतू शकले नाहीत. काल रावबाचा निकाल लागला असेल. रावबा निर्दोष सुटला, तर आप्पासाहेब अगदी खुशीत असतील. सारा वाडा आनंदात असेल. पण जर का रावबा संशयित म्हणून सुटला असेल, तर आप्पासाहेब शिंगात किडे पडलेल्या बैलासारखे तळमळत असतील....

विचाराच्या तंद्रीत तात्या वेशीतील चिंचेच्या झाडाजवळ आले, तेव्हा त्यांच्या कानांवर सनईचा आवाज पडला. त्यांची पावलं नकळत झपझप पडू लागली. रामाच्या देवळाच्या समोर येऊन त्यांनी खाली वाड्याकडं नजर टाकली. वाड्याच्या

दरवाज्यात केळी बांधल्या होत्या. वाड्यातून सनईचे स्वर बाहेर येत होते. तात्या काय समजायचं, ते समजले. एक वेळ त्यांना वाटलं, असंच वाड्यात जावं. पण पोटात रात्रीपासून काही गेलं नव्हतं. अजून अंघोळ व्हायची होती.

पुन्हा एक वेळ वाड्याच्या दरवाज्यात बांधलेल्या केळी पाहून तात्यांनी पाय उचलले.

काही न बोलता तात्या पायरीवर जाऊन उभे राहिले. कट्ट्यावर बसलेली काकी उठून आत गेली आणि थोड्याच वेळात तिनं पाण्यानं भरलेली घागर आणून पायरीजवळ ठेवली.

तात्यांनी काकीकडं पाहिलं.

काकी आत वळली.

तात्यांनी काकीच्या पाठमोऱ्या आकृतीकडं एकवार बघितलं. जवळची भरलेली घागर उचलली आणि डोक्यावर रिती केली. ओल्या अंगानं त्यांनी उंबरठ्याच्या आत पाय ठेवला. काकीनं त्यांच्यासमोर पंचा धरला. त्यांनी पंचानं अंग पुसलं आणि ते मधल्या सोप्यात गेले.

थोड्याच वेळात काकी मधल्या सोप्याकडं पाहून स्वयंपाकघरातूनच म्हणाली,

' पान वाढलंय्. '

' हो... आलोच. ' तात्या म्हणाले.

पाटावर बसताच तात्यांनी विचारलं,

' आज वाड्यात काय वाजतंय्? '

' माहीत नाही तुम्हांला? '

' काही कल्पना नाही. सरळ जावं, म्हणत होतो, पण म्हटलं, अजून अंघोळ व्हायची आहे. तू वाट बघत असशील, म्हणून तसाच आलो. '

' तर... ' काकी म्हणाली, ' फार काळजी तुम्हांला! '

' रावबा सुटला ना? '

' हो! '

' निर्दोष ना? '

' हो! '

' बरं झालं! आप्पासाहेब एका मोठ्या काळजीतून मुक्त झाले. बिचारी पोर! रात्र म्हणाली नाही, की दिवस म्हणाली नाही, सारा वेळ देवावर अभिषेक करण्यात गेला तिचा. तिची पुण्याई, म्हणून रावबा सुटला. '

काकी म्हणाली,

' पोरीच्या रूपानं जगदंबेचा अवतारच झालाय् घरात त्या! '

तात्या खाली वाकून जेवू लागले.

बराच वेळ कोणी बोललं नाही.

तात्या जेवत होते. काकी त्यांच्याकडं पाहत होती.

वाड्यातून सनईचा आवाज येत होता. तात्या जेवता-जेवता ऐकत होते.

बऱ्याच वेळानं तात्या म्हणाले,

' आप्पासाहेबांना कोण आनंद झाला असेल, नाही? '

' तर! पहिल्यांदा त्यांनी जयाला माझ्याकडं पाठवलं. '

' हं! '

' आज येणार आहे रावबा. '

' केव्हा? आज? ' तात्यांनी विचारलं.

' बरं झालं. ' तात्या म्हणाले.

' हो! गाडी गेली सकाळी. '

' वाजत गाजत आणणार आहेत, म्हणे! '

' काय? वाजत-गाजत? ' तात्यांनी आपल्या हातातला घास तसाच ठेवून विचारलं.

' तर काय तसाच येऊ देत? जाताना गुपचूप न्यायला दिलं आप्पासाहेबांनी, म्हणून का येताना तोंड लपवून येऊ दे? '

' कोण म्हणतंय्, तोंड लपवा, म्हणून? ' म्हणत तात्या उठले. त्यांनी चूळ भरली आणि बाहेर ते आले. क्षणभर त्यांनी विचार केला आणि त्यांनी पायांत जोडा चढविला आणि ते काकींना म्हणाले,

' मी जरा जाऊन येतो वाड्यात. '

वाड्याच्या दरवाज्यात येताच तात्यांनी पाहिलं. दोन्ही बाजूंना केळीच्या कमानी लावलेल्या होत्या. कागद कातरून फरफरे लावले होते.

ते सारं पाहत तात्या आत शिरले. पहिल्या चौकात येताच त्यांचं लक्ष पागेकडं गेलं. घोडं शांतपणे उभं होतं. त्या घोड्याकडं पाहत तात्या आत शिरले. सदरेत कोणी नव्हतं. कचेरीचा दरवाजा बंद होता. तात्या सोनारसोप्याच्या रोखानं चालू लागले. मंदिरासमोर येताच त्यांनी हात जोडले.

सोनारसोप्यालाही केळीची कमान होती. ऊस बांधले होते.

ते सारं बघत तात्या बराच वेळ उभे होते.

' तात्या... ' एकदम जयवंतचा आवाज आला.

तात्यांनी पाहिलं.

जयवंत धावत आला आणि तात्यांच्या जवळ येत म्हणाला,

' तात्या, केव्हा आला तुम्ही? '

' आत्ताच. '

' तुम्हांला समजलं? '

' हो! '

' काल आबांनी आठवण काढली तुमची. '

' कुठं आहेत आप्पासाहेब? '

' खोलीत झोपलेत. '

' चल, हाक मार त्यांना. '

जयवंत पळाला. पाठोपाठ तात्या चालू लागले.

जयवंतनं दरवाज्यावर धडक मारली.

' आबाऽऽ '

' कोण? ' आतून आप्पासाहेबांचा आवाज आला.

' तात्या आलेत. '

' तात्या! ' म्हणत आप्पासाहेब उठले आणि त्यांनी दरवाजा उघडला. तोपर्यंत तात्या तिथं येऊन पोहोचले.

आप्पासाहेब एकदम पुढं झाले आणि त्यांनी तात्यांना मिठी मारली.

' तात्या, केल्याचं सार्थक झालं. सारं श्रेय तुम्हांला आहे. '

' छे! छे! आप्पासाहेब! कसलं श्रेय घेऊन बसला आहात? सारी जगदंबेची कृपा आहे ही! '

' होय, तात्या. '

' आज रावबा येणार आहे, असं ऐकलं. '

' हो! किती दिवस ठेवायचं त्याला दूर? किती केलं, तरी तो गावचा मालक आहे. '

' हं! ' तात्या थंडपणानं म्हणाले.

' गावात वाजत-गाजत आणायचं ठरवलंय् त्याला. ' आप्पासाहेब अभिमानानं म्हणाले.

' कुणी ठरवलं? '

' गावकरी लोकांनी! '

' गावकरी लोकांनी? '

' हो! '

' कोण सिद्दा, गोविंदा हेच ना गावकरी? '

' तात्या! ' आप्पासाहेब एकदम ओरडले.

' आप्पासाहेब, ओरडू नका! असा कोणता पराक्रम केला तुमच्या पोरानं, म्हणून दारात वाजप लावलात? नुकतंच गाव कुठं शांत व्हायला लागलंय्.

जखमेवर खपली धरू लागलीय् आणि ती जखम ताजी करून मीठ चोळणार तुम्ही? ह्यांचा परिणाम चांगला व्हायच्या ऐवजी उलट होईल, हे तुम्हांला पुन्हा सांगावंसं वाटतं. '

' हो! समजतं सारं आम्हांला. '

' ... आणि म्हणूनच हे सारं चालवलंत वाटतं? कशासाठी करता हे सारं? कुणासाठी? काय पदरात पडणार तुमच्या? '

' का? तात्या, गावाला समजू दे, माझा पोरगा निर्दोष आहे, ते! माझं घराणं स्वच्छ आहे, ते! '

' -- तर ते लोकांना सांगा. चला माझ्याबरोबर. शिवा रामाची पायरी; आणि म्हणा, माझा पोरगा निर्दोष आहे, म्हणून! मी स्वत: वेशीत रावबाचं स्वागत करीन. आप्पासाहेब, मी तुमच्या जागी असतो, तर हे चालू दिलं नसतं. पटलं, तर पाहा. नाही पटलं, तर सोडून द्या. मला राहावलं नाही, म्हणून आलो मी. जातो. '

समजायच्या आत तात्या दरवाज्याबाहेर गेले. आप्पासाहेबांना त्यांना थांबा म्हणायचंही भान राहिलं नाही!

तात्या तडक घरी आले. काकीनं विचारलं,

' काय म्हणतात आप्पासाहेब? '

तात्या काही बोलले नाहीत. काकीचं लक्ष त्यांच्या चेहऱ्याकडे गेलं. तेव्हा काकी काही न विचारता आत वळली. तात्या तिथंच चटईवर पडले.

अचानक कसल्यातरी आवाजानं तात्यांना जाग आली. त्यांनी कान दिला, पण तो आवाज त्यांना ऐकू आला नाही. ते तसेच पडून राहिले. बराच वेळ झाला, तरी त्यांना कसलाच आवाज ऐकू येत नव्हता. ते उठले आणि बाहेर आले. गल्लीत त्यांना कोणीच दिसत नव्हतं. तात्यांनी पायांत जोडा सरकविला आणि ते बाहेर पडले. देवळाच्या समोर येताच ते क्षणभर थबकले. एकदा त्यांना वाटलं, वाड्यात जावं आणि आप्पासाहेबांना बोलावून फिरायला जावं. पण त्यांचे पाय तिकडं वळत नव्हते. ते चालू लागले. हळूहळू चिंचेचं झाड मागं पडलं. तात्या बुरुजाची वाट चालू लागले.

बुरुजावर येताच खाली गावावर त्यांनी नजर टाकली. सारा गाव शांत होता. कोठेच कसली हालचाल दिसत नव्हती. तात्यांची नजर नळकत वाड्यावर खिळली. तेथून सोनारसोप्याचा दरवाजा दिसत होता. दरवाज्यावरची केळीची कमान तशीच उभी होती. वर लावलेले फरफरे वाऱ्यानं हलत होते.

बघता-बघता तात्यांचं लक्ष गल्लीतून वर येणाऱ्या एका गाडीवर खिळलं. गाडीवर सवारी बांधली होती. पुढं सिद्दा हातात टोणा घेऊन चालला होता. गाडीच्या बाजूनं गोविंदा येत होता. वाजंत्र्याचा कुठंच पत्ता नव्हता. बघता-बघता गाडी

रामाच्या देवळासमोरच्या वळणावर वळली आणि उतरणीला लागली आणि क्षणात दृष्टीआड झाली.

तात्या उठले. अंधार पडायला सुरुवात झाली होती. तात्या बुरूज उतरू लागले. पायांतले दगड चुकवीत तात्या येत होते. घरी येताच काकींनी विचारलं,

' वाड्यात गेला होता? '

' नाही. '

' अजून रावबा आला नाही, वाटतं? '

' आला! '

' आला? '

' हो! '

' कुठंच काही आवाज ऐकू आला नाही की! वाजंत्री वगैरे लावून आणणार, असं जया सांगत होता. आप्पासाहेब म्हणत होते, म्हणे. '

' हं! '

' कदाचित आला नसेल तो. '

' नाही, आला. गाडी आलेली मी बघितली. '

' आला? ' काकीनं आश्चर्यानं विचारलं.

तात्या हसून म्हणाले,

' हो! अजून वाड्याची पुण्याई संपली नाही! '

' म्हणजे? '

' तुला नाही समजायचं! '

౬౦౬౦౬౦

१२

तात्या आणि आप्पासाहेब नुकतेच बाहेरून आले होते. सदरेवर येताच आप्पासाहेब तात्यांना म्हणाले,

' बसा, तात्या. '

तात्या बसले, तोच जयवंत हातात एक पत्र घेऊन आला आणि ते आप्पासाहेबांच्या समोर धरीत म्हणाला,

' आबा, पत्र आलंय्. '

' कुठनं, रे? '

' काय माहीत नाही. '

' वाचलं नाहीस? '

' वैनीला दाखवलं, तर ती म्हणाली, आबांचं पत्र आहे. '

' तुझी वैनी एक शहाणी आणि तू सात शहाणा! अरे, मला कसली पत्रं येणार? चटकन वाचलं असतं, तर काय बिघडलं असतं? '

' मी म्हणालो वैनीला. '

' काय म्हटलंस? '

' वाचून बघ, म्हणून. '

' मग? '

' तर म्हणाली, दुसऱ्याची पत्रं वाचू नयेत! '

' हं! ' म्हणत आप्पासाहेब हसले आणि ते पत्र वाचू लागले. पत्र वाचून संपताच ते जयवंतच्या हातात देत म्हणाले, ' वाच, बघू. '

‘ कोण मी? ’

‘ हो, तूच! का, वाचता येत नाही? ’

जयवंत घुटमळला.

तात्या म्हणाले,

‘ अरे, वाच की! ’

जयवंतनं आप्पासाहेबाच्या हातातून पत्र घेतलं आणि तो एक एक अक्षर अडखळत वाचू लागला.

त्याच्याकडं पाहत तात्या म्हणाले,

‘ जयवंत, अलीकडं तू वाचीत नाहीस, वाटतं? ’

जयवंत खाली मान घालून उभा राहिला.

‘ काय, जया? वाचतोस, की नाही? ’ तात्यांनी पुन्हा विचारलं.

‘ नाही. ’ जयवंत खालच्या मानेनंच म्हणाला.

‘ पाहिलंत, आप्पासाहेब! मुलांच्यावरचं थोडं जरी लक्ष उडालं, तरी हे कसं होतं, ते? माझ्याजवळ कसा घडाघडा वाचीत असे. पण आज पाहा! कुठलंही असंच आहे, म्हणा. दररोजच्या सवयीशिवाय कुठलीही गोष्ट होत नाही, हेच खरं! ’

‘ बरोबर आहे, तात्या. ’ आप्पासाहेब म्हणाले, ‘ मलाही ह्याच्यावर लक्ष ठेवायला जमलं नाही. मध्यंतरीच्या काळात अशा काही अकल्पित गोष्टी घडून आल्या की, कुणाचा ताळ कुणाला राहिला नाही. हा तरी काय करील? ’

‘ तर! जया, उद्यापासून येत जा नियमित. ’

‘ हं! ’ म्हणत जयवंत ते पत्र आप्पासाहेबांच्या जवळ ठेवून बाहेर पळाला.

पत्राकडं पाहत तात्या म्हणाले,

‘ आप्पासाहेब, आपल्या गावी सगळ्या सुखसोयी आहेत; पण एकच गोष्ट खटकते आहे. ‘

आप्पासाहेबांनी तात्यांकडं पाहिलं.

‘ कोणती? ’

‘ हीच की! शाळेची! ’

‘ शाळेची? ’

‘ होय. ह्या गावी चौथीपर्यंत एक शाळा काढायचा विचार आहे माझा. ’

‘ तुम्ही आपलं एक घेतलं, तर तेच घेऊन बसता! काय करायचं आहे शिकून आम्हांस? कुठं नोकरी करायला जायचं आहे का काय? ’

‘ आप्पासाहेब, निदान तुम्ही तरी हे बोलायला नको होतं. शिक्षण घ्यायचं असतं, ते काही नोकरी करण्यासाठीच नव्हे. पोटं भरत नाहीत, म्हणून शिकणं निराळं, आप्पासाहेब! समाजात प्रतिष्ठा म्हणून एक काहीतरी असते. समाजात

मानानं जगता यावं, म्हणून शिकायचं! गावात एखादं पत्र आलं की, सारे कामधंदे सोडून पत्र घेऊन हिंडतात. कोणी मिळत नाही वाचणारा. मग तात्या, नाही तर गोविंदराव वाचतात आपले. एक दिवस तेही गेले, म्हणजे पळा मग गाव गाव!'

' ते खरं आहे, तात्या- ' आप्पासाहेब म्हणाले.

' आप्पासाहेब, विचार करा. तुमच्या गावची चार पोरं शिकून मोठी झाली, तर काय तुम्हांला त्याचं वाईट वाटेल? '

' छे, छे! '

' उलट, आप्पासाहेब, मोठ्या अभिमानानं तुम्ही चार लोकांत सांगाल, तो ना! माझ्याच गावचा! '

' ते खरं, तात्या. पण शाळा काढायची, म्हणजे काही एकदम होत नाही. त्याला कितीतरी गोष्टींची आवश्यकता आहे. मास्तर पाहिजे..... इमारत पाहिजे..... ' आप्पासाहेब बोटं मोजीत म्हणाले.

' आप्पासाहेब, जोवर गावात तुम्ही आहात, तोपर्यंत गावाला अथवा कुठल्या गोष्टीची कमतरता भासेल, असं वाटत नाही मला. तुम्ही मनावर घ्या नुसतं. चार दिवसांत हां हां म्हणता शाळा भरून जाईल. साऱ्या गोष्टी चुटकीसरशी होतील. चौथीपर्यंत होऊन जाऊ दे शाळा. '

' त्याची कशाला काळजी करता? मी घालतो पत्र कोल्हापूरला. येतील मास्तर पत्र पोहोचताच. '

' ठीक आहे, तात्या. होऊन जाऊ दे तुमच्या मनाजोगं. '

दुसऱ्या दिवशी तात्यांनी कोल्हापूरला पत्र लिहिलं.

एक दिवस जयवंत तात्यांच्या घरी गेला असताना तात्या कुणाशी तरी बोलत बसले होते.

जयवंतचं लक्ष त्या इसमाकडं गेलं. पण त्याला कुठं बघितल्याचं स्मरेना.

तो त्या इसमाला निरखत असतानाच तात्यांनी त्याला हाक मारली.

' ये, जया. '

जयवंत आत गेला. तात्या म्हणाले,

' हे पाहा, नाईक, हे इनामदारांचे चिरंजीव. जयवंत म्हणत होतो, तोच हा. जया, हे मास्तर, कोल्हापूरहून आलेत. उद्यापासून शाळेत जायचं. '

जयवंत उठला आणि त्यानं मास्तरांना नमस्कार केला. मास्तर हसून म्हणाले,

' शिकणार ना? '

' हो! '

' सुरू करायचा वर्ग उद्यापासून? '

' हो! '

' छान! '

' तात्या, येतो मी. ' म्हणत जयवंत बाहेर पडला आणि दरवाज्यात येताच पळत सुटला.

ही बातमी आपण केव्हा एकदा वैनीला जाऊन सांगतोय्, असं त्याला झालं होतं.

उमा सोनारसोप्यात पाटावर बसून तांदूळ निवडीत होती. जयवंत एकदम जाऊन तिच्या पाठीवर पडला आणि म्हणाला.

' वैनी ... '

' काय? ' म्हणत उमेनं आपले दोन्ही हात पाठीमागं घेऊन जयवंतला पकडलं आणि त्याला समोर बसवीत म्हणाली, ' बोला. '

' तुला एक सांगू? '

' सांगा की ! '

' खरंच सांगू? '

' बरं, नका सांगू.... '

' तसं नव्हे, वैनी. उद्यापासून... ' जयवंत थांबला.

उमेनं चिमटीतला खडा बाजूला ठेवीत त्याच्याकडं पाहिलं.

' शाळा सुरू होणार आहे! '

' केव्हा? '

' उद्यापासून. '

' उद्यापासून? '

' हो! '

' मास्तर आले? '

' हो! आत्ता हेच बघून आलो. तात्यांच्या घरी आहेत. '

' खरंच? '

' तर काय खोटं सांगतोय् मी? '

' मग शिकनार म्हना की उद्यापास्नं! ' जवळच बसलेली सारजा म्हणाली.

' हो, शिकणारच की! '

' इथं शिकल्यावर पुढं कुठं जानार शिकायला? '

' जाणार आहे दूर! तुला कशाला पायजेत पंचायती? '

' हो, शिका! पण आम्हांला विसरू नका, म्हणजे झालं. ' उमा एकदम म्हणाली.

' वैनीऽऽ ' जयवंत एकदम अडखळला.

उमेनं त्याच्याकडं पाहिलं आणि ती गालांत हसली.

जयवंत म्हणाला,

' मी जाणार नाही शाळेला. '

' छान! म्हणजे मला मामंजींकडून तेवढ्या शिव्या तरी मिळतील खर्चाला... ' हसू दाबीत उमा म्हणाली.

' मी सांगतो आबांना! '

' काय? मी सांगितलं, म्हणून? '

' नाही! मी शिकणार नाही, म्हणून! '

' मग काय गुरं राखणार? '

जयवंत एकदम चिडून म्हणाला,

' होय, चार म्हशी घेणार आहे. तू शेण काढणार नव्हे? '

' वैनीसाबच कशास पायजेत शेन काढायला? तुम्हांस्नीच एक बायको करू या की! '

' तू गप्प बस, सारजा ऽ ऽ खारजा ऽ ऽ ऽ कुठली! ' म्हणत जयवंत पाय आपटीत बाहेर पळाला.

संध्याकाळी तात्या मास्तरांना घेऊन वाड्यात आले.

दुसऱ्या दिवसापासून शाळा सुरू करायची ठरली. तात्यांनी दिवस पाहिला होता. शाळेसाठी रामाची धर्मशाळा निवडली. मास्तरांना राहण्यासाठी एक घर दिलं.

आप्पासाहेब मास्तरांना म्हणाले,

' हे पाहा, मास्तर, काही लागलं-सवरलं, तर संकोच धरू नका. घर आपलंच आहे, असं समजा. तात्या आहेतच. त्यांना जरी सांगितलं, तरी ते आम्हांला कळल्यासारखंच आहे. कसं? '

मास्तरांनी मान हलवली.

दुसऱ्या दिवशी सकाळपासून जयवंताची धावपळ उडाली होती. पलंगाखाली पडलेलं दप्तर त्यानं काढलं आणि देवजीला हाक मारली.

देवजी येताच जयवंत म्हणाला.

' माझी पाटी स्वच्छ धुऊन आण. '

' व्हय, जी. ' देवजी म्हणाला.

' आणि हे बघ. नुसतीच धुऊन आणशील! कोळशानं घास आणि मग धू. '

' व्हय, जी. '

देवजी जाताच जयवंत पळत-पळत स्वयंपाकघरात गेला आणि उमेला म्हणाला,

' वैनी, मी शाळेला जाणार आहे. '

' हो! जा ना. '

' आबांनी सांगितलंय्, दप्तराला कुंकू वगैरे लावून पूजा कर, म्हणून. '

' मग करा ना! '

' तू कर. '

' कोण मी? '

' हो! '

' मी नाही जाणार शाळेला, भाऊजी! '

' तू करणार की, नाही? ' जयवंत गाल फुगवून म्हणाला.

' बरं बरं! ' उमा म्हणाली. जयवंत हसून बाहेर पळाला.

खांद्याला दप्तर अडकवून जयवंत उमेच्या खोलीत आला. उमेच्या पाया पडला. उमा म्हणाली,

' देवाच्या पाया पडलात? '

' जातो मी आत्ता- '

' पडला नाही ना? '

' नाही. '

' मग अगोदर माझ्या पाया पडायला आलात, होय? आबांच्या पाया पडून आलात? नाही ना? चला बघू अगोदर मंदिरात! '

' चल. '

' मी कशाला? तुम्ही जा. अगोदर देवाच्या पाया पडा, आबांच्या पाया पडून मग या. '

जयवंतनं दप्तर ठेवलं आणि मंदिरात शिरला.

जेव्हा तो परत आला, तेव्हा उमेनं त्याचं दप्तर घेतलं आणि त्यांच्या खांद्याला अडकवलं. जयवंतनं उमेकडं पाहिलं आणि तो हसला. उमाही हसली. जयवंत देवजीबरोबर चालू लागला. तो थोडा गेला असेल, नसेल, तोच उमेनं हाक मारली,

'भाऊजी... '

' काय, वहिनी? ' म्हणत जयवंत वळला.

' इकडं या. '

जयवंत जवळ गेला. उमेनं विचारलं,

' तात्यांकडं जाऊन आलात? '

' नाही. '

' का? '

' संध्याकाळी जातो. आता वेळ होतोय्. '

' तर! एकदमच मोठे झालात, की नाही! ठेवा ते दप्तर आणि अगोदर तात्यांना नमस्कार करून या. सगळ्या गोष्टी सांगायला हव्यात, वाटतं, तुम्हांला? '

संध्याकाळी तो जेव्हा शाळेहून परत आला, तेव्हा आप्पासाहेबांनी त्याला बोलावलं.

' काय, रे, जया, काय म्हणते शाळा? '

' आबा! मी एकटाच होतो शाळेत. '

' मग? '

' कोणीसुद्धा मुलं आली नाहीत. '

' अरे वेड्या, तुझ्यासाठीच आहे ती शाळा. काय शिकवलं आज तुला? '

' काही नाही. '

' काही नाही? '

' अं हं! मास्तर म्हणाले, आज सुरुवातीचा दिवस. मुलं आली नाहीत. उद्यापासून करू या सुरू. '

तोच सिद्दा आला आणि म्हणाला,

' सरकार, मास्तर आल्यात, जी. '

' कुठं? '

' भाहीर आहेत. '

' पाठव की आत त्यांना! '

' व्हय, जी. '

सिद्दा मास्तरांना आत पाठविण्यासाठी बाहेर जाताच जयवंत उठला आणि आत पळाला. मास्तर येताच आप्पासाहेब म्हणाले,

' या, मास्तर. '

मास्तरांचा नमस्कार स्वीकारीत आप्पासाहेब म्हणाले,

' बसा. '

मास्तर बसले.

' काय म्हणतोय् आमचा जया? '

' हे बघा, सरकार, आज कोणी मुलं आली नाहीत. फक्त जयवंतराव तेवढेच होते.'

' मग आणखी कोण यायला हवं? '

' तसं नाही, सरकार. शाळा चालवायची, म्हणजे मुलं हवीतच! आणि एकटे जयवंतराव तरी कसे शिकणार? सोबत असली, म्हणजे मुलं हसत-खेळत शिकतात. त्यांच्यावर ताण पडत नाही. '

' थांबा, तात्यांना बोलावतो, म्हणजे सांगतील काय ते. कोण आहे, रे, बाहेर? '

' जी! ' म्हणत सिद्दा आला.

' तात्यांना जरा बोलावून आण जा. '

' जी. ' म्हणून सिद्दा गेला.

थोड्याच वेळात तात्या आले.

आप्पासाहेब म्हणाले,

' मास्तर, काय म्हणतात बघा, तात्या. '

' काय? ' तात्यांनी हसून मास्तरांच्याकडं पाहिलं.

' म्हणजे, मुलांच्याबद्दल म्हणत होतो मी. '

' बोला. ' तात्या म्हणाले.

' आज एकटेच आले होते जयवंतराव. '

' एकटेच? '

' हो! '

' बाकी कोणी मुलं आली नाहीत? '

' नाही. '

आप्पासाहेब म्हणाले,

' अहो, कोण पाठवणार मुलं? गुरं घेऊन जा, कुठं शेतावर भाकरी घेऊन जा, यातच मुलांचा सारा वेळ जातोय्. आणि शाळेला केव्हा येणार ती? '

' म्हणजे एकटा जयाच तेवढा शाळेत, म्हणा की! ' तात्यांनी विचारलं.

' मग कोण तर? ' आप्पासाहेब म्हणाले.

' हे बघा, आप्पासाहेब, शाळा सुरू झाली, ती काही एकट्या जयासाठी नव्हे. मुलं नाहीत, तर काय करायची ती शाळेची जागा? तिथं धर्मशाळेत कशाला जायला हवा जया? मग इथं येता येत नाही मास्तरांना? '

' मग इथं येऊ देत की! '

' आप्पासाहेब, अजूनही तुम्हांला पटलेलं दिसत नाही. '

' पण मुलं कोण पाठवणार ही घातीची कामं सोडून? '

' तर तर! मुलांशिवाय अडतंच, की नाही, सगळं! तुम्ही सांगितल्यावर पाठवणार नाहीत लोक मुलांना? '

' पाठवतील की! '

' मग काय तर? संध्याकाळी येऊ देत लोक वाड्यावर. '

' हो, येऊ देत की.'

संध्याकाळी हळूहळू गावकरी वाड्यात जमू लागले.

सगळे जमताच आप्पासाहेब म्हणाले,

' आजपासून गावात शाळा सुरू झाली आहे, हे तुम्हांला माहीतच आहे. तेव्हा ज्यांच्या घरी सात-आठ वर्षांची पोरं आहेत, त्यांनी त्यांची इथं मास्तरांकडं नावं द्या. '

‘ पन, सरकार... ’ सतबा म्हणाला, ‘ कशाला पायजेल साळा? ’

‘ अरे, कशाला, म्हणजे? पोरं शिकवायची. ’ आप्पासाहेब म्हणाले.

‘ व्हय! पोरं शिकवायची आणि गावातनं भाहीर घालायची! ’

‘ अरे, बाहेर काय म्हणून जातात? शिकल्यावर बाहेर जातात होय मुलं? ’

‘ तर काय? सरकार, कामेवाडीच्या मसणूचा पोरगा बघा. दोन वर्षं गेलाय् नोकरीवर, म्हनं, दूरच्या मुलकात. कंदीतरी चुकून बघतोय् त्वांड घराचं? एक पैसाबी पाठवला न्हाई घराकडं. ’

‘ अरे, कोण त्यांना घालतंय् नोकरीला? ’

‘ जात्यात आपनच. ’

‘ काय? ’ आप्पासाहेबांनी तिकडं रोखून पाहिलं. ‘ कुणाची टाप लागलीय् माझ्या नजरेसमोरून गाव सोडून जायची? ’

‘ बगा. ’ सतबा म्हणाला.

‘ आमचा जया शिकणार आहे, म्हणे. त्याला सोबत पाहिजेच की! ’

‘ सोबत व्हय? ’ बाळाप्पा म्हणाला, ‘ मग काय, जी, पोरांस्नी तोटा? वाटेल तेवढी भरतील. ’

‘ छान! ’ आप्पासाहेब म्हणाले, ‘ उद्या अकरा वाजता पाठवा मुलं शाळेला. ’

‘ कुठं भरनार साळा? ’

‘ रामाच्या धर्मशाळेत. ’

‘ हां! हां! ’ सर्वांनी माना डोलावल्या.

दुसऱ्या दिवशी साडेदहाच्या सुमारास धर्मशाळेतून पोरांनी माजवलेला गोंधळ साऱ्या गावाला ऐकू जात होता. आप्पासाहेब चौकात उभे राहून तो गोंधळ ऐकत होते. अचानक सारा गोंधळ थांबला आणि थोड्याच वेळात मास्तरांनी म्हटलेली प्रार्थना आप्पासाहेबांना ऐकू आली. पाठोपाठ मुलांचा आवाज आला. आप्पासाहेब हसले आणि आपल्या खोलीकडं वळले.

संध्याकाळी आप्पासाहेब आणि तात्या सदरेत बसले होते. त्याच वेळी खांद्याला दप्तर अडकवून जयवंत पळत आला. तात्यांनी त्याला हाक मारली.

‘ जया! ’

जयवंत थांबला.

‘ काय शिकवलं, रे, आज? ’ आप्पांनी विचारलं.

‘ श्री. ’

‘ श्री? ’

‘ हो ! मी मास्तरांना म्हटलं, मला येतीय् काढायला श्री., तरी त्यांनी पुन्हा पुन्हा तेच सांगितलं गिरवायला. ’

तात्या हसून म्हणाले,

‘ जया, आज तुला नाही ते समजायचं. सतरा वेडीवाकडी वळणं घेतल्याखेरीज ‘ श्री ’ हातात सापडत नाही, बाबा. पुढं समजेल तुला. ’

तात्या, आप्पासाहेब मोठ्यानं हसले. ते का हसतात, हे जयवंतला कळत नव्हतं.

तो आळीपाळीनं तात्या आणि आप्पासाहेबांच्याकडं पाहत होता.

आप्पासाहेब म्हणाले,

‘ जया, भूक लागली असेल तुला. दूध पी जा. ’

सकाळच्या वेळी उमा आपल्या खोलीकडं जात होती. तिचं लक्ष जिभेच्या दारातून चौकाकडं भरधाव सुटलेल्या जयवंतकडं गेलं. तिनं हाक मारली,

‘ अहो!’

जयवंतनं चमकून पाहिलं.

उमेकडं लक्ष जाताच तो धावत गेला आणि म्हणाला,

‘ काय, ग, वैनी? ’

‘ कुठं गेली होती स्वारी? ’ उमा खोलीकडं पावलं टाकीत म्हणाली.

तिच्या पाठोपाठ जात जयवंत म्हणाला,

‘ तात्यांच्याकडं. ’

‘ एवढा वेळ? ’

‘ काकी बस म्हणाली. ’

‘हं! ’

वहिनीला जयवंतचा तो नूर काही ठीक वाटला नाही.

उमेपाठोपाठ तो खोलीकडं गेला. काकुळतीला येऊन तो म्हणाला,

‘ काय, ग, वैनी? ’

‘ मलाच विचारा काय, ग, म्हणून! ’ गर्रकन वळून उमा म्हणाली, ‘ शाळेला जाणार नाही? ’

‘ शाळा? ’

जयवंतानं टाळा पसरला.

‘ हो! शाळा ! ’

जयवंत हसू आवरीत म्हणाला,

‘ अं हं! ’

‘ काय? ’ उमेनं विचारलं. ‘ काय म्हणालात? ’

‘ मी शाळेत जाणार नाही. ’

उमेचा विश्वास बसेना. क्षणभर काय बोलावं, हे तिला सुचेना. ती ओरडलीच,

‘ काय म्हणालात? पुन्हा एकदा बोला! ’

‘ मी शाळेला जाणार नाही! ’ जयवंत मख्खपणे म्हणाला!

‘ सांगू मामंजींना? ’

‘ सांग! ’ जयवंत म्हणाला.

आता मात्र टाळा पसरायची पाळी उमेवर आली.

जयवंतलाही हसू आवरता येईना. तो हसू लागला. टाळी वाजवून तो म्हणाला,

‘ कशी फसलीस! ’

‘ कसला चावटपणा हा, भाऊजी? सांगा ना, का जाणार नाही शाळेला? ’

‘ अग, आज रविवार! ’

उमा एकदम ओशाळली.

‘ खरंच की, भाऊजी! माझ्या लक्षातच नाही. तरी बरं, मी रागानं मारलं नाही कुठं! ’

‘ मग मार ना! ’ जयवंत पुढं सरकून म्हणाला, ‘ खरंच, वैनी, तू एकदासुध्दा मारलं नाहीस मला. ’

‘ मारीन बरं! मारीन! ’

‘ कोण, तू? ’

‘ हसू नका. खरंच मारीन! ’ आपली नजर जयवंतवर रोखीत उमा म्हणाली.

‘ तूला सांगायचं विसरलोच, बघ, वैनी. आज ठाकरांनी पुष्कळ मासे पकडले होते. पण गोजळा नव्हताच, नुसते ठिगूर आणि खवल्या. ’

‘ तुम्हांला काय माहीत? ’

‘ मी तात्यांच्या घरातून बाहेर पडलो, तेव्हा ठाकर जात होते; मी अडवून बघितल्या त्यांच्या टोपल्या. ’

‘ तुम्ही? ’

‘ हो! का? ’

‘ तुम्ही बघायच्या नसतात, भाऊजी. काय म्हणाले असतील ठाकर? फार तर सिद्दाला सांगायचं होतं... ’

उमा विचारात पडली. सांगावं, की न सांगावं, ह्याचा विचार ती करीत होती. शेवटी ती म्हणाली,

‘ भाऊजी, आता खेकडी मिळतात का, हो? ’

‘ त्यात काय? न मिळायला काय झालं? तुला पाहिजेत? ’

‘ नाही, हो! फार दिवस झाले खेकडी खाऊन, म्हणून विचारलं. ’

‘ मी आबांना विचारतो. ’

‘ नको नको. ’

‘ का? मी विचारणार ! ’

‘ माझी शपथ आहे, भाऊजी, मामंजींना विचाराल, तर- ’

‘ सुटली, म्हण. ’ जयवंत उमेजवळ सरकत म्हणाला.

‘ सुटली. जाते मी. अजून सगळा स्वयंपाक व्हायचा आहे. तुमच्याबरोबर बोलण्यात, मी कशाला आले होते, तेही विसरून गेले. ’

उमा खोलीबाहेर पडली.

जयवंत काही क्षण तिथंच बसून राहिला. नंतर तोही कंटाळला आणि बाहेर पडला. चौक ओलांडून तो सोनारसोप्यावर गेला. त्यानं कानोसा घेतला. कचेरीतून आप्पासाहेब व गोविंदा यांचं बोलणं ऐकू येत होतं. जयवंत तसाच पुढं गेला. पुढच्या चौकात जाताच त्यानं सगळीकडं नजर फिरवली. गोठा रिकामा होता. तबेल्यात घोडी होती. सिद्दा पाठमोरा बसून चिलीम ओढीत होता.

जयवंत गालांत हसला आणि त्यानं हाक दिली,

‘ सिद्दा... ’

गडबडीनं चिलीम फेकून सिद्दा उभा राहिला. त्याचा चेहरा शरमिंदा झाला होता.

जयवंत खोऽ खोऽ हसत होता. तो म्हणाला,

‘ काय, सिद्दा? धूर कसला? ’

सिद्दा धीर करून बळेच हसला व म्हणाला,

‘ धूर? धुमीचा असंल, जी! ’

‘ तर तर! धुमीचा काय? चिलीम ओढीत होतास, की नाही? ती बघ चिलीम.’ नजीकच्या चिलमीकडं बोट दाखवीत जयवंत म्हणाला.

सिद्दानं चिलीम गडबडीनं उचलली आणि विझवून खिशात घातली.

त्याची ती धावपळ जयवंत गमतीनं पाहत होता. तो म्हणाला,

‘ सांगू आबांना?’

‘ नका, सरकार! चुकी झाली. परत न्हाई वढनार! ’

जयवंत कट्ट्यावर बसला आणि म्हणाला,

‘ नाही सांगणार! पण एक काम करशील काय? ’

‘ काय, जी? ’

‘ खेकडी मिळतील काय? ’

‘ किरवी, जी? ’

‘ होय. ’

‘ आता कुठली मिळनार, जी? नदीला पानी आलं, म्हंजे वाटंल तेवढी मिळत्याल. अजून म्हैना तरी पायजे, जी. ’

‘ वैनी म्हणत होती, रे ! आज मिळाली असती, तर... ’

डोकं खाजवीत सिद्दा म्हणाला,

‘ आतं भावक्याला विचारलं, तर तो धरंल भहुशा किरवी. ’

‘ धरील? ’

‘ तेला सारं सादतंया. उगाच उनाड भावक्या म्हनत न्हाईत तेला! ’

‘ पन धरनार कसं? गळानं? ’

‘ छः ! गंजानीची काडी घेऊन ती बिळात घालायची आनी हलवायचं. असलं किरवट, तर रागानं भाहीर येतंय् . ’

‘ मग बघ की. ’ जयवंत आर्जवानं म्हणाला.

‘ आतं असंल, का न्हाई, कुनास ठाऊक, घरात! ’

‘ मग आबांना सांगू? ’

‘ काय, जी? ’

‘ तू चिलीम ओढतोस, ते! ’

‘ मी आनतू हुडकून भावक्याला. ’

जयवंत आनंदून म्हणाला,

‘ मी जेवून तयारीत राहतो. आबा झोपले, की जाऊ आपण. ’

‘ म्हंजे सरकारांस्नी सांगायचं न्हाई काय, जी? ’

‘ तू सांगून ओढलीस चिलीम? ’

‘ बघतो, जातो, हाय काय भावकू... ’ हताश सिद्दा म्हणाला.

जयवंत आत आनंदानं पळाला.

जेवण झाल्यावर आप्पासाहेब झोपायला गेले. उमाही आपल्या खोलीत गेली. जया पागेकडं गेला. सिद्दा बसला होता.

‘ सिद्दा! ’

‘ जी! ’

‘ जायचं नव्हे? ’

‘ व्हय पन भावकू आला तर पायजे. यील येवड्यात. ’

जयवंत तिथंच कट्ट्यावर बसून राहिला . तो म्हणाला,

‘ सिद्दा, किरवी सापडतील नव्हे? ’

‘ न सापडायला काय झालं? भावक्या असला, की न्हाई काळजी, जी. ’

‘ आणि दोघे जण घेऊ या, काय? ’

‘ त्यो काय हाका काढायचा हाय काय, जी? त्यो काय भावकू आला. ’

जयवंतनं मान वळवली.

मोठ्या दरवाज्यातून भावकू येत होता. शेलाटा, काळा, डोळे आत गेलेला. मुंडासं, पैरण, धोतर नेसलेला. जयवंतजवळ येऊन पाया पडला व म्हणाला,

‘ आज धाकलं धनी शिकार करनार, तर! ’

‘ व्हय. पन त्या पायी सरकारांनी आमची शिकार न्हाई केली, म्हंजे मिळवली! कसं, धनी? ’

‘ चल, रे! जाऊ या नव्हे? ’

‘ व्हयं , जाऊ या की, पर संगं चील घेऊस पायजेत. ’

‘ ते कशाला? ’ जयवंत न समजून म्हणाला.

‘ मग किरवी कशी आनायची? ’

सिद्दा गेला आणि येताना एक पोतं घेऊन आला.

‘ चला. ’

सिद्दानं टोणा घेतला. जयवंतनं चप्पल चढवली. आणि तिघं वाड्याबाहेर पडले.

वैशाखातलं ऊन तापत होतं. आकाशात काळे ढग फिरत होते. पश्चिमेचा वारा सुरू झाला असूनही उकाडा वाढत होता. नुकताच पेरलेला पेरा शिवारात कोमरून वर आला होता.

सिद्दाचा हात धरून जयवंत जाऊ लागला.

सिद्दा म्हणाला,

‘ वैनीसाबांस्नी तरी सांगितलंसा न्हवं? ’

‘ अं हं! ’ मान हलवत जयवंत म्हणाला.

‘ तर सांजंला हाय आमची.... ’

‘ चला, रे, आबा काही म्हणाले, तर मी सांगीन. ’

मध्ये भावकू म्हणाला,

‘ सरकार, थांबा. मी यवढ्यात गंजानच्या काड्या आनतो. ’

भावकू बांधांवरून उड्या टाकीत निघून गेला.

जयवंतनं विचारलं,

‘ काय, रे, सिद्दा, गंजान म्हणजे काय? ’

‘ मग किरवी कशी सापडनार? हे बघा, सरकार, गंजान म्हंजीच रानगवत. त्याच्या काडीला तुरा असतूया. त्या काड्या आनायला गेलाय् त्यो. ’

‘ मग त्यानं काय होतंय्? ’

‘ आता बघाच की! ’

दोघे उन्हात बांधावर बसून होते. उन्ह तापत होतं. जयवंत बोडकाच आला होता.

' सरकार, डोक्याला काय घाटलं न्हाईसा? ' सिद्दानं विचारलं.

' नसंना! उन्ह नाही लागत. '

तोवर लांबून भावक्या येताना दिसला. त्याच्या हातात गवताच्या काड्यांचा बिंडा होता. त्या काड्यांचे तांदूळ-गोंडे जयवंत कौतुकानं पाहत होता. त्या काड्या पाहताच हुरूप आला.

सारे नदीकाठाला आले. नदीचं पात्र जवळ जवळ कोरडंच पडलं होतं. वळवाच्या पावसानं आता पात्रात थोडं थोडं पाणी वाहू लागलं होतं. ते तांबडं लाल पाणी व व पात्राचा उघडा भाग न्याहाळीत सिद्दा-भावकू काही वेळ तसेच नदीकाठाच्या ढेंगशीवर उभे राहिले.

भावक्या म्हणाला,

' सिद्दा, आज लाईन हाय बघ. बहुशा गावनार किरवी. '

सिद्दा जयवंतकडं वळून म्हणाला,

' सरकार, तुमी बसा त्या बाभळीच्या झाडाखाली. आमी जातो खाली. उगीच चिखलाराडीत येऊ नगासा, ऊनबी चढलंय्. '

' नाही. मी येणार! ' जयवंत हट्टानं म्हणाला.

' नगा, सरकार, ऐका माझं. ' सिद्दा म्हणाला.

' नाही. येणार मी. '

' पन चिखल लागंल! '

' लागू दे. '

' ऊन लागंल. '

' लागू दे. '

' बगा हां! ' सिद्दा नजर रोखीत म्हणाला, ' आमच्याबरोबर आलासा, तर किरवी पकडाया होवीत. '

' पकडीन की! ' जयवंत म्हणाला.

' ए सिद्दा... ' भावक्या म्हणाला, ' ऐकायचं न्हाईत ते. येऊ दे त्यांस्नी. दाखवू या धन्यांस्नी शिकार. '

' मंग चप्पल काडा तर. '

जयवंतनं गडबडीनं चपला काढल्या. सिद्दा-भावकूंनी धोतरं सावरली. तिघं नदीच्या पात्रात उतरले.

पायाला डसण्यासारखा चिखल नव्हता. भावकू बेतानं पुढं जात होता. पात्राच्या कडेला दिसणारी भोकं पाहत होता. एका भोकापाशी तो थांबला. त्यानं ते न्याहाळलं

आणि हातातील एक काडी काढून बाकीच्या बिंडा सिद्दाच्या हातात दिला. गोंड्याच्या बाजूनं ती काडी भावक्यानं बिळात खोचरली आणि तो ती काडी गडबडीनं वर-खाली करू लागला.

हळू हळू काडी वर येऊ लागली. अधीरतेनं जयवंतनं विचारलं,

‘ आहे? ’

‘ हो! येतंय् बघा यवढ्यात वर. ’

भावकू काडी खेळवत होता. जयवंत टक लावून बिळाकडं पाहत होता.

काही वेळ असाच गेला आणि भावकू म्हणाला,

‘ बगा. ’

जयवंतनं पाहिलं, तो खेकड्याच्या नांग्या बिळाबाहेर आलेल्या दिसत होत्या. काडीचा गोंडा हळूहळू वर येत होता. खेकडाही त्याबरोबर वर येत होता. वाकलेल्या भावकूनं उजव्या हातानं काडी खेळवीत आपला डावा हात पसरला. खेकड्यानजीक गोंडा येताच खेकडा रागानं बेभान होऊन तो गोंडा धरण्याचा प्रयत्न करू लागला. भावक्यानं डाव्या हातानं एकदम झडप घातली.

‘ हैयो ऽ ऽ ’ जयवंत ओरडला.

जयवंत धावला. भावकूनं खेकडा समोर धरला. खेकड्याच्या पाठीला भावकूनं अलगत धरलं होतं. काळभोर भला मोठा खेकडा नांग्या फासटत होता. त्याचे डोळे क्षणात वर येत होते, तर क्षणात आत जात होते.

सिद्दा म्हणाला,

‘ चला. बोनी तर चांगली झाली. ’

जयवंतलाही हुरूप चढला होता.

तासाभरात आठ-दहा खेकडे पकडले होते. पोत्यात पडणाऱ्या खेकड्यांकडं जयवंत वारंवार पाहत होता. मोजीत होता. त्याचे पाय चिखलानं माखले होते, तरी त्याला पर्वा नव्हती.

जयवंतानं विचारलं,

‘ भावकू, तुला कसं समजतं, रे, बिळात खेकडा आहे, म्हणून? ’

‘ त्यात काय? बिळाच्या तोंडाला ताजा उक्कीर झालेला दिसला, की समजतंय्. उन्हाळ्यात हे खेकडं लई खाली बिळात असत्यात. चिखलातनं बीळ बुजवून घेत्यात आन् आत बसत्यात. ’

‘ मग मरत नाहीत? ’

‘ छः ! मंग आतं वळवाचा पाऊस सुरू झाला आणि पेरा झाला की, माती पोकरत वर येत्यात. तोंडाला ताजी माती आली की, नक्की खेकडा! ’

‘ मग गवताला कसं वर येतात? ’

‘ उपाशी असत्यात ते. त्यांस्नी वाटतं, बेडकी, न्हाईतर काय तरी हाय. येत्यात झालं वर. पन आतल्या खेकड्यांस्नी चव कमीच. पेंदाबी लई नसतो. पुढं खाऊन पिऊन तयार झालं की, मग बगावं. लई चव. ’

भावकू बिळाजवळ थांबला आणि म्हणाला,

‘ आता बघा, सरकार, हाय का न्हाई खेकडा. ’

भावक्यानं काडी खुपसली. थोड्याच वेळात खेकडा वर आला. भावकूनं जयवंतकडं पाहत विचारलं,

‘ धरनार काय, जी? ’

‘ धरतो की! ’ जयवंत पुढं झाला.

‘ मग माझ्या बाजूला येवा. ’ भावक्या म्हणाला.

‘ नको, रे! उगीच फोडंल कुठंतरी. ’ सिद्दा म्हणाला.

‘ आदमासा हाय, रे. शिकू द्यात की. ’ भावकू म्हणाला.

‘ मी धरतो, रे. भितो का काय? ’ म्हणत जयवंत भावकूच्या बाजूला गेला. भावकू म्हणाला,

‘ नीट ध्यानात धरा, बिळाच्या भाहीर पाठ आली की, गप्पकन हात मारा. तसाच दाबून उचला. जर का सैल सोडला, तर बोट गेलंच, म्हनून समजा! ’

जयवंत बिळाकडं वाकून पाहत होता. खेकडा वर येत होता. त्याच्या फासटलेल्या नांग्या आणि मोळ्यासारखे डोळे पाहताच जयवंतला कापरं भरलं. भावक्या म्हणाला,

‘ धरा- ! ’

पण जयवंत धरू धजला नाही. खेकडा आत गेला. त्याला परत काडीनं वर आणलं. जयवंतला घाम फुटला. ताठरलेल्या डोळ्यांनी तो खेकड्याकडं पाहत होता. मनाचा हिय्या करून त्यानं खेकड्यावर हात मारला.

‘ शाब्बास, सरकार, सोडू नका. ’ भावकू ओरडला.

त्याच वेळी जयवंत किंचाळला,

‘ आई, गऽऽ ’

दुसऱ्याच क्षणी जयवंत नाचू लागला. त्याच्या डाव्या हाताच्या बोटाला खेकडा झोंबू लागला.

जयवंत हात झाडीत होता.

सिद्दा धावला.

‘ सरकार! झाडू नका हात. ’ म्हणत त्यानं हात धरला. बळंच त्यानं जयवंतला खाली बसवलं. जयवंतच्या डोळ्यांतून अश्रू ओघळत होते. तो पुरा कापत होता.

सिद्दा म्हणाला,

‘ हात हालवलासा, तर बोट फोडंल त्यो. तसंच बसा.’

जमिनीवर त्यानं तसाच अलगत हात ठेवला. जयवंत भरलेल्या डोळ्यांनी खेकड्याचा नांग्यांतलं बोट बघत होता. असह्य कळ उठत होती. काही क्षणांत खेकड्यानं बोट सोडलं आणि तो धावू लागला. भावकूनं झेप घालून त्याला पकडलं.

‘ साल्या, तुला कच्चा खातो! ’ म्हणत त्यानं नांग्या मोडल्या आणि पोत्यात खेकडा फेकला!

जयवंतच्या बोटातून भळभळ रक्त वाहत होतं. जयवंत ओरडत नव्हता, तरी डोळ्यांतलं पाणी तो आवरू शकत नव्हता.

सिद्दानं गडबडीन ओंजळीतून पाणी आणून बोट धुतलं, आपल्या मुंडाशाची चिंधी फाडली आणि पाण्यात भिजवून बोटाला बांधली.

‘ तरी म्या सांगत हुतो, ह्यो खेळ नको, म्हनून. ’

‘ त्याला काय व्हतंय्? ’ भावकू म्हणाला, ‘ व्हय, का न्हाई, सरकार? ’

जयवंतनं उजव्या हातानं डोळे पुसले, नाक ओढलं आणि तो खुदकन हसला.

‘ पुरे, आतं जाऊ या वाड्याकडं, मस्त झाली शिकार! ’ सिद्दा म्हणाला.

‘ नाही. अजून खूप पायजेत. ’ जयवंत म्हणाला.

‘ काय पायजे ते करा. ’ म्हणत सिद्दा उठला.

भावकू पुढं चालू लागला.

दोन अडीच तासांत भावकूनं भरपूर खेकडे पकडले. तिघे वाड्यात परतले.

वाड्याजवळ येताच भावकू परभारेच निरोप घेऊन गेला.

सिद्दा म्हणाला,

‘ सरकार! आता पाटीला तेल लावूस पायजेत. ’

‘ चल, रे! अजून आबा उठले नसतील. ’

‘ तर! तुमच्यासाठी झोपल्यात ते अजून! ’

वाड्याच्या आत जाताच सिद्दा म्हणाला,

‘ कुणाला तरी पाठवा, सरकार, पोतं नेऊस! ’

‘ मी नेतो. दे. ’

सिद्दाच्या हातून जयवंतनं पोतं घेतलं. पाय न वाजवता तो पायऱ्या चढला.

त्यानं दरवाज्यातून डोकावून पाहिलं.

सोनारसोप्यात अगदी सामसूम होतं. एक निःश्वास सोडून त्यानं पाऊल उचललं. त्याच वेळी सोनारसोप्याचं दार उघडलं. जयवंत पळणार, तोच हाक आली :

‘ जया- ’

जयवंत थांबला. त्यानं पोतं पाठीशी दडवलं. खेकडे वळवळत होते.

‘ कुठं गेला होतास? ’ आप्पासाहेब बाहेर येत म्हणाले.

‘ कुठं नाही, आबा! ’

‘ तात्यांच्याकडं गेला होतास? ’

‘ नाही, आबा, होयऽऽ होयऽऽ... नाहीऽऽ ’

‘ होय-नाही काय? आणि हा नाद केव्हापासून लागला तुला? ’

‘ कसला, आबा? ’

‘ खेकड्याचा! ’

‘ खे ऽऽऽ! ’ जयवंतनं आश्चर्यानं बघितलं.

‘ बघ की पायांत! ’

जयवंतनं खाली पाहिलं.

पायांतून भला मोठा खेकडा पुढं सरकत होता!

जयवंतनं टणकन उडी मारली. पोत्यातून एक एक खेकडा बाहेर पडत होता.

आप्पासाहेबांनी हाक मारली,

‘ सिद्दाऽऽ ’

‘ जी! ’ म्हणत सिद्दा धावत आला. त्यानं सारं पाहिलं.

आप्पासाहेब ओरडले,

‘ ते भर पोत्यात. ’

सिद्दानं भराभरा ते पोत्यात भरले.

आप्पासाहेबांनी विचारलं,

‘ कोण कोण गेला होता? ’

‘ भावक्या, सिद्दा आन्ऽऽ ’

‘ तरीच! किती सापडले? ’

जयवंतला धीर आला. तो म्हणाला,

‘ शेहेचाळीस. ’

‘ अरे, वा! पण, जया, तुला कसा हा नाद लागला? ’

‘ वैनी सकाळी म्हणाली, खेकडे मिळतात का? मी म्हणालो, मिळतील की! ’

‘ समजलो! ’ आप्पासाहेब म्हणाले, ‘ सिद्दा! अरे, पोराच्या हातात पोत्याचं तोंड तरी बांधून द्यायचंस! ’

त्याच वेळी त्यांचं लक्ष जयवंतच्या बोटाकडं गेलं.

बोटाला चिंधी बांधली होती.

जयवंतनं हात लपवला.

‘ काय झालं? खेकड्यानं धरलं? ’

जयवंतनं खाली मान घातली.

‘ मग सोडलास खेकडा? ’

‘ नाही. ’ जयवंत मान वर करून म्हणाला.

‘ शाब्बास! मग रडलास, की नाही? ’

जयवंतनं परत मान खाली घातली.

आप्पासाहेब परत मोठ्यानं हसले.

सिद्दाला धीर आला.

आप्पासाहेबांनी विचारलं,

‘ भावकूला काय दिलंस? ’

जयवंतनं नकारार्थी मान हलवली.

‘ सिद्दा! ’

‘ जी! ’

‘ गोविंदाकडून एक रुपया घे आणि भावकूला दे. समजलं? ’

‘ जी! ’

‘ जया, घेऊन जा ते आत आणि बोटाला औषध लावून घे. ’

जयवंतानं पोतं उचललं आणि तो आत पळाला.

दारात पोतं ठेवून तो आत गेला.

उमा शिधा काढीत बसली होती.

जयवंतला पाहताच तिनं विचारलं.

‘ कुठं होता? ’

‘ डोळे मीट. ’

‘ कुठं होता, म्हणून विचारलं ना? दूध घ्यायचं नाही? किती हुडकायचं? सारजा तात्यांच्याकडं, देवळात फिरून आली. सारं गाव धुंडाळलं तिनं. ’

‘ डोळे मीट तरी! ’

उमेनं डोळे मिटले.

जयवंत बाहेर गेला. तो गठलं घेऊन आत आला, आणि उमेपुढं ठेवीत तो म्हणाला,

‘ बघ. ’

उमेनं डोळे उघडले.

‘ काय हे? ’

‘ खेकडं! ’

‘ अगबाई! उन्हात गेला होता ना? ’ बोलता-बोलता तिचं लक्ष जयवंतच्या बोटाकडं गेलं. ती घाबरून म्हणाली, ‘ हे काय? ’

‘ काही नाही, ग! खेकडा पकडला मी.... सोडला नाही मी. ’

‘ पण का गेला होतात? ’

‘ तूच म्हणाली होतीस ना? ’ जयवंत फुरंगटून म्हणाला, ‘ तुझ्यासाठीच मी गेलो, तर... ’

उमेनं चटकन जयवंतला जवळ ओढलं आणि त्याला कवटाळीत ती म्हणाली,

‘ नाही, राजा, तू जाणार नाहीस, तर कोण जाणार? ’

तात्या दरवाज्यात येऊन थांबले. त्यांनी एकवार त्या बंद दरवाज्याकडं पाहिलं. आजवर तात्यांच्या घराचा दरवाजा अशा सकाळी कधीही बंद राहिला नव्हता. पुढं सरकून त्यांनी दरवाजा ढकलला. पण दरवाजा आतून बंद केलेला होता. तात्यांनी दरवाजा ठोठावला; पण बराच वेळ झाला, तरी आतून कसलीच हालचाल ऐकू आली नाही. तात्या मागं वळले आणि बाजूच्या बोळातून ते परसदारात गेले. परसदाराला कडी होती. त्या दरवाज्याकडं पाहत तात्या पुटपुटले,

‘ कुठं गेली ही एवढ्या सकाळी! ’

तात्या तसेच माघारी वळले आणि नदीच्या रोखानं चालू लागले. नदीत स्नान करून ते ओल्या वस्त्रानंच घरी आले. पण अजूनही दरवाजा बंदच होता. तात्यांनी परसदाराचा दरवाजा उघडला आणि ते घरात शिरले. स्वयंपाकघरातील घागर त्यांनी हातात घेतली, ती अर्धी घागर त्यांनी हंड्यात ओतली आणि खांद्यावर पंचा टाकून ते समोरच्या दरवाज्यानं बाहेर पडले. नदीतून घागर भरून आणून त्यांनी ताज्या पाण्यानं सारे देव धुतले.

पूजा आटोपून तात्या बाहेरच्या सोप्यावर आले आणि बसले. पण काकींचा कुठंच पत्ता नव्हता! अशा वेळी काकी कुठं गेली असेल, याचा तर्कही तात्या करू शकत नव्हते. ते बाहेर आले आणि गल्लीतून खाली-वर उगाचच नजर फिरवू लागले, तोच परसदारातून काकणांचा आवाज आला. तात्यांनी वळून पाहिलं.

काकी लगबगीनं येत होती.

ती येताच तात्या म्हणाले,

‘ किती वेळ? ’

‘ जरा वाड्यात गेले होते. ’

‘ वाड्यात? एवढ्या लवकर बरं? ’

‘ अंघोळ झाली तुमची? ’

‘ हो! देवपूजा सुद्धा आटोपली, तरी तुझा पत्ता नाही! ’

‘ बरं, ते असू दे, जरा पंचांग घ्या बघू! ’

‘ पंचांग? ’

‘ होय! ’

‘ कशाला? काय बघायचंय्? ’

‘ आधी घ्या तर! ’

तात्यांनी पंचांग उघडलं.

‘ दिवस कसा आहे, बघा, आजचा! ’

तात्यांनी पंचांग पाहून म्हटलं,

‘ छान आहे. ’

‘ आताची वेळ, बघा, कशी आहे? ’

तात्यांनी पुन्हा पंचांगात पाहिलं, डोळे मिटले, बोटं मोडली आणि ते म्हणाले,

‘ बरी आहे. ’

‘ नुसतीच बरी? ’

‘ अग, अमृतसिद्धी योग आहे. विचारणाऱ्याचं भाग्य पाहिजे! ’

‘ खरं? ’

‘ मग काय, खोटं सांगतोय् काय? ’

काकी तशीच लगबगीनं आत गेली.

तात्या गोंधळून तिच्या पाठमोऱ्या आकृतीकडं पाहत होते. काकीची आत धावपळ चालली होती.

तात्या ते सारं बघत होते. पण त्यांना काहीच समजत नव्हतं.

थोड्याच वेळात काकी हातात पेला, वाटी घेऊन बाहेर आली अणि त्या वाटीतलं गूळ-खोबरं तात्यांना देत म्हणाली,

‘ घ्या. ’

‘ काय हे? ’

‘ घ्या तर खरं! अगोदर तोंड गोड करा, म्हणजे सांगते. ’

तात्यांनी गूळ-खोबरं घेतलं आणि तोंडात टाकलं.

काकी हसत म्हणाली,

‘ समजलं... ? कसलं हे? ’

‘ छे! मघापासून तेच विचारतोय् मी! ’

‘ आप्पासाहेब आजोबा होणार आहेत! ’

‘ काय? ’

‘ होय! ’

‘ अग, सांगतेस तरी काय तू? ’

‘ खरंच सांगते मी! अशा सकाळच्या वेळी खोटं कशाला बोलू? आता हेच वाड्यातून आले मी. सकाळी सारजा घाबरून आली होती माझ्याकडं आणि

म्हणाली, ' आक्कासाब कसंच्या कसं कराया लागल्यात! ' मी गडबडीनं गेले. जाऊन बघते, तर काय, वांत्या होत होत्या पोरीला. '

' मग? '

' मग काय? त्या सारजाला काय माहीत? '

' मग तुला तरी कसं समजलं? '

' न समजायला काय झालं? कोल्हापूरला त्यातच दिवस गेलेत माझे!... '

' पण हे खरं का? '

' पुन्हा तुमचं तेच! '

' आप्पासाहेबांना समजलं? '

' नाही अजून. '

' थांब तर. ' म्हणत तात्या एकदम उठले आणि दरवाज्यात गेले.

काकी पाठीमागून ओरडली.

' अहो- '

' अंगात काही घालाल, की नाही? आणि ही वाटी घ्या. आप्पासाहेबाचं तोंडही गोड करा. '

तात्या मागं वळले. हसत-हसत त्यांनी अंगात बंडी घातली आणि हातात वाटी घेऊन ते रस्त्यावर आले. पायाला जसे खडे बोचले, तसे त्यांना पायांत जोडा नसल्याचं समजलं. पण आता पाठीमागं परतायचं नाही, असा निर्धार करून ते तसेच चालू लागले.

वाड्यात येताच त्यांनी सदरेत पाहिलं ; पण सदरेत आप्पासाहेब नव्हते. त्यांनी देवजीला हाक मारली. देवजी येताच तात्यांनी विचारलं,

' आप्पासाहेब कुठं आहेत, रे? '

' हाईत खोलीत. '

' काय करताहेत? '

' आताच अंघोळ करून बसल्यात. बहुधा पोथी.... '

तात्या पुढचं ऐकायला थांबलेच नाहीत. पुढं केलेला दरवाजा धाडकन उघडून तात्या आत शिरले. दरवाज्याच्या आवाजाबरोबर आवाज आला.

' अरे, कोण? '

' मी... ' म्हणून तात्या आप्पासाहेबांच्या समोर उभे राहिले.

तात्यांच्या चेहऱ्याकडं पाहत आप्पासाहेब म्हणाले,

' केव्हा आलात? '

' आप्पासाहेब! हे घ्या. ' त्यांच्या प्रश्नाकडं दुर्लक्ष करीत तात्यांनी वाटीतलं गूळ-खोबरं पुढं केलं.

‘ काय हे? ’

‘ तुम्ही खा अगोदर. सांगतो मग. ’

‘ अहो, पण सांगाल, की नाही? ’

‘ खा म्हणतो ना मी? ’

आप्पासाहेबांनी गूळ-खोबरं खाल्लं आणि विचारलं,

‘ आता तरी सांगाल, की नाही? ’

‘ हो, सांगण्यासाठीच आलोय्, आप्पासाहेब! जगदंबेची कृपा झाली आपल्यावर. ’

‘ म्हणजे? ’

‘ आप्पासाहेब, तुम्ही आजोबा होणार! ’

आप्पासाहेब धडपडून उठले.

‘ काय सांगता! ’

‘ होय, आप्पासाहेब, खोटं नाही सांगत तुम्हांला! आत्ता हेच आमची ही वाड्यातून घरी गेली. मलासुद्धा खरं वाटलं नाही पहिल्यांदा, पण नंतर सर्व सांगितलं तिनं...

‘ थांबा, तात्या, आलोच मी. ’ म्हणत आप्पासाहेब खोलीबाहेर आले.

उमेच्या खोलीशेजारी येताच त्यांनी कानोसा घेतला, तोच तिथं सारजा आली.

आप्पासाहेबांनी सारजाकडं पाहत विचारलं,

‘ कुठं आहे सूनबाई? ’

‘ झोपल्यात, जी. ’

‘ बरं बरं! झोपू दे. ’ म्हणत आप्पासाहेब सोनारसोप्याच्या पायऱ्या उतरून खाली आले आणि पाठीमागं वळले.

‘ सारजा... ’

‘ जी. ’

‘ काकी म्हणाल्या, ते खरं? ’

‘ जी. ’

‘ जगदंबेची कृपा! ’

‘ जी. ’

‘ जी जी काय? घर माझं, दार माझं आणि माझ्या आधीच गावात सारं कळतं!’ आप्पासाहेब वळले आणि स्वत:शीच पुटपुटले, ‘ आज पोरीची सासू असायला हवी होती. कोण पुरवणार लाड बिचारीचे! कुणाला सांगणार ती? ’

आप्पासाहेब मंदिरात शिरले.

देवाला नमस्कार करून ते बाहेर आले, तेव्हा तात्या खोलीबाहेर आले होते.

‘ येतो मी, आप्पासाहेब. ’

‘ हो! ’ आप्पासाहेब एकदम म्हणाले.

तात्या निघाले, तसे आप्पासाहेब म्हणाले,

‘ थांबा ना, तात्या, बसू या जरा. ’

‘ नाही. येतो मी थोड्याच वेळात. ’

‘ बरं. ’

आप्पा सदरेत आले. तेव्हा चौघडासोप्यावर सनईवाला येऊन बसला होता. आप्पासाहेबाचं लक्ष तिकडं वळलं. आप्पासाहेबांनी विचारलं,

‘ काय, रामचंद्र? ’

‘ जी- ’ म्हणत रामचंद्र उठला आणि मुजरा करीत म्हणाला, ‘ काय नाही, जी, थोडं काम होतं गोविंदाकडं! ’

‘ काय, रे? ’

‘ भाताचं जरा इचारायचं व्हतं, जी. घरात काय नाही. ’

‘ बरं बरं. आता बोलाव तुमच्या साऱ्या मंडळींना. जा लौकर. रिकामे येऊ नका, म्हणावं, वाजवायचं आहे. ’

‘ जी. ’

आप्पासाहेब आत वळले. कचेरीच्या दरवाज्यातून त्यांनी गोविंदाला हाक मारली,

‘ गोविंदराव! ’

‘ जी. ’ म्हणत गोविंदा धावला.

‘ आता वाजंत्रीवाले येतील. त्यांना, ते मागतील, तेवढं भात दे. ’

‘ जी. ’

‘ आणि हे बघ, कचेरी जरा बंद कर आणि चल माझ्याबरोबर. लक्ष्मी, राम, मारुती-दर्शन करू या. ’

‘ आत्ता? ’ नकळत गोविंदा बोलून गेला.

‘ अहो, आम्ही आजोबा होणार, हे आत्ता समजलं आम्हांला. चला, रावबा कुठं आहे? ’

‘ मळ्यात गेलेत, जी. ’

‘ मग त्यालाही बोलावणं करा. ’

‘ जी. ’

आप्पासाहेब गोविंदासह बाहेर पडले. अशा वेळी आप्पासाहेबांना लक्ष्मीचं टेक चढताना बघून बुरुजावर खेळणारी पोरं पटापट चारी दिशांना फाकली.

देवदर्शन आटोपून आप्पासाहेब वाड्यात आले. त्याच वेळी रावबा वाड्यात शिरला. त्यानं विचारलं,

‘ का बोलवलंत, आबा? ’

' का, सांग बघू? ' गालांत हसत आप्पासाहेब म्हणाले.

रावबानं डोकं खाजवलं. तो म्हणाला,

' शिकारीची वर्दी आली? '

' जेव्हा तेव्हा तुझी शिकार! अरे, तू बाप होणार! मी आजोबा होणार!! '

रावबा खाली पाहत म्हणाला,

' मला माहीत आहे. '

' माहीत आहे? केव्हा कळलं? '

' सकाळी मळ्यात जाताना काकींनी सांगितलं. '

' सगळ्यांना माहीत आहे! फक्त मलाच नाही! मीच तेवढा... ' असं पुटपुटत आप्पासाहेब आपल्या खोलीत गेले..

वाड्यासमोर सनई वाजत होती.

೮೮೮

१३

एप्रिल महिन्याच्या उन्हाच्या तावात सारा शिवार तापत होता. शिवारात औताची झोड उठली होती. शेताची दुरवणी आता संपली होती. हेंडोरा मारून झाला होता. कुळवटी सुरू होत्या. शेतातून उठलेली ढेकळं फुटत होती. आढोळ्या पावसात विरघळत होती. जमिनीच्या कष्टाबरोबर तिचं रंगरूप बदलत होतं. गावात दिवसभर म्हातारी कोतारी माणसं, बाया आणि नेणती पोरं सोडली, तर हुडकून माणूस सापडत नव्हतं. गावची नदी नावाची 'नदी' राहिली होती. ठिकठिकाणी पात्रात डबक्यासारख्या कोंडी तयार झाल्या होत्या. पाणवठा चकचकीत उघडा पडला होता. पाणी आणायला सुद्धा दूरवर नदीला जावं लागत होतं. नदीच्या पात्रात मारलेल्या खड्ड्याच्या झऱ्यांतून पाणी काढावं लागत होतं. एक घागर पाणी मिळवायला नदीवर अर्धा तास मोडत होता.

गावात म्हाताऱ्यांना दिवसभर चैन नसे. दुपारच्या उन्हात त्यांना धाप लागे. हातातली पेटती चिलीम सुद्धा तोंडाजवळ न्यायला धीर होत नसे. संध्याकाळ केव्हा होते आणि गार वारं केव्हा सुटतं, इकडं साऱ्याचं गावाचं लक्ष वेधून राही. तोवर जिवात जीव नसे. दिवस मावळायला शिवारातनं औतं आणि चराईची जनावरं एक वेळेला गावात शिरत. दिवसभर उन्हात निपचीत पडून राहिलेलं गाव एकदम गजबजून जाई. जागं होई. कुत्र्यांचं भुकणं, जनावरांचा हंबार, गावावर उठणाऱ्या हाका आणि पोरांचा गोंगाट ह्यांनी गाव भरून जाई. बापाला दिवसाच्या कष्टाची हकीकत सांगत, पान खात, घामेजलेली, धुरळ्यानं माखलेली पोरं कट्ट्यावर दिसत. बऱ्याच रात्रीपर्यंत गाव जागं राही. भल्या पहाटेला जात्यांच्या घरघराटानं

गाव परत जागं होई. उघडणाऱ्या दारांची करकर गावावर साद घाली. भगाटायला औत परत घराबाहेर पडत.

एक दिवस आप्पासाहेब सदरेत बसले असताना रामजी आला. मुजरा करून तो बसला. तेवढ्यात तात्या आले.

‘ चला, रामजी, फिरायला जाऊ. ’

नेहमीप्रमाणे तात्या, रामजी, आप्पासाहेब टेकाकडं वळले. लक्ष्मीचं दर्शन घेऊन ते बुरुजावर गेले. बुरुजावरून सारं गाव, आसमंताचा भाग दिसत होता. आप्पासाहेब म्हणाले,

‘ काय जागा आहे, नाही, तात्या? ’ इथं आलं, की कसं प्रसन्न वाटतं. पाठीशी देऊळ, समोर गाव-सारं इथून दिसतं. ’

‘ आप्पासाहेब, पूर्वजांनी बुरूज बांधले, ते एवढ्यासाठीच! इथून सारं दिसतं; कुठंही काही हालचाल झाली, तरी कळते. ’

‘ ह्या बुरुजानं काय काय बघितलं असेल, नाही? किती वर्षांचं बांधकाम आहे, कुणास ठाऊक! पण अद्याप जसाच्या तसा आहे. माझ्या बाळपणापासून पाहतो आहे. हा बुरूज आहे तसाच आहे अगदी! ’

‘ पूर्वीची बांधकामं अशीच. एकदा बांधलं, की पिढ्यान् पिढ्यांची ददात मिटली. ’

आप्पासाहेब गाव बघत होते. गावचे रस्ते अगदी खडखडीत दिसत होते. नदीच्या कोंडीवरून घागरी घेऊन येणाऱ्या स्त्रिया दिसत होत्या. पाणवठा मोकळा दिसत होता. हे पाहत असता गावच्या स्मशानातून उठणारा धूर त्यांना दिसताच ते म्हणाले,

‘ रामू, कोण गेलं, रे? ’

‘ कुठं? ’

‘ मग तो धूर कसला? ’

‘ त्यो व्हय? फाटक्या किस्ना गेला, जी. ’

‘ काय झालं, रे, त्याला आणि? ’

‘ प्वाट बिघडलं व्हतं, वाटतं. पावण्याकडं गेला व्हता. काल आला. जुलाब सुरू झाले. दोपारी सोपला. ’

आप्पासाहेबांनी हात जोडले व म्हणाले,

‘ पाव्हण्याकडं हवं तसं खाल्लं असेल. चिकार प्याला असणार. ’

तात्या- रामजी हसले.

सूर्य मावळला. सारे परतले.

दुसरे दिवशी सकाळी भावकू वाड्यात आला. आप्पासाहेबांनी विचारलं,

' काय, रे, भावक्या? '

' सरकार, जोती तेली गेला. '

' गेला? कुठं गेला? '

भावकूनं आकाशाकडं पाहिलं.

आप्पासाहेब म्हणाले,

' अरे, काय सांगतोस? कालच तर मला भेटला होता तो! '

' काय न्हवंच, जी, त्ये. काल राती तो चकोट बोलला. हसला. राती एकाएळानं जुलाब लागलं, ते दिवस उगवायला सोपलाच गडी!'

' जुलाब? '

' व्हय, जी. काल किस्ना गेला. आज... आज जोती तेली गेला. सारं गाव हादरलंय्! '

' जा, रे! काय तरी डोक्यात घेऊ नका. बोला फुलाला गाठ पडायची. '

थोडा वेळ बसून भावकू गेला.

आप्पासाहेबांनी सिद्दाला हाक मारली. सिद्दा येताच आप्पासाहेब म्हणाले,

' जा, तात्यांना बोलाव जरा. '

थोड्याच वेळात तात्या आले. आप्पासाहेबांनी विचारलं,

' तात्या, तुम्हांला समजलं? '

' काय? '

' जोती तेली गेला, ते? '

' खरं? कशानं? '

' जुलाब लागले, म्हणे. '

' काय माणसं आहेत! मला बोलावलं देखील नाही! '

' तात्या, ही पटकी तरी नसेल? '

' छे! हो, नदीचं पाणी खराब झालंय्; पण...... '

' पण आता करायचं तरी काय? '

' प्रथम साऱ्यांना पाणी तापवून प्यायला सांगा. कोल्हापुरात पटकीची साथ आली, तेव्हा हेच केलं लोकांनी. प्यायचं पाणी तांब्याच्या भांड्यात राहू दे. बघू पुढं. '

पण दुसऱ्याच दिवशी दोन लागण झाली. तात्या तिथं गेले. त्यांनी आपली सारी औषधं देऊन पाहिली. पण दोन्ही रोगी गेले. दिवस-रात्र प्रयत्न करूनही यश न घेता तात्या घरी परत आले आणि स्नान आटोपून वाड्यात गेले.

आप्पासाहेबांना बातमी समजली होती. तात्या काही न बोलता बसले.

आप्पासाहेब म्हणाले,

' तात्या, पटकीच ही! एवढ्या झटपट माणसं जाताना मी पाहिली नव्हती. '

' मग? '

' आत्ताच्या आत्ता तुम्ही सारी मंडळी घ्या आणि बेळगावला जा. '

' आणि तुम्ही? '

' आप्पासाहेब , मी जाऊन कसं भागेल? उपयोग होवो अथवा न होवो , पण शेवटी जवळच्या माणसांच्या समाधानासाठी तरी मात्रा द्यायला पाहिजे. '

' तेच म्हणतो मी! गावात जोपर्यंत एक माणूस शिल्लक आहे, तोपर्यंत मलाही जाता येणार नाही. गावचा इनामदार पळून गेला, तर गावची छाती फुटेल. '

' पण, आप्पासाहेब .... ! '

' तात्या, जे तुम्हांला पटत नाही, ते मला सांगू नका. '

' पण निदान मुलं, सूनबाई तरी- '

' छे! त्यांना ठेवून घेऊन कसं जमेल? मी त्यांची आजच रवानगी करतो. काकींनाही सांगा. सगळे मिळूनच जातील. '

' हिची काही काळजी नाही. तशी काळजी.... '

' तात्या, सांगतो, तेवढं करा. जे खेळ करायचे, ते आपल्या जिवाशी करू. सारी व्यवस्था होईल बेळगावला. काही काळजी करू नका.

तात्या काही न बोलता वाड्याबाहेर गेले. आप्पासाहेबांनी गोविंदाला बोलावलं म्हणाले,

' रावबाला बोलवा. '

' पन ते मळ्यात गेल्यात, जी. '

' ते तुम्ही सांगायला नको. वाड्यात असता, तर मी हाक मारली असती. वाड्याच्या चारी कोपऱ्यांत जाण्याइतका आवाज आहे माझा. म्हणे, मळ्यात गेलेत! जा, बोलावणं पाठव त्याला. '

गोविंदा गेला. आप्पासाहेब आत गेले. उमेच्या खोलीसमोर जाताच त्यांनी हाक मारली,

' मुली! '

उमा गडबडीनं बाहेर आली.

' हे बघ. आत्ताच्या आत्ता सामानाची बांधाबांध करा आणि बेळगावला जा. रावबा, जया, सारजा, तू. आणखीन् कोणी घेणार असशील, ते घे. आणि हो, बरोबर काकी सुध्दा येणार आहेत. गावात दोन माणसं गेली. पटकी म्हणतात. उगीच रुखरुख नको जिवाला. साथ कमी झाली की, कळवीन; मग या. '

' आपण येणार नाही? '

' नाही, पोरी. मला येऊन कसं जमेल? गाव काय म्हणेल? '

' मग आपण सारीच राहिलो... '

' नको, पोरी. या म्हाताऱ्याची काळजी करू नको. तात्या आहेत सोबतीला. आमचे दिवस संपले. आमची काळजी कसली आता? '

उमा काही बोलली नाही.

गाडी दारात येऊन उभी राहिली. रावबा आतून सामानाची बांधाबांध करून आला. त्याच्या हातात शंभर रुपयांची हमेली देत आप्पासाहेब म्हणाले,

' रावबा, ही घे. नीट कमरेला बांध. उद्या बंगल्यावर शिधा पाठवीन. खर्च करा. पण बेतानं. पुन्हा लागेल, तर कळवा. '

' आबा, तुम्ही राहून काय करणार? मला काही कळत नाही. '

' तेच खरं! आता लौकर आटप. '

उमा पाया पडण्यासाठी आली, तेव्हा आप्पासाहेब म्हणाले,

' पोरी, अशा रोगानं आणि बेअब्रूनं मरण्यासाठी मी जन्माला आलो नाही. '

जया पाया पडला.

आप्पासाहेब म्हणाले,

' जया, तुझी शाळा, रे? '

जया घुटमळला.

' अरे, उगीच म्हटलं. मी सांगतो मास्तरांना. '

उमा, जया, सारजा गाडीत बसले. गाडीशेजारी उभ्या असलेल्या आप्पासाहेबांना पाहून काकी मागं सरकल्या. आप्पासाहेब जरा दूर गेले. काकी गाडी चढल्या. तात्या गाडीजवळ आले. आप्पासाहेब गाडीजवळ येत म्हणाले,

' काकी, काळजी करू नका. मी आहे तात्यांच्या बरोबर . जुंप, रे, बैल. '

जू उचललं गेलं. बैल जुंपले, गाडी सुरू झाली. गाडीबरोबर रामजी, देवजी, होते.

गाडी दिसेनाशी होताच आप्पासाहेब वाड्यात आले. वाड्यात एकदम शुकशुकाट वाटत होता. आप्पासाहेबांनी गोविंदाला हाक मारली. गोविंदा आला.

' गोविंदराव, वाड्यातील सर्व नोकरांना सांगा. म्हणावं, त्यांना जायचं असेल, तर माझी ना नाही. जा, म्हणावं. आणि तुम्हांलाही जायचं असलं, तर तुम्हीही जा. सगळ्यांत जीव मोलाचा! शिर सलामत, तो पगडी पचास! '

गोविंदा वाड्यात जाऊन परत आला व म्हणाला,

' सरकार, कुणी जात नाही. सारे, राहतो, म्हणतात. '

' राहू देत. आणि तुम्ही? '

' मी पण राहणार, सरकार! '

' आणि मेलास, तर? ' हसून आप्पासाहेबांनी विचारलं.

' राहणार कोण आहे? ' त्यानंही प्रथमच हसून विचारलं.

' पण मागच्यांची काळजी? '

' मेलो, तरी तुम्ही टाकणार नाही त्यांना. '

' एवढी खात्री असेल, तर बेलाशक राहा. '

तात्यांनी विचारलं,

' आता पुढं काय? '

' तात्या, आता उद्यापासून सगळ्या देवांना अभिषेक सुरू करा. सांगा तसं पुजाऱ्यांना. ते नीट करतात, की नाही, ते पाहा. '

' हो. '

' त्याची नको काळजी. आणि, तात्या, तुम्ही इथंच या वस्तीला. पण तुमच्या जेवणाचं मात्र... '

' मी सकाळी जेवण करीन घरी जाऊन. भात-पिठलं तेवढं करायचं. त्याला कितीसा वेळ लागणार असा? '

' आणि संध्याकाळी? '

' जेवायचं नाही, दूध घ्यायचं. '

' छे, तात्या. उगीच उपवास..... '

' नाही, आप्पासाहेब, अशा दिवसांत कमी जेवलेलंच बरं. आणि आठ-पंधरा दिवसांत अशा उपवासानं कोणी मरत नाही. '

' हे छान! मीही तसंच करतो. '

त्या दिवसापासून तात्या रात्री-अपरात्री कंदील घेऊन गल्लोगल्ली फिरताना दिसू लागले. दररोज दोन-तीन जात होते. गावातलं पाच-पन्नास माणूस गाव सोडून गेलं होतं. आप्पासाहेब दररोज सकाळ-संध्याकाळ गावची देवस्थानं फिरत होते. देवापुढं नाक घाशीत होते. भेटेल, त्याला धीर देत होते.

आठ दिवस झाले, पण मृत्यूचं प्रमाण वाढतच राहिलं. आठ दिवसांत बावीस गेले! तात्यांना एक वेळही जेवण्यात उसंत मिळेना. ते अगदी थकले भागलेले, त्रस्त दिसू लागले.

आप्पासाहेबांनी विचारलं,

' काय, तात्या? '

' आप्पासाहेब, पुण्याई संपली माझी! एवढंही यश येतं नाही ह्या हाताला! '

' असं म्हणू नका, तात्या. हा हातगुणाचा भाग नाही. हा दैवाचा कोप आहे. दुसरं काय? '

' कसला कोप आणि कसलं काय! लागण झाली, म्हणून जावं, तर औषधपाणी ठरवायला उसंत मिळत नाही. आणि गावात तर अनास्था म्हणजे विचारू नका. ह्या गावात मरणं म्हणजे सुध्दा पाप झालंय् नुसतं! '

‘ म्हणजे? ’

‘ काय सांगायचं, आप्पासाहेब! आज सकाळी खाटकाच्या म्हातारीला औषध दिलं आणि दुसऱ्या रोग्याकडं गेलो. म्हातारी निपचीत पडलेली पाहिली आणि खांदेकऱ्यांनी बांधली तिला तिरडीला. स्मशानात खड्डा तयार नव्हता, म्हणून ठीक! नाही तर पुरूनही मोकळे झाले असते! ’

‘ म्हणजे काय? ’

‘ म्हणजे काय? तिरडी ठेवून खड्डा खणू लागले. खड्डा होताच साऱ्यांनी वळून पाहिलं, तर म्हातारी उठून बसलेली! झाली मग धावपळ! तशीच उचलून आणली तिला आणि खड्ड्यात कोंबडं पुरून मोकळे झाले. ’

आप्पासाहेब हसले.

‘ हसता काय, आप्पासाहेब! लोकांची दुर्दशा फार. रोगी म्हणून मेलं, तर कोणी प्राणाच्या भीतीनं जवळ जात नाही. कोण जवळ येत नाही. घरात कोणी रडत नाही. सकाळपासून भिकू मरून पडलाय्. पण कोणी यायला तयार नाही. अजून प्रेत घरात आहे! ’

‘ काय सांगता? ’

‘ हो! खरं. ’

‘ थांबा, तात्या, मी आलोच. ’

आप्पासाहेब उठले.

बाहेर सिद्दा उभा होता.

‘ सिद्दा, चल. ’

पायांत चपला अडकवून आप्पासाहेब बाहेर पडले. जाता-जाता ते म्हणाले,

‘ सिद्दा, न्यायला माणसं मिळत नाहीत होय, रे? ’

‘ कुठलं माणूस, जी ! ज्याला त्याला जीव मोटा वाटतुया. ’

सुतारशाळेच्या कट्ट्यावर पंधरा-वीस जण बसून होते. अचानक समोर आप्पासाहेबांना येताना पाहून सारे उठून उभे राहिले. वाकून साऱ्यांनी नमस्कार केला. समोर जाताच आप्पासाहेब म्हणाले,

‘ काय, रे, का बसलात? ’

‘ मग काय करायचं, जी? ’

‘ तिथं तुमचा बाप मेलाय्. पडून आहे अजून घाणीत, आणि सुतारशाळेत गप्पा मारता! गाव सोडून का गेला नाही? मी जातोय् भिकूकडं, कुणी येणार असाल, तर या. ’

पाठीमागं वळून न पाहता आप्पासाहेब चालत होते. भिकूच्या घरासमोर म्हातारी बसली होती. घरात नीरव शांतता होती. दारात जाताच ते म्हणाले,

‘ कुठं आहे भिकू? ’

‘ आत पडलाय्. आता आलासा, बाबांनो? सकाळधरनं दातांच्या कन्या केल्या पण आला न्हाईसा. ’ भिकूची म्हातारी बसल्या जागेवरून म्हणाली.

आप्पासाहेबांनी पाठीमागं पाहिलं.

सारे पाठीमागे उभे होते.

म्हातारी उठली. तिनं आप्पासाहेबांना ओळखलं. पुढं होऊन ती पाया पडली आणि म्हणाली,

‘ धनी, तुम्ही आलासा? गरिबाच्या घरी? पण माजं पोर गेलं, जी! ’

‘ गप्प, म्हातारे! साऱ्यांनाच आता एक दिवस जायचं आहे. कोण पुढं जातो, कोण मागनं जातो. ’

बघता-बघता सारी तयारी झाली. भिकू घराबाहेर पडला. आप्पासाहेबांनी साऱ्यांना वाड्यात यायची ताकीद दिली. भिकूला माती देऊन सारे वाड्यात गेले. आप्पासाहेबांनी विचारलं,

‘ गाव कोण कोण सोडणार? सोडायचं असेल, तर आताच सोडा. पुढंमागं खांदा द्यायला कोणी मिळायचं नाही. ’

सारे चुपचाप उभे होते.

‘ शाब्बास! अरे, अशा प्रसंगी छाती फोडून घेऊन कसं जमणार? ’

आप्पासाहेबांनी पंधरा-वीस पोरांची निवड केली. ते म्हणाले,

‘ हे बघा, पोरांनो, भिऊ नका. गावात कोण गेलं, तर त्याला कुजत पाडायचं नाही. सारं करायचं. मानानं पोचवायचं त्याला. मी आहे तुमच्या मागं. जगलात, तर सोन्याचं कडं घालीन हातात. मेलात, तर तुमचं घर माझं समजेन! आहे कबूल? ’

‘ येवढं सांगिटलंसा, सरकार! मग कशाला हटावं आम्ही? ’

‘ उद्या पीप भरून दारू आणून घेतो. घेत जावा थोडी थोडी, छाती फोडून घेऊ नका. ’

सारे तावानं बाहेर पडले. पण रोगालाही तेवढाच ताव होता. एक माणूस पोहोचवून आलं नाही, तोवर दुसरं! खड्डे मारून आतडी गळ्यात आली महारांच्या. आप्पासाहेब जातीनं फिरत होते गावात. सर्वांना क्षणाचीही उसंत नव्हती.रखरखत्या उन्हातून , मध्यान्हरात्रीच्या काळोखातून ठेचाळत तात्या गावात घरोघरी फिरत होते. ज्या दिवशी गावात बावीस माणसं गेली, तेव्हा मात्र पुऱ्या गावचा थारा उडाला. वाड्यात सारे आले. मल्हारी रडत म्हणाला,

‘ सरकार, गाव बुडालं आज, हे आवरनार न्हवं? पंधरा दिसांत एवढी मानसं गेली. देव कोपला आमांवर! ’

‘ देव कोपत नसतो, मल्हारी. ’ तात्या म्हणाले, ‘ परीक्षा घेत असतो. ’

‘ डोंबलाची परीक्षा ! गावची येचून मानसं गेली. ’

आप्पासाहेब सुन्न होऊन बसले होते. ते एकदम म्हणाले,

‘ चला, उठा रामाच्या देवळात गाऱ्हाणं घालू या. ’

‘ आत्ता? ’ तात्यांनी विचारलं.

‘ होय, तात्या, देव झोपला असला, तर उठवू या त्याला. ’

सारे देवळात गेले. रामाच्या समोर उभे राहिले. देवाचा गुरव आला. देवासमोर आरती झाली. देवळासमोर उभ्या राहिलेल्या लोकांच्या मागं महार उभा राहिला. गुरवानं हात जोडले. साऱ्यांनी त्याचं अनुकरण केलं. तो गाऱ्हाणं सांगू लागला,

‘ भीमदेवा, चांगदेवा, गावडा, यल्लामा..... ’

‘ व्हय म्हराजा. ’ महारानं साथ दिली.

‘ जक्काई, जखवाई, मसणाई, गौळदेवा.... ’

‘ व्हय म्हाराजा. ’

‘ या पांढरीपुढं चोर चांडाळांस्नी मारून बाळगोपाळांस्नी आनंद कर.... ’

‘ व्हय म्हाराजा. ’

‘ देवा! ’ आप्पासाहेब बोलू लागले, ‘ आमच्यावर संकट आलंय्, तू बघतोसच. गावची दृष्ट लागण्यासारखी तरणी पोरं, बायका, गुणानं, मानानं जगलेली माणसं डोळ्यांदेखत जातात. ह्याला काय म्हणावं? तुझ्या दारात यायचं, ते संकटाच्या वेळी! आमचं चुकलं असेल. आमच्या हातून काही पाप घडलं असेल, तर ते तू पोटात घ्यायला पाहिजेस! तू किती केलं, तरी देव. आम्ही माणसं ती माणसं. आम्ही केलेल्या चुका तू पोटात घ्यायच्या नाहीस, तर कुणी घ्यायच्या? आता राग सोड आणि ह्या संकटातनं पार कर, नाहीतर तुझ्या देवळात दिवा लावायला देखील कोणी उरणार नाही! ’

‘व्हय म्हाराजा... ’ महारानं होकार भरला.

साऱ्यांनी जमिनीला डोकं टेकलं. सारे परतले.

आप्पासाहेब नुकतेच गावातून परत आले.

कट्ट्यावर बसून ते बोलत होते. तोच रामजी आत आला. पाठोपाठ तात्याही आत शिरले.

‘ काय, रामजी? ’

‘ जी! हौशा गावली, जी. ’

‘ कशात? ’

‘जुलाब सुरू झाल्यात तिला. ’

‘ अरेरे! तात्या, जा तुम्ही. ’

‘ मी? ’ तात्या म्हणाले.

‘ मी पण येतो , चला. ’

' कशाला, आप्पासाहेब? मी जातो. '

' तात्या, रावबाची चूक, ती माझी चूक. तो इथं नाही. त्याची रखेली असेना! पण ती मरतेय् ; म्हणजे मला गेलंच पाहिजे. चला. '

तिघेही गेले.

आप्पासाहेब चौकटीत उभे राहून म्हणाले,

' हौशा, काळजी करू नको. तात्या आलेत. मी आहे. रामजी आहे. रामजी... '

' जी.'

' रामजी, तू म्हातारा गडी. बाईमाणूस म्हणून तू लाज धरू नको. तिचं सारं कर, बाबा. लागलं सवरलं, तर बघ. तात्या, तुम्ही औषध द्या तिला. हौशा, संध्याकाळी येईन मी. '

पण संध्याकाळी जायची गरज लागली नाही. हौशा मेली.

हळूहळू मृत्यूचं प्रमाण खाली येत होतं. शेवटी शेवटी एक-दोनवर आलं. तात्या म्हणाले,

' आप्पासाहेब, बहुतेक रोग संपला. '

दोन दिवस गेले आणि काही घडलं नाही.

आप्पासाहेबांच्या चेहऱ्यावर समाधान पसरलं.

' चला, तात्या, लक्ष्मीचं दर्शन घेऊन येऊ या. '

' अशा दुपारी? '

' चला ना! देवदर्शनाला कसली वेळ! '

दोघे सिद्दाला घेऊन बाहेर पडले.

मे महिन्याचं ऊन तापत होतं. आकाशात कुठंतरी पांढरा ढग कापूस पिंजताना दिसत होता. पूर्वेकडील क्षितिजावर पांढऱ्या ढगांनी वाडे बांधले होते. वाऱ्याचा कुठंच पत्ता नव्हता. टेकडी चढून जाताना आप्पासाहेबांना घाम फुटला. देवीचं दर्शन घेऊन आप्पासाहेब पायरीवर बसले. सारा मुलूख नजरेत येत होता. काळाभोर, उघडा बोडका! कुठंतरी बांधाकडेनं असलेलं हिरवं झाड मलूलपणे उभं असलेलं दिसत होतं.

' तात्या, पाऊस येईल काय? '

' गदमदतंय् खरं! काय करील, कुणास ठाऊक! '

' दररोजच चाललंय् हे. '

' जाऊ, आप्पासाहेब, चला. '

' कशाला? कोण आहे वाड्यात? '

‘ आता आणावीत मंडळी. ’
‘ जाऊ देत चार दिवस, मग बघू. ’

अचानक वारं सुटलं. जेवढा वाळला पालापाचोळा होता, तेवढा त्यानं आकाशात उडवून दिला. घोंघावणाऱ्या उष्ण वाऱ्यानं श्वास घेता येईना. आप्पासाहेब, तात्या पाठ करून बसले. देवीची घाट वाऱ्यानं हलत होती. मधून मधून किणकिणत होती. वारा घोंघावत होता. बघता-बघता शिवारात चक्री वादळ उठलं आणि ताल, लय विसरून, बेभान होऊन नृत्य करणाऱ्या कथ्थकाप्रमाणं ते शिवारात फिरू लागलं. तो तांबड्या धुळीचा लोट आकाशाला भिडला आणि हळूहळू विरला. आकाशात ढगांची उलथापालथ होत होती. जुने वाडे ढासळत होते. नवे गगनचुंबी बांधले जात होते. साऱ्या पूर्वक्षितिजावर महाभारतातल्या युध्दप्रसंगी उभ्या असलेल्या सैन्याच्या फळीप्रमाणे काळ्या ढगांनी फळी धरली होती. ती फळी क्षणाक्षणाला उंचावता-उंचावता आकाशाच्या मध्यावर चढली आणि वारं थांबलं.

केवढी शांतता! क्षणापूर्वीचं वादळ आठवतही नव्हतं. कुठंतरी ढगावर टिपरी घुमली. प्रचंड नगारे घुमावेत, तसे ढग घुमू लागले. त्या तालावर आकाशात सूर्य असता विजा नृत्य करू लागल्या.

तात्या ओरडले,

‘ आप्पासाहेब, पाऊस आला! ’

कानठळ्या बसवणारी वीज कडाडत शिवारात उतरली. तिच्या लखलखाटानं डोळे दिपून गेले आणि पूर्वक्षितिज दिसेनासं झालं. काळाभोर पावसाचा पडदा पुढं सरकू लागला. सिद्दाला आडोसा नव्हता. फटंग टेकडीवर तो देवळाशेजारी उभा होता. आप्पासाहेब ओरडले,

‘ अरे, पळ, गाव गाठ. आम्ही बसतोय् इथं- ’

सिद्दा पळत सुटला. खडीवरच्या टेकावर चराईला गेलेली जनावरं उधळत होती. पावसाचा गार वारा प्रथम अंगाला स्पर्शून गेला. पाठोपाठ टपोरे थेंब उतरू लागले. त्यांचा आवाज वाढता-वाढता अखंड सरी कोसळू लागल्या. तात्या-आप्पा गडबडीनं गाभाऱ्यात पळाले.

तिरका पाऊस झोडपीत होता. तापलेल्या धरित्रीला शांत करीत होता. तृष्णेनं नव्याकूळ झालेली धरणी पडेल तो थेंब पोटात घेत होती. मेघ गर्जत, बेभान होऊन हातांतले कुंभ धरित्रीवर रिते करीत होते. विजा आपल्या लावण्यानं आसमंत दिपवून टाकीत होत्या. शिवारातली ढेकळं विरघळत होती.

हळूहळू पाणी जमिनीवरून ओघळू लागलं. चारी दिशांनी धावू लागलं.

पावसाच्या सरींचा जोम मंदावला. बघता-बघता पाऊस थांबला. तात्या,

आप्पा बाहेर आले. विजा अद्यापही होतच होत्या. मेघ गर्जना करीत होते. सारी धरित्री सुगंधानं, तृप्तीनं नखशिखान्त मोहरून गेली होती.

तात्या म्हणाले,

' गावचं संकट टळलं. आता निश्चिंत व्हा. '

आप्पासाहेबांनी मेघांना हात जोडले. देवीपुढं डोकं टेकलं आणि ते गावची वाट चालू लागले.

तात्या म्हणाले,

' ते पाहा! '

पूर्वक्षितिजावर मेघांना भेदून इंद्रधनुष्य उमटलं होतं!

൭൭൭

१३

गावाला उसंत नव्हती. रोगाच्या साथीमध्ये शेतीचे कष्ट अर्ध्यावरच पडले होते. ज्येष्ठ महिना निम्मा गेला. तोंडाशी पाऊस. एवढ्या थोड्या मुदतीत सारं होणार कसं? गावाचं धाबं दणाणलं होतं. पहाटेपासून तो काळोख पडेपर्यंत औतं राबत होती. उभ्या उन्हाची पर्वा न करता धुरळ्याचा बुकणा उडवीत शेतात फळी फिरत होती. सारं गाव कामाच्या आणि उन्हाच्या कारात तापत होतं.

खराशीचा पाऊस पडून गेल्यामुळं शिवाराला निराळाच रंग चढला होता. जमीन लोण्यासारखी मऊ होत होती. घोटा बुडावा, एवढा रेंदा शेतात झाला होता. जमिनीचे कष्ट संपले, तशा खताच्या गाड्या गावातून खडखडू लागल्या. शेतांतून खत पसरताना शेतांवर राखोटा उडू लागला. गाव आता पेरा करायला सजलं होतं.

एके दिवशी सकाळपासून ऊन तापलं. वारं बंद झालं. गाव घामानं निथळत होतं. चराईला गेलेली जनावरं नदीच्या पात्रात उतरली होती. पूर्वेच्या कडेला मोठमोठे ढग गुरगुरत उठले होते. हळूहळू त्यांची फळी धरीत होती. आकाशात वर चढत होती. तो काळाभोर वर चढणारा पट्टा निम्म्या आकाशाला भिडला. भर दुपारच्या उजेडात वीज घुमू लागली. एक प्रचंड कडकडाट करीत वीज धरणीवर उतरली आणि पावसाचा पडदा झरझरत पुढं येऊ लागला. बोराएवढे थेंब गावाच्या खापऱ्यांवर उतरले, खापऱ्या तडतडू लागल्या. बघता-बघता धारा लागल्या. त्या कोसळणाऱ्या सरींत सारं गाव भिजू लागलं. मातीच्या वासानं वातावरण भरून गेलं. पाऊस पडत राहिला. साऱ्या गावाला पावसानं हसू फोडलं.

आप्पासाहेब सदरेतून चौकात पडणाऱ्या पावसाकडं पाहत होते. रामजी जवळ उभा होता. रामजी म्हणाला,

‘ सरकार, झोकात झालं काम. आता हंगाम बघून पेरा करायचा, आन् मोकळं व्हायचं. ’

‘ खरं आहे. द्यावं, तर देवानंच. माणसानं देऊन काय पुरणार? ’

चार दिवस गाव थांबलं. रोहिणी तोंडावर आली. दक्षिणेच्या बाजूनं ढग मावळतीला चढू लागले. ते पाहून म्हातारी माणसं पोरांना सांगू लागली,

‘ पोरांनो, आता हयगय नको. पाऊस येणार, हो! ’

गावच्या सुतारांना जेवायची उसंत मिळेना. सुतारशाळेत रात्रंदिवस कुरीचा खच पडू लागला. कुऱ्यांची मोडतोड दुरुस्त करीपर्यंत त्यांचा जीव मेटाकुटीला आला.

-आणि वारं बदललं. मावळतीवरून वारं सुरू झालं. त्यात गारवा होता. थंडावा होता. एकानं धीर करून कुरी पुजली, पाठोपाठ पेऱ्यासाठी गाव शिवारात घुसला.

जिकडं जिकडं पाहावं, तिकडं शेतात कुऱ्या फिरताना दिसू लागल्या. माणसं कुरीचा पुढचा दांडा छातीला लावून हाताच्या बळानं कुरी ओढीत होती. जमीन भेगाळत कुरीची टोकं जमिनीत दाणे टाकीत जात होती. कुरी ओढून हातांत गोळे येत आणि छातीला रग लागत होती. पाठीमागून बाई कुरीत भात सोडीत होती. भातानं भरलेली ओटी जमिनीत जात होती.

पेरा झाला आणि गाव मोकळं झालं. धूळ-ओप पुरी झाली. आता शिवार बांधांच्या रेषेत काळाभोर बुक्क्याचा मांड भरून उभा होता. कुणाची तरी चुकून एखादी कुरी शिवारात कुठंतरी दिसत होती. सारं गाव आता घरात बसून पावसाची वाट पाहत होतं.

एके दिवशी रात्री सारं गाव झोपी गेलं असता रोहिणी आली. तिच्या सरीनं गाव जागं झालं. पडत्या सरीचा आवाज ऐकत गाव समाधानात पडून राहिलं. रात्रभर छपरात पाऊस ओतीत राहिला.

रोहिणीचा पाऊस मनाजोगा झाला. सात-आठ दिवस गेले आणि दबलेल्या जमिनीतून ढिकळं फोडून भाताचे कोंबरे वर दिसू लागले. पुढच्या काही दिवसांत चार पानांवर भातं उभी राहिली. शिवारांतून फिकट हिरव्या सरी दिसू लागल्या.

मृग नक्षत्र आलं. मनाजोगं पडून गेलं. आर्द्रा घोंगावणाऱ्या वाऱ्याबरोबर आल्या आणि पावसाची पहिली झड त्यांनी धरली. साऱ्या शिवारात ओल करून टाकली.पावसाची झड संपली. म्हातारे-कोतारे सुध्दा काठी टेकीत शेत बघायला बाहेर पडले. सजलेला पेरा बघून त्यांचं भान हरपलं. ते म्हणाले,

' छाः ! असा चकोट पेरा जल्मात बघितला नव्हता. '

नदीचं पाणी पात्रातच होतं. तिचा रंग बदलत होता. तांबडं पाणी अधिक दाट बनत होतं. गावच्या पाणवठ्यावरून पलीकडं जायचं म्हटलं, तरी लंगोट भिजायला लागला होता, गावचे ठाकर डांबर लावून ठेवलेल्या डोणाकडं पाहत होते. गावकरी म्हणत होते:

' आता कवा डोन घालणार? मानसं बुडल्यावर? '

ठाकर म्हणे,

' छे, गा! तयार हाय डोन, उद्या नारळ फोडून डोन घालतांव. '

डोण पाण्यात पडले. गाव चिखल हुटाची तयारी करीत होतं. पेरा काळपट हिरवा रंग धरीत होता. काकरी भरून भाताचे पट्टे उभे होते. वितीवर भात आलं होतं.

आर्द्रानं पेऱ्याचं बळ वाढवलं.

मग पुष्य आला.

सारं आकाश कुंदावलं. सूर्य दिसेनासा झाला. पावसाची धार गावावर लागली. उसंत न घेता पाऊस बडवीत होता. नदीचं पाणी भराभर चढत होतं. चार दिवसांत तासाबरोबर पाणी आलं. तरी पाऊस थांबला नाही.

नदी तास फोडून शिवारात पसरली. जिकडं पाहावं, तिकडं पाणीच पाणी झालं. पाऊस थांबला की, गावची तरणी पोरं नदीकाठावर गोळा होत. म्हातारे वेशीत उभे राहून पसरलेलं पाणी डोक्यावर आडवा हात धरून बघत. पहिल्या पुराबरोबर वाहत येणारी लाकडं तालमीची पोरं धरून ठेवीत होती. डोणकरी वेशीतल्या पिंपळ कट्ट्याला डोण बांधून बसून होते. पाणी चढतच होतं. पाणी चावडीला येऊन लागलं. एवढा पूर कुणी आजवर पाहिला नव्हता. म्हातारे लोक म्हणाले,

' लई मोठा पूर! आता पूर गेला की, हयगय करून उपयोग न्हाई. जेवढा व्हईल तेवढा चिखल-हुट मारा. बगा मळकेच्या बळावर काय पीक येताय्, ते. '

साऱ्या शिवारात पसरलेलं नदीचं पाणी परत पात्रात जायचं चिन्ह दिसेना.

चार दिवस गेले. म्हाताऱ्यांच्या कपाळावर आठ्या पडल्या. तात्या, आप्पा दररोज टेकावर जात, पुराचं चौफेर पसरलेलं पाणी पाहत. जिकडं पाहावं, तिकडं पसरलेलं तांबडं पाणी पाहून तात्या म्हणाले,

' परमेश्वराचं केवढं रौद्र रूप हे! '

‘ पण धारण का करावं त्यानं, तात्या? मला काळजी वाटते आहे. नुकतंच गावानं रोगातून डोकं काढलं. ’

‘ छे हो! उतरेल पाणी; ते काय असंच राहतंय्? ’

वेशीत गाव गोल होत होता. पुराकडं पाहत होता. पण आता पूर्वीचा आनंद नव्हता. मुलांचा गोंगाट नव्हता. पुरात पोहणाऱ्यांचं कौतुक नव्हतं. नुसता पूर बघत सारे उभे राहायचे. काळजीनं भारून जायचे आणि पोटऱ्यांतून पेटके आले, की माघारी वळायचे.

दहा दिवस झाले, पण चावडीची पायरी सोडून पाणी हटलं नाही. गावच्या तोंडचं पाणी पळालं.

गावचे पाच-पन्नास जाणकरी म्हातारे एक दिवस वाड्यात आले. आप्पासाहेबांना म्हणाले,

‘ सरकार, काय करायचं? ’

उसासा सोडून आप्पासाहेब म्हणाले,

‘ काय करायचं? राजानं मारलं आणि पावसानं झोडलं, कुणाला सांगायचं? ’

एक म्हातारा म्हणाला,

‘ सरकार, आमी उद्या नदीची ओटी भरावी, म्हंतो. ’

‘ पण पोत्या पुनवेला ओटी भरतात ना? ’

‘ ते झालं वर्साचं. पन, अवं, पानी बसलं, तर काय करायचं? गावकरी म्हंत्यात, ओटी भरू या. ’

‘ भरू या! उद्या पाठवतो नदीची ओटी. ’

दुसरे दिवशी वाजत-गाजत गावच्या बाया नदीवर गेल्या. सारजा वाड्यातली ओटी घेऊन आली होती. खणा-नारळानं नदीची ओटी भरली. पाच-पन्नास नारळ नदीच्या फेसाळणाऱ्या लाटांवर खेळत दिसेनासे झाले.

पूर हटला नाही. तात्या पंचांग उघडून कंटाळले. गावकऱ्यांनी सारे उपाय केले. शेवटी एक पोर उघडं करून त्याच्याकरवी पायातून नदीत विस्तव फेकायला लावला!

चौदाव्या दिवशी पाणी चावडीची पायरी उतरलं. सारं गावं पाणी बघायला धावलं. पाणी उतरत होतं. एखाद्या प्रमत्त विवस्त्र रूपगर्वितेनं घाईघाईनं पायांशी पडलेलं वस्त्र नेसू लागावं , तशी नदी आपलं पसरलेलं तांबडं वस्त्र सावरीत होती. त्याला निऱ्या पडत होत्या. अंगाभोवती लपेटल्या जात होत्या. शिवार झरझर मोकळापडत होता आणि बघता-बघता आपलं तांबडं पाणी अंगाशी कवटाळून नदी पात्रात स्थिर झाली.

सारा शिवार चिखलानं माखला होता. पडलेल्या दाट मळकेच्या खाली भात

आच्छादून गेलं होतं. गावकरी आशेनं शिवारात धावले. त्यांनी चिखलात हात घातले. कुजलेली भाताची पानं हातात आली. गावकऱ्यांचे हात मागं आले. जिवाणूचा स्पर्श होताच अंग जसं काढलं जावं, तसं.

चौदा दिवसांपूर्वी हिरव्या शिवाराकडं, सजलेल्या पेऱ्याकडं पाहून हर्षानं बेभान झालेला गाव आता चिखला-मातीनं बरबटलेला शिवार पाहून उभ्या पावसात करपून गेला. घरातल्या गमावलेल्या माणसांचंही दु:ख न मानता केलेले कष्ट एका क्षणात वाया गेले. पूर आणि ढगातून पडणाऱ्या सरी गावच्या डोळ्यांतलं पाणी थोपवू शकल्या नाहीत. सारं गाव गारठून गेलं. आता पुढं काय?

पुन्हा पेरा करतो म्हणायला तरी बियाणाला भात कुठून आणायचं? वर्षअखेरीचे दिवस. ह्या दिवसांत भात कुठलं? ज्यांची ज्यांची भातं शिल्लक होती, त्यांनी भात भिजवले. वाड्यात लोक गोळा झाले-रडत.

आप्पासाहेब म्हणाले,

' अरे, रडता काय? देवानं दिलं, देवानं नेलं, त्याची मर्जी. ही परीक्षा बघतोय् देव, ह्यात हरलो, तर काय राहिलं? आपण पुन्हा पेरा करु या. '

' धनी, घरात भात खायला न्हाई आणि पेरा कुठनं करायचा? '

' ते बघू पुढं; पेरा करून घ्या. गोविंदा! '

' जी. ' म्हणत गोविंदा आला.

' पेऱ्यासाठी जेवढं भात लागेल, तेवढं साऱ्यांना द्या. जसं तुमचं पीक गेलं, तसंच माझंही गेलं. आता बसू नका. कंबर कसा. '

लोकांनी वाड्यातून भात नेलं, ही बातमी दहा गावांत पोहोचली. दहा गावचे रयत वाड्यात गोळा झाले. आप्पासाहेबांनी साऱ्यांना पेऱ्याचं भात दिलं. गावानं भात भिजवलं. त्यांना कोंब फुटले. उभ्या पावसात पाऊस-वाऱ्याची, तमा न बाळगता गावानं शिवारात चिखल ढवळला आणि कोंबलेल्या भाताची शिंपडण शिवारात केली.

संध्याकाळी आप्पासाहेब, तात्या सदरेत उभे होते. त्या वेळी रावबा आत आला. रावबा भिजला होता. पाय चिखलानं माखलेले होते. त्यांनी रावबाला विचारलं.

' काय, रे, पावसात कुठं गेला होतास? '

' भाताचं पाणी बांधलंय् का, बघून आलो. आबा, नदीचा शिवार तेवढा आपला गेला. पण वरचा शिवार चांगला आहे. नदीकाठचाही शिवार उभा राहील. '

' रावबा! गावचं गेलं आणि आपलं राहिलं, ह्यात चांगलं आणि वाईट काय? जा, पाय धू. कपडे बदल. '

' जी. ' म्हणत रावबा आत गेला.

त्याच्या पाठमोऱ्या आकृतीकडं पाहत आप्पासाहेब म्हणाले,

' ह्याचा शेतीचा नाद तेवढी एकच गोष्ट माझ्या मनाला येते बघा, तात्या. '

' तेवढी एकच का? सारे गुण चांगले आहेत. त्याचं वय आहे; त्या वयाचाही दोष असतोच ना? '

महिन्याभरात परत शिवार हिरवा दिसू लागला. शिवार, कसा का होईना, पण सजला, याचं समाधान गाव मानू लागलं. पण साऱ्यात सुगी दोन महिने पुढं ढकलली, त्याचीही जाणीव गावाला होतीच.

ओल्या दुष्काळाची चिन्हं दिसत होती. दुसऱ्या गावची तरणीताठी पोरं कामासाठी शहराला जात होती. गावातून ती जाताना त्यांना बघून गावाला धडकी भरे. घरातलं भात संपत आलेलं. अजून दोन-तीन महिने तरी काढायला हवेत. ते काढावे कशाच्या जोरावर?

एक दिवस रामजी वाड्यात आला. बोलता-बोलता तो म्हणाला,

' सरकार, सोमवारी गावची पोरं जानार, जी. '

' कुठं? '

' मुंबईला. '

' का, रे? '

' काय करनार, जी? पोटं कशी भरणार? गेल्याबिगार निर्वा न्हाई त्यांस्नी. '

आप्पासाहेबांच्या जिवाला ते शब्द लागले. ते असताना गावची पोरं अन्नासाठी बाहेर जाणार, हे त्यांना पटेना. ते म्हणाले,

' रामजी, खरं आहे? '

' शप्पत, जी! '

' रामजी, गावात जा आणि साऱ्यांस्नी संध्याकाळी वाड्यात गोळा कर. '

संध्याकाळी वाड्यात मंडळी गोळा होत होती. आतला चौक भरत होता. आप्पासाहेब सदरेत उभे राहून साऱ्याची विचारपूस करीत होते. रावबा, जया शेजारी उभे होते. हळूहळू आतला चौक भरला. आकाश ढगाळलं होतं, तरी पाऊस नव्हता. ओल्या जमिनीवर गारव्यात सारे बसून होते. आप्पासाहेब समोरच्या देवळाच्या कट्ट्यावर बसले होते. सगळं शांत झालं.

आप्पासाहेबांनी विचारलं,

' मी ऐकलं की, आपल्या गावची मुलं बाहेर जाणार आहेत. खरं ते? '

कुणी काही बोललं नाही. कुजबूज सुरू झाली.

' हं! कोण कोण जाणार आहे? '

' सारं गावच! '

‘ कोण कोण जाणार आहे, ते उभे राहा! ’ आप्पासाहेबांचा आवाज चढला.

एक एक जण उभे राहिले. त्या भरल्या चौकात पंधरा-वीस तरुण अंग चोरून उभे राहिले आणि आप्पासाहेब उभे राहिले. ते लोकांतून फिरत होते.

‘ कोण, विठू, सत्या, रामू, तूही जाणार? मल्हारी तूही...? ’

आप्पासाहेब चौफेर फिरले. देवाच्या पायरीवर येऊन ते गर्रकन वळले व ओरडले,

‘ कुणाची अक्कल ही? ’ सारा वाडा दणाणला. ‘ मला पत्ता नसता गाव सोडून जाणार होता? कुणी शिकवलं? रामू, तू? ’

‘ न्हाई, जी! ’

म्हातारा विठू माने उभा राहिला. तो म्हणाला,

‘ सरकार, मंग काय करावं? पोटं कशी भरायची? घरात दाना सुदीक न्हाई. ’

‘ केव्हा सांगितलंस मला? आला होतात वाड्यात? रोगात येवढी माणसं गेली, तरी घरचं पुरवठा येईना, काय केलंस? ’

‘ काय करनार, धनी? होतं, ते बियाला गेलं. तेलाबी पुरवठा आलं न्हाई, म्हनून वाड्यातनं नेलं, तवा शिवार सजला. इचारा गावाला, किती जनांच्या घरात दोन येळा चूल पेटतीया, ती? ’

‘ म्हणून गाव सोडून जाणार? इनामदार मेला काय, रे, ह्या ओल्या दुष्काळात? गावची तरणी पोरं बाहेर भिकेला गेली, तर जग शेण घालील तोंडात; तुमच्या नव्हे, माझ्या! ’

‘ मग काय करावं, जी? ’

‘ काय करायचं? गोविंदा- ’

गोविंदा आला.

‘ उद्यापासून कोठीतलं धान्य काढ आणि ह्यांना दे. लागेल, तसं भात घेऊन जा! ’

सारं गाव ऐकत होतं. कानांवर विश्वास बसत नव्हता.

रामू धीर करून म्हणाला,

‘ पन, सरकार, यंदाच्या सुगीला परत कसं करनार? खंड आन् हे म्हंजे.... ’

‘ भोसडिच्या! लाथ घालीन, बोलशील, तर! ’ आप्पासाहेब रागानं थरथरत होते.

चौघांनी रामूला बसवलं.

आप्पासाहेब गरजले,

‘ कधी मागितलं होतं, रे, तुमच्याकडं? कोठीत एवढं भरून ठेवलंय्, ते मी उरावरून घेऊन जाणार काय? आधी जगा, मग फेडा. रामू, ध्यानात ठेव!

देवाच्या पायरीवर उभा राहून सांगतो मी, तुझ्यासकट कोणी गावाबाहेर पोटासाठी गेलं, तर त्याला गाव मुकलं, असं समजा कायमचं! '

विठू माने पुढं झाला. तो थरथरत्या आवाजात म्हणाला,

' धनी, तुमच्याकडं आलो न्हाई. चुकी झाली. पेऱ्याच्या येळंला येवढं केलंसा. परत कसं दारात जावं, म्हनून राहिलो. पोटची पोरं पाठवायला बळ हाय व्हय? तुमी पाठीवर असतानी कशाला जातील पोरं भाहीर? '

सारे आप्पासाहेबांच्या पाया पडून भारावलेले बाहेर पडले. दुसऱ्या दिवशी सकाळी गोविंदासह आप्पासाहेब कोठीत शिरले. कोठीत लिंपण लावलेली ओलीनं उभी असलेली तट्ट्यांची रांग दिसत होती.

' गोविंदा, प्रथम यांना हात घाल. हे पुरवठा येईल, असं वाटतं. हे नाहीच पुरलं, तर अंबारीला हात घाल. '

' जी. ' गोविंदा म्हणाला.

वाड्यावर माणसं येत होती. प्रत्येकाला भात दिलं जात होतं. दोन पायली, चार पायली, कुणी जास्त मागू लागलं, तर आप्पासाहेब म्हणत,

' अरे, परत घेऊन जा! सगळ्यांना पुरवठा यायला हवं. '

गोविंदाचा हिशेब वाढत होता. वाड्यात भात मिळतं, ही बातमी गावात राहिली नाही. दहा गावचे इनामदारांचे रयत वाड्यात येऊ लागले. वाड्यात आलेला प्रत्येक इसम भात घेऊन बाहेर जाताना दिसत होता.

रिकामे होणारे तट्टे पाहून रायबा जळफळत होता. कुरकुरत होता.

' आपल्या करंगळीवर मुतायची नाहीत ही आणि आबा कोठी लुटायला लागलेत ह्यांच्यासाठी! काय घेणार ह्याचं? एक दिवस डोळे उघडतील, भिकेची झोळी हातात आली, म्हणजे! '

उमा हे ऐकून घेई, पण ती काही बोलत नसे. एक दिवस तिला असह्य झालं. ती म्हणाली,

' तसं झालंच, तर त्यात लाज वाटायचं कारण नाही. एका शब्दानं मी मामंजींना दोष देणार नाही. '

' तर तर! कसा देशील? तू त्यांचीच कड घेणार. देवमाणूस ना ते? असंच पढवून ठेवायचं आणि लुटायचं. लहानाचा मोठा ह्याच घरात झालो. '

तात्या आप्पासाहेबांना एक दिवस म्हणाले,

' आप्पासाहेब! दिवस दुष्काळाचे. माणसानं उदार असावं, पण उधळू नये. '

' म्हणजे? '

' रात्रंदिवस अशी माणसांची रीघ लागली, तर कसं पुरवठा येईल? आपण काही परमेश्वर नव्हे, ते हजार हातांनी वाटायचं! दोन हातांनी रेटेल, एवढंच दान करावं. '

' दान? तात्या, कुणाला दान करायचं? पिढ्यान् पिढ्यांचं ऋण हे; ते फेडतोय् मी. तुम्हांला हे कळायचं नाही. त्याला इनामदाराच व्हायला हवं. '

तात्या गप्प बसले.

तात्यांनी व्यक्त केलेली शंका खरी आहे, हे लौकरच आप्पांच्या लक्षात आलं. तट्टे संपले. आप्पासाहेबांनी दोन महिन्यांचा अंदाज कुठच्या कुठं गेला! एका महिन्यात तट्टे संपले.

गोविंदा म्हणाला,

' उद्यापासनं भात द्यायचं बंद करू? '

' बंद करू? भर दुष्काळात? छे, गोविंदा, त्याचा विचार माणसानं जबाबदारी पेलायच्या आधी करायचा होता. आत्ता नाही. अंबारीला हात घाल. '

भात चालू राहिलं. अंबारी दिवसेंदिवस विहिरीसारखी खाली उतरू लागली. पंधरा दिवसांत अंबारीनं तळ गाठला. आप्पासाहेब वैतागले.

' तात्या, काय करू? '

' आप्पासाहेब, हट्टाला पेटू नका, आणखी पंधरा-वीस दिवसांत सुगी सुरू होईल. गाव काढील तेवढे दिवस. '

' नाही, तात्या, दहा गावांत माझी बेअब्रू होईल. तोंड काढायला मला जागा राहणार नाही! '

' मग काय करणार? '

' बघू, काय देव बुद्धी देतो, ते! '

आप्पासाहेबांनी तारणीकर इनामदारांना पत्र लिहिलं आणि गोविंदाबरोबर ते पाठवलं. सात मैलांवरचं गाव, आप्पासाहेबांनी पत्रात असेल तेवढं भात मागितलं होतं. मागेल त्या दरानं सुगीवर पैसे देण्याचं कबूल केलं होतं.

सकाळी गेलेला गोविंदा टाकोटाक संध्याकाळी परत आला.

आप्पासाहेबांनी विचारलं,

' भात आलं? '

गोविंदानं नकारार्थी मान हलवली आणि पत्र पुढं केलं. आप्पासाहेबांनी पत्र उघडलं, त्यांत तारणीकरांनी भात असल्याचं कबूल केलं होतं. पण दिवस दुष्काळाचे होते. ते विश्वास टाकायला तयार नव्हते. त्यांना रोखीनं किंमत हवी होती.

ते पत्र वाचताच आप्पासाहेबांच्या अंगाची लाही-लाही झाली. ते संतापानं म्हणाले,

‘ कोण समजतात मला? ही हिंमत? त्यांना म्हणावं, दुष्काळात पिकं बदलतात, माणसं नाहीत. दरिद्री लेकाचे! पैसा पाहिजे काय? ठीक आहे. पैसा घ्या, म्हणावं. गोविंदा, दिवा पेटवून आण! ’

आप्पासाहेब पाय आपटीत आपल्या खोलीत गेले. त्यांनी जामदारखान्याची किल्ली घेतली. जामदारखाना उघडला गेला. त्यांनी एक संदूक उघडली. तीत चांदीची भांडी रचलेली होती. एकापाठोपाठ ते ती भांडी काढीत होते. तांबे, पेले, वाट्या, पाण्याची झारी, चांदीचा चौरंग, पाट, देवाची धूपारती, आरती देखील त्यांनी बाहेर काढली! देवाच्या चांदीचा चवऱ्या, भालदार काठीही उचलली. काढलेली भांडी जामदारखान्याच्या बाहेर गोविंदा नेऊन ठेवीत होता.

आप्पासाहेब जामदारखान्याबाहेर आले. त्यांनी कुलूप लावलं. गोविंदा त्यांच्याकडं विस्फारित नेत्रांनी बघत होता. आप्पासाहेबांची पावलं जामदारखान्यासमोर असलेल्या देवघराकडं वळली. तांबडा तेलरंग दिलेला देवघराचा दरवाजा त्यांनी खाडकन् उघडला. आतल्या समयांच्या ज्योती थरथरल्या. आप्पासाहेबांची पावलं तिथंच खिळली. ते समोर पाहत होते. समयांच्या उजेडात चांदीचा देव्हारा तळपत होता. देव्हाऱ्यात फूट-सव्वा फूट उंचीची लक्ष्मीची चांदीची मूर्ती उभी होती. मंदस्मित करीत उभी असलेली ती लक्ष्मीची मूर्ती पाहून आप्पासाहेबांचे ओठ थरथरले. हाताला कापरं भरलं. देव्हाऱ्याचे चांदीसोन्याचे टाक पाहत ते क्षणभर उभे राहिले. एकदम ते आत शिरले आणि ओरडले,

‘ गोविंद ! ’

गोविंद दारात आला.

‘ आत ये. ’

गोविंदा आत गेला. आजवर घरच्या किंवा पूजेच्या ब्राह्मणाखेरीज कोणी आत गेलं नव्हतं. देव्हाऱ्याच्या एका बाजूला उभं राहून ते म्हणाले,

‘ बघतोस काय? उचल देव्हारा! ’

‘ सरकार!’ गोविंदा मागं सरकत म्हणाला.

‘ आता पुढं होतोस, की घालू लाथ? ’

गोविंद पुढं झाला. सारं बळ एकवटून दोघांनी देव्हारा उचलला आणि बाहेर आणला. आप्पासाहेब परत आत गेले. पितळेचे देव सोडून सारे चांदी-सोन्याचे टाक गोळा केले. शेवटी कापऱ्या हातांनी त्यांनी जगदंबेला सुद्धा उचलली! आणि ते बाहेर आले. त्यांचं सारं अंग घामानं निथळत होतं.

दाराशी पावलं वाजली. आप्पासाहेबांनी वर पाहिलं.

‘ काय आहे? ’ आप्पासाहेबांनी विचारलं.

‘ आबा, विकणार हे? ’
‘ हं! ’
‘ खरं? ’
‘ मग तुमच्या वडलांचं काय गेलं? ’
रावबाही चिडला. तो म्हणाला,
‘ माझ्या बापाचंच जातंय्. आबा, सारी कोठी मोकळी केलीत, आता जामदारखाना! देवसुद्धा ठेवले नाहीत देव्हाऱ्यात! भीक मागायची काय आम्ही? ’
राबवाच्या डोळ्याला डोळा देऊन आप्पासाहेब उभे राहिले. काही क्षण ते नुसते पाहत होते. रावबाला निरखीत होते. एकदम ते मोठ्यानं हसू लागले. त्या हसण्यानं खोली दणाणली. हसण्यानं डोळ्यांत गोळा झालेलं पाणी टिपीत ते म्हणाले,
‘ नाही, लेका! तुला भिकेला लावीत नाही मी. अन्नाला लावतोय्! तेवढ्याचसाठी चाललंय्. समजेल एक दिवस तुला. ’
‘ आबा.... ’
‘ जा ! चालता हो! आता काही बोलू नकोस. सांगून ठेवतो. जा म्हणतो ना?’
‘ हवं ते करा- ’ म्हणत रावबा फिरला.
‘ करीन! करीन! तेच करतोय्- ’ म्हणत ते गोविंदाकडं वळले व म्हणाले, ‘ गोविंदा, ह्यांची यादी करा. बैलगाडी जुपा. आठ-दहा माणसं घ्या आणि तारणीला घेऊन जा. फेका त्याच्या तोंडावर आणि भात घेऊन या. आता भात नाही आलं, तर वाडा लुटीन, म्हणून सांगा त्याला! जया ऽऽ जया ऽऽ... ’
जया भीत-भीत आला. त्याला आप्पासाहेब म्हणाले,
‘ तुझ्या वैनीकडं जा आणि तिला सांग, दागिन्याची पेटी दे, म्हणून. ’
जयवंत गेला. गोविंदा यादी करीत होता. थोड्याच वेळात जयवंत आला. त्याच्या हातात छोटी शिसवीची पेटी होती. आत येऊन त्यानं ती आप्पासाहेबांच्या समोर ठेवली. आप्पासाहेबांनी ती पेटी उघडली.
पेटीत हिऱ्या-मोत्यांचे दागिने चमकत होते. वरतीच तन्मणीचं हिऱ्याचं खोड चमकत होतं. ते पाहताच त्यांना आपल्या पत्नीची आठवण झाली. तिच्या गळ्यात त्यांनी कैक वेळा ते पाहिलं होतं. आप्पासाहेबांच्या लग्नात त्यांच्या आईनं ते दागिने त्यांच्या पत्नीच्या हाती दिले होते. तसेच रावबाच्या लग्नानंतर उमेच्या अंगावर ते त्यांच्या पत्नीनं हातांनी चढवले होते. असे किती पिढ्या ते दागिने चालत आले होते, कोण जाणे?
आप्पासाहेबांनी झटकन ते झाकण मिटलं व ते जयवंतला म्हणाले,
‘ काय म्हणाली तुझी वैनी? ’
‘ काही नाही, आबा, वैनी रडत होती. ’

' रडत होती? ' खाली ठेवलेली पेटी उचलीत आप्पासाहेब म्हणाले, ' चल.'
उमाच्या खोलीबाहेर येताच त्यांनी हाक मारली.

' मुली- '

उमा बाहेर आली. तिच्या हाती पेट देत ते म्हणाले,

' ठेव ही पेटी. हा म्हणाला, तू रडतेस. एवढे मोलाचे दागिने असतील, तर
राहू देत ते. तुझ्या नवऱ्यानं मला मूर्खांत काढलं. तुझ्याकडून पेटी काढून घ्यायची
इच्छा नाही. पण, पोरी, ऐक. सांगावंसं वाटतं, ते ऐक. ह्या खोट्या दागिन्यांच्या
मोहात पडून परीस टाकू नको. खरा परीस बाहेर आहे. तो टाकून हे सोनं उराशी
कवटाळलंस, तर ते पुरवठा यायचं नाही, हे विसरू नकोस. ' म्हणून आप्पासाहेब
वळले. त्यांच्या कानांवर हाक आली.

' थोडं थांबावं. '

आप्पासाहेब वळले. पेटी पुढं ठेवीत उमा म्हणाली,

' हे घ्यावं. मला त्याचं मोल नाही. मी त्यासाठी रडले नाही. '

' मग कशासाठी? '

' आपला देव्हारा, देव... ' उमेला हुंदका फुटला.

आप्पासाहेबांचेही डोळे भरून आले. तारणीचं पत्र आल्यापासून ते भारावले
होते. ते प्रथम भानावर आले. ते म्हणाले,

' हां, त्याचं वाईट वाटतं खरं, पण, पोरी, त्याला फारसा अर्थ नाही. देव
चांदीच्या देव्हाऱ्यात, चांदीच्या मूर्तीतच राहतो, असं नाही. तो हौसेचा भाग होता,
म्हणून पूर्वजांनी ते केलं. श्रद्धेचा तो भाग नव्हता. चांदीचा देव्हारा नाही, चांदीची
मूर्ती नाही, म्हणून लक्ष्मी रुसणार नाही.... त्याच्या मोहात पडून माणुसकी
विसरणार नाही मी. आणि, उमा, हेही सांगतो, हा देव्हारा दोनशे वर्षं आपल्या
देवघरात आहे. तो असा जाण्यासाठी इतकी वर्षं टिकला नाही. '

आप्पासाहेब वळले. चार पावलं गेले नाहीत, तोच जयवंत दागिन्यांची पेटी
घेऊन आला.

' आबा- '

' काय? '

' वैनीनं हे दिलंय्. ती म्हणाली, घेतले नाहीत, तर शपथ आहे माझी! '

' असं म्हणाली ती? '

' हो. '

' घेतो, म्हणावं. घेतो. घरच्या लक्ष्मीनं दिलेलं नाकारू कसं? '

-गाडीत सामान रचलं गेलं. बरोबर गोविंद व आठ-दहा माणसं होती. पालपट्टीनं
सारी गाडी झाकली होती. गाडी जाताना आप्पासाहेबांनी गाडीला हात जोडले.

त्या रात्री झोपायला जाताना देवघरात जाऊन देवाच्या पाया पडायचा धीर उमेला झाला नाही.

रात्री कोणी जेवलं नाही. कुणाला कुणी जेव म्हटलं नाही.

दुसरे दिवशी सकाळी बाराच्या सुमारास गोविंद आला. तो हसत होता.

आप्पासाहेबांनी विचारलं,

‘ मिळालं भात? ’

‘ जी. ’

‘ किती आणलंय्? ’

‘ दोनशे पोती. ’

‘ बास, येवढंच? ’

‘ लागलं, तर आणखीन पाठवीन म्हणाले- आणि गाडीही आली. ’ पत्र देत गोविंद म्हणाला.

‘ गाडी? ’

‘ होय! देव्हाऱ्याची. ’

पत्र वाचताच आप्पासाहेब हसून म्हणाले,

‘ काय म्हणाले इनामदार?’

‘ काय म्हणतात, जी! भ्याला गडी देव्हारा-देव बघून! मला म्हणाले, ‘ बाबा, रे, हे सांभाळून घेऊन जा परत आणि जाताच सगळं पोचल्याचं कळव. जेवढं लागेल, तेवढं भात घेऊन जा. सुगीवर पैसे द्या. इनामदारांना रागावू नका, म्हणावं.’

‘ रागावू कशाला? त्यानं व्यवहार केला. माणुसकीलाही जागला. सामान आत घे. ’

पुन्हा जामदारखान्यात भांडी ठेवली गेली. देव्हारा देवघरात बसवला. आप्पासाहेबांनी उमेला हाक मारली. ते म्हणाले,

‘ मुली, एवढी लक्ष्मीची मूर्ती देव्हाऱ्यात ठेव, बघू! माझ्या हातानं काढली; तिला आता तुझ्या हातानं बसू दे. ’

उमा देवघरात देव ठेवून आली. आप्पासाहेब म्हणाले,

‘ पोरी, पटलं म्हाताऱ्याचं बोलणं? ’

उमा हसली. सारा वाडा आनंदानं भरून गेला.

वाड्यातल्या खळ्यावर पोत्यांची थप्पी चढत होती. वाड्यासमोर बैलगाड्या उभ्या राहत होत्या अन् रिकाम्या होऊन पुढं सरकत होत्या.

सुगी आली. शिवारात भातं कापून पडली. हळूहळू एक एक पोतं शिवारात जुंपलं जाऊ लागलं. शिवारात रात्री-अपरात्री दिवे लुकलुकताना दिसू लागले. दिवसा भाताला वारे देताना दृष्टीस पडू लागलं. भाताची पडलेली रास गाडीनं घरची वाट चालू लागली. वाड्यातल्या खळ्यात खंडाच्या भाताची पोती पडत होती. खंड संपला जात होता.

आप्पासाहेबांनी गोविंदाला बोलावलं व ते म्हणाले,

' गोविंद, जेवढं येईल, तेवढंच भात घ्यायचं. यंदा पिकानं मार खाल्लाय्, कमी-अधिक झालं, तर सगळं घ्यायचं. '

' आणि नेलेल्या भाताची बाकी? '

' तुम्ही घरी किती नेलंत, भात? '

गोविंद झटपटला. तो म्हणाला,

' सहा-सात पोती तरी व्हावी. '

' तुमच्याकडं शेत आहे ना आमचं? '

' जी. '

' किती खंड घालता? '

' सहा कुडव. '

' मग चालू वर्षी बारा कडव घालणार तुम्ही? '

' ते कसं जमणार, जी? '

' तुम्ही आमचे कारभारी. जे तुम्हांस जमत नाही, ते रयताला कसं जमावं? तुमचे हिशेब आहेत, ते राहू देत. बाकीचं पुढं पाहू. '

' जी. '

गोविंद येईल तो खंड, देतील तो फाळा स्वीकारू लागला.

सुगी संपली. सारं गाव संकटातून पार पडलं. आप्पासाहेबांना सारं मिळाल्याचा आनंद झाला.

महिने उलटत होते. पावसाळा गेला. थंडी आली आणि उन्हाळा पण सुरू झाला. अन् एके दिवशी अचानक दोनप्रहरी तारणीकर वाड्यात आले.

दिवाणखान्यात तारणीकर आणि आप्पासाहेब बसले होते.

तारणीकर म्हणाले,

' सरकार, सुरुवातीला नाही म्हणालो, त्याचा राग नाही ना? '

' छे, हो! राग कसला? उलट, तुम्ही अब्रू राखलीत आमची. तुमचेच उपकार मानायचे. '

' उपकार कसले मानायचे त्यात! एकमेकांच्या अडीअडचणीला उपयोगी पडायचं, हा धर्मच आहे, म्हणूनच आलो. '

' म्हणजे? '

' पैसे हवेत. '

आप्पासाहेब चपापले. ते म्हणाले,

' केव्हा? '

' आज दिलेत, तरी बरं होईल. मी अत्यंत अडचणीत आहे, म्हणूनच आलो.'

' ते खरं, पण माझीही तीच परिस्थिती आहे. तुम्हांला माहीतच आहे, दुष्काळ आला, तो. चालू वर्षाचा खंडही पुरा वसूल झाला नाही. मी तुमचे पैसे बुडवणार नाही. व्याजासहित सारी रक्कम पुरी करीन, पण एक वर्षाची मुदत द्या. '

' तेवढी निकड नसती, तर आलो नसतो आपणांकडं सरकार. मला पैसे हवेत. '

आप्पासाहेब सुन्न झाले. काय बोलावं, हे त्यांना सुचेना. ते हताश होऊन म्हणाले,

' किती होते आपली रक्कम? '

' सांगतो- ' म्हणत त्यांनी खिशातून टिपण काढलं व म्हणाले, ' पाच हजार तीनशे बावीस रुपये. आता पाच हजार द्या, वरचे नंतर दिलेत, तरी चालेल. '

' पाच हजार? काय दर धरलात? '

' तीन. '

' तीन? ' आप्पासाहेब उद्गारले, ' चेष्टा करता काय? अहो, तीन दर केव्हा कुणी केला होता का? '

तारणीकर एकदम गंभीर झाले. ते म्हणाले,

' हे पाहा, सरकार, तेवढ्यासाठी मी सुरुवातीला नाही म्हणालो. पण तुमचे देव-दैवत बघून, तुमची भांडी-कुंडी विकत घ्यावी, असं वाटलं नाही मला. आठवतं? त्या वेळी तुम्ही पत्र पाठवलं होतं, त्यात लिहिलं होतं, जो दर असेल, तो मान्य आहे; पण भात पाठवा. दुष्काळाचे दिवस सुगी झाल्याबरोबर विसरला काय?'

तोंडावर एवढा अपमान करायला आजवर कोणी धजावलं नव्हतं. बसल्या बैठकीला आप्पासाहेबांच्या मुठी वळल्या. ते शक्य तेवढा संयम राखून म्हणाले,

' मी विसरलो नाही, तारणीकर. अजून ती बुद्धी देवानं दिली नाही मला. मला चार दिवसांची मुदत द्या. आजपासून चवथ्या दिवशी पुरी रक्कम मिळेल आपल्याला! '

' ठीक! सरकार, तुम्ही पैसे बुडवणार नाही, ह्याची खात्री आहे मला. त्यात मला शंका नाही, पण आजपासून चवथ्या दिवशी रात्रीपर्यंत जर पैसे आले नाहीत, तर

मी समजेन की, तुम्ही शब्दाचे सच्चे नाही. पुन्हा यावं लागलं, तर पैसे घेतल्याखेरीज मी इथून जाणार नाही. '

' ती पाळी येणार नाही. '

पुढं आप्पासाहेब बोलू शकले नाहीत. चहा सांगायला म्हणून ते उठून बाहेर गेले.

सारी रात्र आप्पासाहेबांना चैन पडलं नाही. सकाळी पूजा वगैरे आटोपली आणि ते आपल्या खोलीत गेले. त्यांनी गोविंदाला दप्तर घेऊन बोलावलं, गोविंद दप्तर घेऊन आला. तो बसताच आप्पासाहेब म्हणाले,

' गोविंदा, तू उद्या सकाळी दड्डीला जा. '

' जी. '

' सावकारांना भेट. त्यांना सांग, पाच हजार रुपये पाहिजेत. '

' जी. '

' जमिनीचे उतारे घेऊन जा. जी हवी, त्या जमिनीवर व्यवहार कर, पण येताना पाच हजार रुपये घेऊन ये. '

' गहाणखत करायचं? '

गोविंदाची नजर चुकवीत आप्पासाहेब म्हणाले,

' नाही. गहाण म्हणून एवढी रक्कम द्यायचे नाहीत ते. मागं आपण रावबाच्या वेळी जमिनी गहाण टाकल्यात त्यांच्याकडं. सरळ विकून टाक, म्हणतील त्या किमतीला. काल तारणीकर आले होते. त्यांना पुरी रक्कम हवी. '

' पाच हजार रुपये कशाला? '

' तीनाचा दर धरला. '

' तीन? '

' हो, त्याबद्दल आता हुज्जत घालण्यात अर्थ नाही. पण, गोविंद, वाईट इतकंच वाटंतूय, की जमीन विकावी लागते. आबांनी मला सांगितलं होतं, आप्पा, हवं ते कर. कर्ज कर, पण जमीन विकू नको. जमीन राहिली, तर कर्ज फेडशील, पण जमीन विकलीस, तर उपाशी मरशील. आईला विकून दूध कुठलं पिशील तू? ' आजवर सारं केलं. एवढं पाळलं होतं, पण परमेश्वरानं अंत पाहायचा ठरवलंय् , तिथं माणसानं किती वेळ टिकाव धरायचा? कुणाकडं धाव घ्यायची?'

आप्पासाहेबांना पुढं बोलवेना. त्यांनी हातानंच गोविंदाला बाहेर जाण्याची खूण केली. गोविंद जड पावलांनी बाहेर गेला, त्याचेही डोळे पाणावले होते.

संध्याकाळी तात्या वाड्यात आले. ते आप्पासाहेबांना म्हणाले,

' आप्पासाहेब, फिरायला जायचं ना? '

' नको, तात्या. '

' का? '

' आज बरं नाही वाटत. '

तात्या हसले. ते म्हणाले,

' काय होतंय्? '

' काही तसं विशेष नाही. '

' ठीक! मग बसू गप्पा मारीत. '

तात्या-आप्पा बोलत बसले. पण आप्पासाहेबांचं मन बोलण्यात लागत नव्हतं. ते बेचैन होते.

विठू माने आला. त्याला पाहताच आप्पासाहेब म्हणाले,

' ये, विठू, का आलास? '

' काय नाही, उगीच, जी! '

त्याच्या पाठोपाठ माणसं येत राहिली. दिवेलागण होईपर्यंत सोनारसोप्यावरची कचेरी सारी माणसांनी भरून गेली.

आप्पासाहेब गोंधळात पडले होते. साऱ्यांच्या चेहऱ्यांवर हसू होतं. तात्या पण हसत होते. ज्याला आप्पासाहेब विचारीत होते, तो तो सांगत होता,

' उगीच, जी! '

' सहज, जी! '

' भेटूस आलावत. '

आप्पासाहेबांना राहवेना. ते म्हणाले,

' अरे, का आलात सगळे? काय झालं? '

विठू उभा राहिला. तो हात जोडून म्हणाला,

' धनी, तुमी जमीन इकनार, म्हनून समजलं. खरं ते? '

आप्पासाहेबांनी चमकून विठूकडं पाहिलं. त्यांनी विचारलं,

' कुणी सांगितलं? '

' खरं हाय तर! ' विठू म्हणाला.

' होय, खरं आहे. खोटं कशाला बोलू? पण कुणी सांगितलं? '

' सांगाया कशाला पायजे? वाड्यात खुट् झालं, तर गावात धाडकन् आवाज व्हतोय् त्याचा! ' विठू म्हणाला.

' मग? '

' धनी, आमापायी जमीन इकनार तुमी, आनी आमी गप कसं बसावं? '

' अरे, तुमचा काय संबंध त्या जमिनीशी? माझं देणं मी फेडतोय्! '

‘ ठावं हाय आमाला, धनी. गावापायी वाडा लुटलासा तुमी. तेवढ्यानं भागलं न्हाई, म्हनून देनं केलासा आनी गाव वाचवलासा! ’

‘ अरे, ते माझं कामच होतं! ’

‘ व्हय! आनी आमी फक्त बघत बसायचं, हे आमचं काम व्हय? आमी जमीन जाऊ देनार न्हाई! ’

‘ काय सांगतोस, विठू? अरे, मग करणार काय? ’

‘ काय, करनार? सरकार, जीव ठिवून नड भागावू ही. पन सावकारांच्या घशात जमीन जाऊ देनार न्हाई. जग थुंकंल आमच्या तोंडावर, तसं झालं, तर! बघू कोनता माकुलवंत जमीन घ्याय येतोया, त्यो! ’

‘ असं बोलू नको, विठू! अरे, गावचा इनामदार मी. तुम्ही पोरासारखे मला. तुमचं घेऊ मी? छे! तेवढं सांगू नको. ’

‘ असं म्हनू नका, धनी! गाव आनी तुमी येगळं नाईसा. तुमच्या अब्रूला धक्का, त्यो गावलाबी. गावाला वलांडून पुढं गेला न्हाईसा, आता जाऊ नगा. ’

‘ मग काय करू म्हणतोस? ’

विठू उभ्या जागेवरून वाट काढीत पुढं गेला आणि आप्पासाहेबांच्या समोर जाऊन त्यानं कनवटीची दहाची नोट काढली. आप्पासाहेबांच्या पुढं ती ठेवून तो पाया पडला आणि माघारी वळला. पाठोपाठ एकएक जण उठत होता. पैसे ठेवीत होता. पाच, दहा, कोणी, वीस-पंचवीस. आप्पासाहेबांच्या समोर पैशांचा, नोटांचा ढीग जमत होता.

आप्पासाहेबांना डोळ्यांतून अश्रू वाहत होते. एवढे लोक बघत असूनही ते पुसायचा प्रयत्न करीत नव्हते. समोरच्या वाढत्या राशीकडं ते पाहत होते.

सारे आपल्याला जागी बसले.

आप्पासाहेब भरल्या आवाजात म्हणाले,

‘ विठू! ’

‘ काही बोलू नका, सरकार! ते न्हाई म्हनू नका. पुसा डोळं. आमी असताना पानी आनू नका डोळ्यांत. ’

‘ नाही, विठू, आनंदाचं पाणी आहे हे! हे मी घेतो. पण एका अटीवर. हे परत करीन मी. चालेल? ’

‘ करा म्हनंसा सावकास! पण आज, धनी, आमचा मान करा. ’

‘ तुमचा करायचा नाही, तर कुणाचा करायचा! सारं पोचलं मला. सारं पोचलं!’

सारे जेव्हा निरोप घेऊन गेले, तेव्हा सोनारसोप्यात तात्या, रावबा, जया एवढेच उभे होते. गोविंदाच्या हवाली पैसे करून आप्पासाहेब रावबाला म्हणाले,

‘ काय, रे? भिकेला लावणार होतो ना तुला? ’

रावबा लाजला.

तात्यांकडं वळून आप्पासाहेब अभिमानानं म्हणाले,

' तात्या, तुम्हीही मला दोष दिला होता ना? '

' होय, दिला होता. आप्पासाहेब, किती झालं, तरी मी ब्राह्मण, सारा जन्म पोथ्यापुराणं आणि पूजा-अर्जा करण्यात घालवला. पुराणात अनेक प्रसंगी देवांनी आकाशातून पुष्पवृष्टी केल्याचे दाखले आहेत. आज त्याच तोडीचा प्रसंग पाहिल्याचं समाधान वाटत आहे. जीवनाचं सार्थक झाल्यासारखं वाटतं. येतो मी, फार वेळ झाला. '

-आणि एवढं बोलून तात्या वाड्याबाहेर पडले.

೮೦೮೦೮೦

१५

वाड्याबाहेर ठाकर उभे होते. आप्पासाहेब आणि जया तिथं जाताच ठाकरांनी त्यांना मुजरा केला. तो घेत आप्पासाहेबांनी विचारलं,

‘ काय, रे, मासे घावले काय? ’

‘ जी. ’

‘ दाखव, बघू! ’

ठाकरानं टोपली जवळ आणली आणि पुडकं बाजूला केलं. आठ-दहा गोजळा तीत दिसत होत्या. पांढऱ्या पोटाच्या, पाठीवर काळपट शीर असलेल्या त्या गोजळांकडं, त्यांच्या डोळ्यांकडं जयवंत बघत होता.

त्या गोजळा पाहताच आप्पासाहेब म्हणाले,

‘ एवढ्याच काय, रे? आणि काल मासा सापडला नाही? ’

‘ न्हाई, जी, सरकार! सारी कोंड खालीवर केली, पन मासा गावूस नाय.... गोजळाबी येवड्याच गावल्या. ’

‘ जेव्हा सांगावं, तेव्हा तुमची हीच रड. सोमवार, गुरुवार, सोडून इतर दिवशी मासे गावले, तर वाड्यात आणून द्यायचे, समजलं? ’

‘ जी. ’

‘ गोविंदराव! ’ आप्पासाहेबांनी हाक मारली.

गोविंदा येताच ते म्हणाले,

‘ ह्याला एक रुपया दे. ’

‘ जी. ’

‘ जया, आत जा... आणि देवजीला भांडं घेऊन पाठव आणि तुझ्या वहिनीला ह्या गोजळा दे. ’

‘ काय करायला सांगू? ’

‘ तिला आवडेल, ते करील ती. जा तू. ’

जयवंत आत पळाला.

ठाकर जाताच आप्पासाहेब सिद्दाला म्हणाले,

‘ सिद्दा, मासा कुठं उठत नाही काय, रे? ’

‘ शिट्याळीच्या कोंडीला उठतोय् , म्हनं... कालच समजलं. पन लई लांब कोंड, जी... म्हनून वर्दी दिली न्हाई. ’

‘ शहाणाच आहेस! फार दिवस झाले शिकार करून. उद्या अगदी पहाटंच जाऊ या. सकाळी घोडं तयार ठेव. रावबाला यायला अजून दोन दिवस तरी लागतील. कलेक्टरचा दरबार आहे. त्यासाठी पाठवला त्याला बेळगावला. आज येईल, असं वाटलं होतं. पण निरोपच आला, दोन दिवसांनी येईन, म्हणून. ’

‘ जी. ’

‘ आबा, मी येऊ बरोबर? ’

आप्पासाहेबांनी मागं वळून पाहिलं. जयवंत पाठीमागं होता. आप्पासाहेब म्हणाले,

‘ जया, नेलं असतं तुला. पण वाड्यात कुणीतरी पाहिजे. ’

जयवंत हिरमुसला झाला. पण काही बोलला नाही.

दोन प्रहरी उमा जेवायला वाढीत होती. तिला सहा महिने गेले होते. तिच्याकडं पाहत आप्पासाहेब म्हणाले,

‘ मुली, आता सारजाला वाढायला सांगत जा. तू नुसती उभी राहा. आता जपायला हवं तुला. ’

उमा लाजली. गडबडीनं वाढून ती आत गेली. बराच वेळ ती आलीच नाही.

आप्पासाहेबांनी हाक मारली,

‘ मुली! ’

उमा आली.

जयवंत म्हणाला,

‘ मला ताक पाहिजे... ’

‘ काय, जया? किती वेळा तुला सांगितलं, माशावर ताक पिऊ नये, म्हणून?’

जयवंत एकदम गप्प झाला.

उमा किंचित हसली.

आप्पासाहेब म्हणाले,

‘ काय म्हणत होतो मी? हां! उद्या हा माझ्याबरोबर शिकारीला येतो, म्हणतोय्. घेऊन जाऊ? संध्याकाळी येईल परत. मासा उठतोय्, म्हणे. आवडतो ना तुला?’

उमा काही बोलली नाही.

‘ मग नेऊ जयाला? ’

जयवंतनं उमेकडं पाहिलं.

उमा त्याच्याचकडं पाहत होती.

जयवंतच्या डोळ्यांतील आर्जव पाहून हसू दाबीत ती म्हणाली,

‘ जाऊ देत की. ’

‘ ठीक! जया, अगदी पहाटेला निघायला हवंहं! आणि, मुली, आमचं जेवण पाठवून दे. हा आहे. न्याहरी पण दे बरोबर. ’

‘ जी. ’

भल्या पहाटेला उमेनं जयवंतला उठवलं.

‘ उंहूं! ’ म्हणत जयवंत परत वळला.

उमेनं विचारलं,

‘ उठत नाही ना? ’

‘ उंहूं! ’ जयवंत म्हणाला.

‘ नाहीतर झोपा. मामासाहेबांची अंघोळ देखील झाली. सांगते त्यांना... तुम्ही शिकारीला येत नाही, म्हणून...

उमा वळली. झटकन जयवंत पलंगावर उठून बसला. तो म्हणाला,

‘ थांब, वहिनी. ’

उमा हसली.

जयवंत उठला. डोळे चोळीत तो म्हणाला,

‘ माझे कपडे? ’

‘ आहे बघा तुमच्या पलंगाखाली ट्रंक.’

‘ तू काढून दे. ’

‘ आता लहान का आहात, भाऊजीं? घ्या ना तुम्हीच! ’

‘ अंहं... ’

‘ जावा, तोंड धुऊन या, तोवर कपडे काढून ठेवते.’ म्हणत उमा बसली आणि तिनं पलंगाखालची ट्रंक ओढली.

काळोख असतानाच आप्पासाहेब व जयवंत बाहेर पडले. रामजी व सिद्दा बरोबर होते. रामजीबरोबर बोलत आप्पासाहेब जात होते. सिद्दा पुढं चालत होता. रामजीच्या हातात टिफिनचा डबा हेंदकाळत होता. दुसऱ्या हातात रावबाची

रायफल होती. पाठीला त्यानं आपली एक नळीची बंदूक अडकवली होती.

पहाटेला सारे शिट्याळीच्या डोहाजवळ पोहोचले. सिद्दानं घोडी बांधली. रामजी नदीकडं गेला होता. भगाटायला लागलं होतं. पाण्यातून वाफा निघत होत्या. पाणी अगदी शांत होतं. नदीकाठची बच्च्याची झाडं निरखीत रामजी फिरत होता. कोंड मोठी होती. आप्पासाहेबांनी कोंडीवरून नजर फिरवली व ते रामजीला म्हणाले,

'रामजी!'

'जी.'

'तुझी बंदूक घेऊन तू पलीकडं जा. आम्ही अलीकडं राहतो. मासा तिकडं उठला, तर मार.'

'जी-' म्हणत रामजीनं कपडे उतरले, आणि एका हातात बंदूक उंच धरून तो पाण्यात शिरला. पलीकडं जाऊन त्यानं एक बच्च्याचं झाड हेरलं आणि त्यावर तो चढून बसला.

आप्पासाहेबांनी एक झाड पसंत केलं आणि ते म्हणाले,

'जया, चढ वर.'

'मी खालनचं बघतो, आबा.'

'मग आलास कशाला? चढ वर!'

जयवंत बेताबेतानं आडव्या फासाचा आधार घेत वर चढत होता. वरच्या फांदीच्या बेचक्यात बसल्यावर त्याचा जीव खाली आला. आप्पासाहेबांनी एकदा हसून त्याच्याकडं पाहिलं. जयवंतही वरून हसला.

'हसतोस काय, लेका? साधं झाडावर चढता येत नाही तुला! सरड्यासारखं पोट घसरत चढतोस!' सिद्दाकडं वळून ते म्हणाले, 'सिद्दा, कपडे उतरून तू डेगशीवर बस. मासा उठतोय् नव्हे?'

'व्हय, जी.'

'बार झाला, की मार उडी.'

'जी.'

आप्पासाहेब झाडावर चढले. पाण्याकडं झुकलेल्या फांदीवर त्यांनी जागा निवडली. सिद्दानं रायफल घेतली. रायफलीत काडतुसं भरून आप्पासाहेबांनी साऱ्या डोहावर नजर टाकली. पाणी शांत होतं. कुठंच काही हालचाल दिसत नव्हती. आप्पासाहेबांनी एकदा रामजीकडं नजर टाकली व ते जयाला म्हणाले,

'जया, बोलायचं; पण हलायचं नाही.'

'हो! आबा, बोललं, तर माशाला ऐकू जात नाही?'

'नाही, पण जरा हललं, तरी मासा जातो.'

जयवंत पाण्याकडं पाहत होता. चांगलं दिसू लागलं होतं. आकाशातून पक्ष्यांचे

थवे जात होते. पाण्यातून एखादा बारीक मासा पाण्यावर येत होता व तोंड काढीत होता. तेवढ्याच हालचालीनं बारीक बारीक लाटा उटत होत्या. जयवंत तिकडं लक्ष देऊन पाहत होता. पाण्यावर मोठं मोठं होत जाणारं वर्तुळ तो पाहत होता. न हलता बसल्यामुळं त्याचं अंग अवघडलं होतं.

वेळ हळूहळू जात होता.

अचानक डोहाच्या मध्यभागाहून पाणी कापीत पुढं येणारी रेघ जयवंतला दिसली तो म्हणाला,

‘ आबा, बघा! ’

‘ अरे, मासा नव्हे तो. पाणोळा साप आहे तो. विरोळा म्हणतात, तो तोच. बघ आता येतोय्. ’

विरोळा त्यांच्याच दिशेनं येत होता. समोर आल्यावर जयवंतला स्पष्ट दिसू लागला. अगदी शांतपणे पाणी कापत डोहाच्या मध्यभागातून तो वर चढत होता. बघता-बघता तो पुढं जात दिसेनासा झाला.

जयवंत पुन्हा कंटाळला. आजूबाजूचं शिवार बघत तो तसाच बसून राहिला.

सहज जयवंतची नजर वर गेली. झाडाच्या शेंड्यावर एक कवड्याची जोडी बसली होती. तो म्हणाला,

‘ आबा. ’

‘ काय, रे? ’

‘ वर कवड्याची जोडी आहे. ’

‘ मग! ’

‘ काही नाही. ’

‘ जया, एका शिकारीला आल्यावर त्याच शिकारीवर ध्यान ठेवावं.’

जयानं काही उत्तर दिलं नाही. त्यानं सिद्दाकडं नजर वळविली. तो कपडे उतरून डेगशीवर बसला होता. त्यांचं काळं तुकतुकीत अंग कोवळ्या उन्हात चकाकत होतं.

त्याच वेळी पलीकडून रामजीचा आवाज आला.

‘ सरकार! मासा! ’

‘ कुठं? ’ मान न वळवता आप्पासाहेबांनी विचारलं.

‘ तुमच्या उजव्या अंगाला हाय! लई मोठा हाय! आताच जाब दिला तेनं. ’

‘ असू दे. ’ म्हणत आप्पासाहेबांनी मान वळवली.

‘ भडवा खेळंल परत. ’ रामजीचा आवाज आला.

‘ जया, हलू नकोस. बघ गंमत. ’

जयवंत बघत होता.

एकदम मध्यभागी मासा उठला. शांत पाण्यात तो वरच पोहत होता. जयवंत स्थिर डोळ्यांनी त्याचं खेळणं पाहत होता. हळूहळू तो पुढं सरकत होता.

आप्पासाहेबांनी बंदूक उचलली. नेम धरला. साऱ्या शांततेचा भंग करीत गोळी कडाडली. माशाची शेपटी क्षणभर दिसली आणि मासा दिसेनासा झाला.

' आबा, मासा गेला! '

' दररोज जाईल. ' आप्पासाहेब म्हणाले.

सिद्दानं पाण्यात उडी टाकली. आप्पासाहेबांनी जिथं मासा मारला होता, ती जागा दाखवली. त्या जागेला जाऊन सिद्दानं बुडी मारली. काही क्षणांतच तो वर आला. काही न बोलता त्यानं श्वास घेतला आणि परत बुडी मारली.

सिद्दा जेव्हा वर आला, तेव्हा त्याच्या केसांतून पाणी ओघळत होतं. तो जयवंतकडं पाहत हसून म्हणाला,

' सरकार, मासा न्हाई. '

' गेला, वाटतं! ' जया खट्टू होऊन म्हणाला.

सिद्दा कडेला येत होता. पलीकडून रामजीपण पाण्यात पडल्याचा आवाज झाला. आप्पासाहेबांनी जयवंतकडं पाहिलं व म्हणाले,

' खोटं सांगतोय, रे, तो. सिद्दा, मासा दाखव. '

सिद्दानं पाण्याबाहेर हात काढला. माशाचं तोंड वर दिसलं.

आप्पासाहेब झाडावरून उतरले व ते म्हणाले,

' उतर. '

' तुम्ही धरा. '

' थू! अरे, झाडावर चढायला येतं आणि उतरायला येत नाही? उतर, बघू!'

जयवंत बेताबेतानं खाली उतरला.

सिद्दानं मासा गवतावर टाकला होता. काळ्याभोर रंगाचा, तीन हात लांबीचा, मांडीएवढ्या जाडीचा तो मासा जयवंत बघत होता!

रामजी म्हणाला,

' झोकात झाली शिकार! '

आप्पासाहेब म्हणाले,

' खात्री नव्हती, रामजी, फार वर्षं झाली शिकार करून.'

' व्हय, धनी. पन बसलेला हात कुठं जातुया व्हय? '

शिट्याळीचे पाटील व चार-पाच मंडळी तिथं आली. आप्पासाहेबांना मुजरा करून ते उभे राहिले.

' काय, पाटील, बरं आहे? '

' हाय, जी! सरकार, वर्दी तरी देयाची! '

‘ कुठलं! काल ठरलं आणि आज आलो. ’
‘ झाली शिकार? ’
‘ होय. ’
‘ मोठा हाय, जी, मासा! ’
‘ होय! ’
‘ आता गावाकडं चलायचं, सरकार, सांजच्यापारी जाशिला, म्हनं. ’
‘ नको, पाटील, पुन्हा केव्हा तरी येईन. वाड्यात कोणी नाही. तुम्ही मनाला लावून घेऊ नका. येईन मी परत. ’
सिद्दा बच्च्याचा पाला काढून मासा बांधीत होता.
जया ते सारं पाहत होता. आप्पासाहेबांनी हाक दिली,
‘ जया, चला, म्हणावं, लौकर! ’
जयवंत जवळ येत म्हणाला,
‘ पण, आबा, जेवण येणार आहे, नव्हे? ’
‘ नको, जया, घरात तुझी वहिनी एकटीच आहे. जेवायच्या वेळेपर्यंत पोहोचू आम्ही. तुला न्याहरी करून घ्यायची असेल, तर करून घे. ’
‘ नको, भूक नाही मला. ’
‘ मग चला तर. ’
दोघं दोन्ही घोड्यांवर बसले. सिद्दानं मासा घेतला. रामजी बंदुका सावरीत होता. बारा वाजता सारे घरी परत आले.
‘ जया, मासा घेऊन आत जा. तोवर मी आलोच. ’
आप्पासाहेब जेव्हा आत गेले, तेव्हा स्वयंपाकघरात मासा ठेवला होता. सारजा, उमा तो मासा बघत उभी होती. जया म्हणाला,
‘ - आणि जेव्हा का आबांनी बार काढला ... ’
‘ ... तेव्हा जयवंतराव दचकून झाडावरून पाण्यात पडले...! ’ म्हणत आप्पासाहेबांनी आत पाऊल टाकलं.
आत येणाऱ्या आप्पासाहेबांना पाहताच उमेनं पदर नीट केला. सारजा मागं सरली. उमेकडं वळत ते म्हणाले,
‘ तुला मासा आवडतो ना? ’
उमेनं होकारार्थी मान हालवली.
जयवंत म्हणाला,
‘ मला पण आवडतो. ’
‘ असं का? मग तुला दिवस गेले, की मारू मासा! ’
सारे हसले.

जयवंत लाजला.

आप्पासाहेबांनी विचारलं,

‘ मुली, जेवण झालंय् ना? न्याहरी नाही, ते भूक लागली, बघ. ’

‘ झालंय् सारं. ’

‘ मग ताटं कर तर. ’

दोन प्रहरी उमा माशाची वळकांडी तळत बसली होती. तिचा चेहरा धगीनं घामेजला होता. सारजा मसाला काढीत होती. माशाचा आंबूस, खमंग वास सर्वत्र दरवळत होता. जयवंत ताटात ठेवलेलं वळकांडं खात होता. उमा म्हणाली,

‘ भाऊजी, थाटी तरी घ्या. ’

‘ कशाला? असं खाता येणार नाही? ’

‘ तुम्ही ऐकाल, तर खरं ना? ’

जयवंत उठला. त्यानं थाटी घेतली आणि वळकांडं घेत तो म्हणाला,

‘ झालं? रागावू नको, वहिनी- ’

उमा हसली. म्हणाली,

‘ तर, माझ्या रागाला तुम्ही भिणारच, की नाही? ’

सारजा म्हणाली,

‘आत्ताच काय लाड करून घ्यायचे, ते घ्या. ’

‘ का? ’ जयवंतनं विचारलं.

‘ काका झालात, की समजेल! ’

‘ सारजा! ’ उमा म्हणाली, ‘ असली थट्टा मला नाही खपत. येईल, ते पोर आत्ता येईल. पण ह्यांना अकरा वर्षं झालीत, हे विसरू नकोस. माझ्या पोटी आला नाही, एवढाच फरक! ’

सारजानं मान खाली घातली.

जयवंत म्हणाला,

‘ झालं समाधान? ’

‘ झालं हं! ’ सारजा म्हणाली, ‘ विस्तू जात नाही आमच्यांतनं. ’’

उमा डोळ्यांत पाणी येईपर्यंत हसली.

संध्याकाळी जेव्हा तात्या आले, तेव्हा आप्पासाहेब म्हणाले,

‘चला, तात्या, फिरायला जाऊ. ’

‘ जाऊ या. ’ तात्यांनी साथ दिली.

सिद्दाला घेऊन तात्या, आप्पासाहेब बाहेर पडले. नेहमी ते लक्ष्मीच्या बाजूला जात. पण वाड्यावर येताच आप्पासाहेब म्हणाले,

‘ आज मळ्यात जाऊ. ’

‘ चला. ’ तात्या म्हणाले.

वाटेत माणसांचे नमस्कार घेत आप्पासाहेब जात होते. पुढं सिद्दा चालत होता. त्याच्या हातात पितळेची इडी बसवलेला, घुंगूर लावलेला टोणा होता.

गाव सोडून दोघे जेव्हा शिवारात शिरले, तेव्हा तात्या म्हणाले,

‘ सकाळी मी आलो होतो, आपण शिकारीला गेला होता. ’

‘ कुठली शिकार? मी केव्हाच शिकार सोडली! पण घरात मुलगी आहे ना? दिवस गेलेत. तिच्यासाठी म्हणून गेलो. ’

‘ चालायचंच! तुम्ही डोहाळे पुरवायचे नाहीत, तर कुणी पुरवायचे डोहाळे तिचे? ’

‘ कसले डोहाळे पुरवणार, तात्या! आज तिची सासू असती, तर घरात दररोज उत्सव सुरू झाले असते. बिचारीच्या नशिबी तेही सुख नाही. ’

‘ असं म्हणू नका, आप्पासाहेब! तुमच्यापेक्षा मी तिला चांगली ओळखतो ! अशी मुलगी मिळायची नाही. साक्षात लक्ष्मी आहे ती. तुम्ही जेवढं करता, तेवढं तिचे वडील करू शकले असते, की नाही, ह्याची मला शंका आहे. ’

मळ्याच्या बांधावर बसत आप्पासाहेब म्हणाले,

‘ तात्या, खरं सांगू? तिच्या जबाबदारीखाली माझा जीव तुटतो. आई-वडिलांपासून दुरावलेली ती पोर! आज इतकी वर्षं झाली, पण तिनं माहेरचं नावदेखील काढलं नाही. ती नसती, तर माझ्या घराला काय अवकळा आली असती, तीही कल्पना करवत नाही! कैक वेळा त्या पोरीवरून जीव ओवाळून टाकावा, असं वाटतं! ’

‘ खरं आहे, आप्पासाहेब! ’

‘ ह्यातून कसा पार पडतोय्, ह्याची मला रात्रंदिवस काळजी लागून राहिली आहे, तात्या. ’

‘ त्याची कसली काळजी करायची, आप्पासाहेब! मी वेळ पाहिली. सारं चांगलं आहे. सर्व सुखरूपपणे पार पडेल! माझ्या शब्दावर विश्वास ठेवा. ’

‘ बस्स, तात्या! तेवढं झालं, तरी सारं मिळालं मला. आता सातवा लागेल! मग हालता येणार नाही तिला; तेव्हा म्हणतो, आधीच बेळगावला घेऊन गेलेलं बरं. ’

‘ बेळगावला? ’

‘ नाहीतर काय इथं? छे, तात्या, त्या पोरीची सारी जबाबदारी माझ्यावर टाकून यशवंत मोकळा झालाय्. इथं काय करू मी? बेळगावला सोय आहे. डॉक्टर आहेत, सुईणी आहेत.... ’

‘ आज वहिनीसाहेब असत्या, तर त्यांनी हे मानलं नसतं. माझं मत विचाराल, तर सूनबाईचं बाळंतपण इथंच व्हावं. ’

‘ आं? ’

‘ आप्पासाहेब! तुमचा जन्म इथं झाला ना? ह्याच वास्तूवर रावबा, जया जन्मले; तुमच्या पिढ्या वाढल्या. ही पुण्य वास्तू आहे. साऱ्या पूर्वजांच्या वावराचं पुण्य असतं वास्तूला. ह्या वास्तूवर सूनबाई जेवढी सुरक्षित आहे, तेवढी कुठंही नाही, हे लक्षात ठेवा! ’

‘ मग? ’

‘ मग काय? काही काळजी करू नका. फार झालं, तर आधी एखादा महिना चांगुली सुईण आणवा. पैसे दिले, की होतं सारं. ’

‘ असं म्हणता? ’

‘ तुम्हांला पटलं, तर पाहा. हिचादेखील तोच विचार आहे. ’

‘ मग ठरलं तर. आता धीर आला, बघा. आता गेल्याबरोबर मुलीला विचारतो. तीही हेच म्हणणार-माहीत आहे मला. ’

वाड्यात आप्पासाहेबांना पोहोचवून तात्या माघारी वळले.

आप्पासाहेबांनी हातपाय धुतले. मंदिरात जाऊन देवाला नमस्कार केला आणि जयाला हाक मारली,

‘ जया! ’

जयवंत धावत आला. त्याला आप्पासाहेबांनी विचारलं,

‘ तुझी वैनी कुठं आहे, रे? ’

‘ खोलीत आहे. ’

‘ जा, तिला सांग जा, मी येतोय्, म्हणून. ’

जयवंत पुढं गेला. पाठीमागून आप्पासाहेब खोलीत गेले.

उमेनं वाकून नमस्कार केला. जयाला आप्पासाहेब म्हणाले,

‘ जया, कचेरीत जा. पुढं कोणी नाही. कोणी आलंच, तर कळव मला. ’

जया निघून जाताच आप्पासाहेबांनी उमेकडं नजर वळवली व ते म्हणाले,

‘ मुली, मी का आलो, हे समजलं? ’ घसा खाकरून ते म्हणाले, ‘ वास्तविक पाहता हे तुझ्या सासूचं काम! पण आता ह्या घरात सारं मीच समज!.... तर काय सांगत होतो? आता तुला सातवा महिना लागेल.... त्यानंतर तुला कुठं हालता येणार नाही. तुझं हे पहिलं बाळंतपण. हे माहेरी व्हावं, हे अधिक चांगलं. आई-वडिलांचा आधार फार मोठा असतो. तू कोल्हापूरला आपल्या घरी जा. ’

शेवटच्या वाक्यानं उमेनं वर पाहिलं. ती आश्चर्यचकित झाली होती.

आप्पासाहेब म्हणाले,

' खरंच सांगतोय् मी! राबवाला बरोबर देऊन पाठवणार नाही मी तुला. मी स्वत: तुझ्याबरोबर येईन.... मग तर झालं? '

' मी इथंच राहते.... ' उमा खालच्या मानेनं म्हणाली.

' मी समजलो. आमच्या भांडणामुळं तुला अवघड वाटतं ना? पोरी, ते मनावर घेऊ नकोस. मोठ्यांच्या भांडणात तुम्ही मुलांनी पडू नये. मोठे हवं तर ते मिटवतील, नाहीतर वाढवतील. यशवंत किती केलं, तरी माझा दोस्त आहे. जशी आम्ही दोस्ती केली, तसंच भांडण! तो आमचा हक्क आहे. ते तू मनावर घेऊ नकोस, तुझ्या घरी जायचं मी तुला कसं अडवू? '

आप्पासाहेबांनी दोनदा आपल्या बोलण्यात ' तुझं घर' असा उल्लेख केला, तेव्हा उमेला राहवलं नाही.

ती मान वर न करता म्हणाली,

' ज्या दिवशी ह्या घरात मी आले, त्याच दिवशी हे घर माझं झालं. मला दुसरं घर नाही.'

आप्पासाहेब चपापले. ते गडबडीनं म्हणाले,

' पोरी, अर्थाचा अनर्थ करून घेऊ नकोस! त्या अर्थानं मी तुला म्हणालो नाही. पण इथं तुझी कुचंबणा होतेय्. तुला पहिल्यांदा दिवस गेलेत. आज तुझी सासू हयात असती, तर तिनं तुझे प्रत्येक डोहाळे पुरवले असते. तुझ्या कौतुकाला सीमा राहिल्या नसत्या. तू तुझ्या आई-वडिलांकडं गेलीस, तर ते सुख तुला अधिक मिळेल, मी इथं फार तर डॉक्टर आणीन, सुईण ठेवीन. पण...... '

' मी इथंच राहणार..... ' उमा म्हणाली.

आप्पासाहेबांनी उसासा सोडला. ते म्हणाले,

' निदान आपण बेळगावला तरी जाऊ या. '

' नको! '

' अगदी बापाच्या वळणावर गेली आहेस, बघ! ' आप्पासाहेब म्हणाले, ' ठीक आहे. पण निदान एवढं तरी कर, काही लागलं सवरलं, तर निदान कळवीत तरी जा -'

उमा हसली.

' हसतेस काय? तुला गंमत वाटते. पण मला काय होतंय्, ते माझं मलाच माहीत. ' आप्पासाहेब वळत म्हणाले.

दिवस उलटत होते. आप्पासाहेब काकींकडून उमेला विचारायला लावीत. सारजाला प्रश्न विचारून भंडावीत. ती एक दिवस उमेला म्हणाली,

‘ आक्कासाब! त्यापरीस आमी कोल्हापुराला गेलो असतो, तर ब्येस झालं असतं.’

‘ का, ग? ’

‘ काय सांगू? थोरल्या सरकारांनी भंडावलं मला, रोज तुमांस्नी काय काय आवडतं, काय काय जेवला... एक ना हजार! बाई, म्यां नव्हता असला सासरा बगिटला! शंबर जलम घ्यावं आनी अशा घरात संसाराला यावं! ’

‘ पुरं, सारजा! पायाला काय लागलं, बघ! ’

‘ कुठं? ’ खाली वाकून पायाकडं पाहत सारजा म्हणाली. पण चटकन तिच्या लक्षात आलं.

आप्पासाहेबांना काही सुचत नव्हतं. ते रावबाला निरनिराळ्या शिकारी करायला पाठवीत. कधी ससा, कधी मासा, कधी चितळ... चित्तर अशा नाना प्रकारच्या शिकारी वाड्यात येत. उमा कुठं कसल्या तरी कामात दिसली, तर गडीमाणसांचा उद्धार होई. सारजाही त्यातून सुटत नसे.

सातव्या महिन्यातच उमेचं ओटीभरण झालं. उमेसाठी दागिने, शालू आणले गेले. वाजंत्रीवाल्यापर्यंत प्रत्येकाला खुशाली झाली. त्यात आप्पासाहेबांनी हजार रुपयांचा चक्काचूर केला. कोल्हापूरला कळवलं. पण नुसता अहेर आला. कोणीच आलं नाही. आप्पासाहेब म्हणाले,

‘ कशाला येईल? मी आहे ना? ’

उमेला आठवा महिना लागला, तसे आप्पासाहेब बेळगावला गेले. चार दिवसांनी आप्पासाहेब बेळगावहून आले, तेव्हा त्यांच्याबरोबरच एक सुईण आली. तिच्यासाठी उमेच्या खोलीशेजारची खोली रिकामी करून देण्यात आली. जेव्हा तिनं उमेबाबत काही काळजी करण्याचं कारण नाही, असं सांगितलं, तेव्हा आप्पासाहेबांना हायसं वाटलं.

मुंबईचे गव्हर्नर बेळगावला आले होते. साहेबांच्यासाठी दरबार बोलावला होता. आप्पासाहेबांनाही आमंत्रण होतं. आजवर आप्पासाहेबांनी आमंत्रण कधी चुकवलं नव्हतं. उमा तर दिवसांत होती. देवांना गुरुवार-सोमवार अभिषेक चालू होता.

एक दिवस तात्यांनी विचारलं,

‘ काय करणार, आप्पासाहेब? ’

‘ छे! अशा वेळी कसं जाणार? ’

‘ पण साहेबांचा रोष होईल ना? कलेक्टर म्हणतील, मुद्दाम दरबार चुकवला! ’

' म्हणेनात! काय करणार आहेत ते? '

शुक्रवारचा दिवस होता. संध्याकाळी तात्या, आप्पासाहेब फिरायला गेले होते. लक्ष्मीचं दर्शन घेऊन ते बुरुजावर गेले. दिवस मावळत होता. तात्या, आप्पा बुरुजावरून दिसणारं गाव बघत होते.

हळूहळू सूर्य मावळला. तात्या, आप्पा उठले आणि वाड्याकडं आले. वाड्याच्या दारात तात्यांनी निरोप घेतला. आप्पासाहेब वाड्यात शिरले.

जया धावत बाहेर येत होता. आप्पासाहेबांनी विचारलं,

' अरे, का पळतोस? '

' तुमच्याकडंच येत होतो. '

' का रे? '

' वहिनीच्या पोटात दुखतंय्- '

' आँ! '

' होय. '

आप्पासाहेब गडबडले. रावबा पण तोवर बाहेर आला.

आप्पासाहेब जयवंतला म्हणाले,

' जया, पळ! काकीला पाठवून दे, आणि तात्यांना, या, म्हणावं. '

' काही केव्हाच आलीय्. '

' मग तात्यांना सांग जा. '

जयवंत पळाला.

थोड्याच वेळात तो आणि तात्या लगबगीनं वाड्यात शिरले.

आप्पासाहेब सोप्यावर येरझाऱ्या घालीत होते. रावबा कचेरीत जाऊन बसला होता. एक-दोनदा तात्या, आप्पा उमेच्या खोलीपर्यंत जाऊन आले. उमेचं कण्हणं बाहेर ऐकू येत होतं. ते आप्पासाहेबांना ऐकवेना. ते माघारी वळले.

रात्र वाढत होती. आप्पासाहेब-तात्या दिवाणखान्यात बसले होते. तात्या काहीतरी विषय काढीत होते. पण आप्पासाहेबांचं लक्ष तिकडं लागत नव्हतं. जयवंत तिथंच मुरचडून झोपला होता.

आप्पासाहेबांना प्रत्येक क्षण तासासारखा वाटत होता. ते म्हणाले,

' तात्या, हे सहन होत नाही मला. एवढा का उशीर? '

तात्या हसले,

' आप्पासाहेब, तुम्हीही असं काय मुलासारखं करता? तुम्हांलाही दोन मुलं आहेत. ही आहे तिथं. तिला सारं काही ठाऊक आहे. कोल्हापूरला असताना अनेक

बाळंतपणं केलीत तिनं. त्याशिवाय सारजा आहे, सुईण आहे चांगली. तुम्ही निवांत राहा. देवाचा जप करा.'

पहाट व्हायला आली, तरी बातमी नाही.

दर दहा मिनिटाला आप्पासाहेब चौकशी करीत होते. देवजी दाराशी उभा होता.

उजाडलं. सूर्य क्षितिजावर डोकावला, आणि त्याच वेळी देवजी पळत आला-

'सरकार, मुलगा!'

'खरं?'

'व्हय, सरकार!'

'जगदंबेची कृपा!' तात्यांनी हात जोडले.

आप्पासाहेबांनीही हात जोडले. ते म्हणाले,

'तात्या, मी आजोबा झालो. आपण आजोबा झालात!'

'होय, आप्पासाहेब, आपण आजोबा झालो!'

देवजी उभा होता. आप्पासाहेबांनी आपल्या बोटातली अंगठी काढली आणि देवजीकडं फेकीत ते म्हणाले,

'देवजी, रावबा कुठं आहे?'

'कचेरीत झोपलेत, जी!'

'झोपलाय्? जा, उठव जा! बाप झालाय् आणि झोपतोय्!'

तात्या-आप्पासाहेब उठले. तात्यांनी वेळ पाहिली व विचारलं,

'आत घड्याळ होतं ना?'

'तर! रात्रीच दिलं होतं!'

तात्या-आप्पा बाहेर आले, तेव्हा रावबा डोळे चोळीत बाहेर येत होता. त्यानं आप्पासाहेबांच्या चेहऱ्याकडं पाहिलं.

त्यांच्या चेहऱ्यावर हसू होतं.

'तुला मुलगा झाला आणि झोपलास तू?'

'नुकताच डोळा लागला, आबा!'

'शहाणा आहेस! बंदूक घे आणि चार-पाच बार उडव. समजू दे गावाला, आम्ही आजोबा झालो, ते!'

- आणि थोड्याच वेळात वाड्यातून पाठोपाठ पाच बार उठले. साऱ्या गावाला ते ऐकू गेले.....

१६

आप्पासाहेबांना आजोबा झाल्याचा आनंद झाला. जीवनाचं सार्थक झाल्याचं त्यांना वाटत होतं. उमेचं लग्न होऊन जवळ जवळ अकरा वर्षं लोटली होती. नातवाचं सुख घ्यायला आप्पासाहेबांचं मन अधीर होतं. सारं घर भरलं असूनही, त्यांना ती उणीव भासत होती. तात्यांनी स्वत: वेळ पाहिली होती. वेळ चांगली होती. सारी शुभ लक्षणं होती. आप्पासाहेबांना आता उसंत नव्हती. बारशाचा मुहूर्त त्यांनी काढला होता. मुलगा झाल्याची वार्ता त्यांनी तातडीनं माणसं पाठवून कोल्हापूराला कळवली होती. पेढे वाटले.

तीन-चार दिवस झाले, तरी कोल्हापूरहून कोणी आलं नाही. उमेच्या माहेरचं कोणी ना कोणी येईल, ही आप्पासाहेबांना खात्री वाटत होती. चार दिवस लोटले, तरी कोणी आलं नाही, हे पाहून ते निराश झाले. ते भडकले.

' माजारी लेकाचे! नाही येऊ दे. त्यांच्याविना माझ्या नातवाचं बारसं अडणार नाही, म्हणावं! बापाचं काळीज नाही, मांगांचं काळीज दिलंय् देवानं! '

बारशाची तयारी जोरदार सुरू होती. पाहुणे गोळा होत होते. वाडा भरत होता. बेळगावहून खासे स्वयंपाकी आणवले. वाड्याची रंगरंगोटी जोरात सुरू झाली. आप्पासाहेब जातीनं हे सारं पाहत होते. बेळगावहून सोनार आले. कपडेकरी आले. जयाचे पाय आत-बाहेर करून थकत होते. तात्या एक दिवस म्हणाले,

' आप्पासाहेब, केवढा खर्च हा! '

‘ खर्च! तात्या, माझ्या आयुष्यातला शेवटचा खर्च हा! जयाचं लग्न पाहावयास जगेन, असं वाटत नाही.

‘ येवढ्यानं म्हातारे झालात? ’

‘ तात्या, पन्नाशी ओलांडली की, भरवसा धरू नये माणसानं! तात्या, बघा तरी, बारसं कसं करतो, ते! असा धडाका उडवतो! कोल्हापूरपर्यंत पोचला पाहिजे. ’

दररोज गावागावाचं पाणी वाजत गाजत वाड्याच्या पायरीवर येत होतं. प्रत्येक घागरीत रुपया टाकला जात होता. पाणी घेऊन येणाऱ्या माणसा-बायांना गूळखोबरं दिलं जात होतं.

एक दिवस आप्पासाहेबांनी गोविंदाला हाक मारली. गोविंदाला त्यांनी पत्रं लिहावयाचा चांगला कागद व दौत-टाक घेऊन यायला सांगितलं.

आप्पासाहेब आपल्या खोलीत लोडाला टेकून बसले होते. गोविंदा समोर कागद व दौत-टाक घऊन बसला होता.

आप्पासाहेबांनी विचारलं,

‘ टाक चांगला आहे ना? ’

‘ जी. ’

‘ लिहा तर. अक्षर चांगलं काढा. कोल्हापूरला पत्र जायचं आहे. लिहा. ’ आप्पासाहेब सांगू लागले.

‘ श्रीमत राजमान्य राजेश्री यशवंतराव ऊर्फ बाबासाहेब दौलतराव मोहिते, आंदेवाडीकर इनामदार यांना श्री. घालून पूज्य आप्पासाहेब भाऊसाहेब भोसले, इनामदार देवगाव, यांचा कृ.सा.न.वि.वि. ’

आप्पासाहेब घोटाळले, ते म्हणाले,

‘ दुसरा कागद घ्या. घेतला? ’

‘ जी. ’

‘ लिहा. श्री. यशवंतराव मोहिते यांना..... पण तो माझ्यापेक्षा लहान ना? ’

आप्पासाहेब विचार करू लागले.

गोविंदा लिहीत होता.

‘ काय लिहिलंस? ’

‘ तो माझ्यापेक्षा लहान ना? ’ गोविंदानं वाचलं.

कपाळावर हात मारीत आप्पासाहेब म्हणाले,

‘ काय अक्कल तुमची! दुसरा कागद घे. ’

‘ जी. ’

‘ जी काय? लिही नीट. श्री घालून शून्य चि घालून शून्य. यशवंतराव यांसी अनेक आशीर्वाद वि.वि. खाली लिहा, आज पत्रास कारण की, चि. अखंड सौभाग्यवती उमादेवी यांना पुत्ररत्न झालेचे आपणांस कळविले होतेच. पण आपण आला नाही. चि. बाळाचे बारसे माघ वद्य चतुर्थीला करण्याचे निश्चित केले आहे. तरी सदर प्रसंगी आपण सहकुटुंब अगत्यपूर्वक येण्याचे करावे. खाली लिहा-

‘ तुम्ही आमचे जुने स्नेही. आपल्यामधील गैरसमज, अपराध ध्यानी न घेता ह्या आनंदाचे प्रसंगी ती पूर्वीची मैत्री पुढे चालवावी, ही इच्छा. झाले तेवढे रेट झाले. आता अधिक ताणू नये, ही विनंती.

‘ आम्ही तुमची वाट पाहत आहोत. खाली लिही-

‘ घरी थोरांना दंडवत, लहानांना आशीर्वाद. श्रीजगदंबेकृपेकरून इकडील सर्व क्षेम आहे. तिकडील सर्व क्षेम कळवावे.

कळावे, हा पूर्ण आशीर्वाद, आपला, ’

पत्र पुरं झालं. लवकर पोहोचावं, म्हणून बेळगावला पोस्टात टाकण्यासाठी रवाना झालं. आप्पासाहेब उमेला म्हणाले,

‘ बघ आता येतोय् की नाही! तुझा बाप मोठा माजोरी. मी हार मानल्याखेरीज येणार नाही तो. ’

पण तरीही यशवंतराव आले नाहीत!

बारशाच्या आदल्या दिवशी आहेर घेऊन कोल्हापूरहून मनुष्य आला. आप्पासाहेबांच्या पुढं आहेराचं ताट ठेवून ता उभा राहिला.

आप्पासाहेब विस्फारित नजरेनं तो आहेर बघत होते. शक्यतो संयम राखून आप्पासाहेबांनी विचारलं,

‘ काय, रे, बरी आहेत सारी? ’

‘ जी. ’

‘ मग का आले नाहीत तुमचे सरकार? ’

तो नोकर काही बोलला नाही.

आप्पासाहेबांचा आवाज चढला,

‘ आम्ही भिकारी वाटलो होय, रे, तुझ्या सरकारला? आहेर पाठवतोय्! आहेरासाठी आमंत्रण पाठवलं होतं का? ’

‘ कशाला घेता तो आहेर, आबा! द्या फेकून! असले छप्पन्न आहेर पाठवलेत मी- ’ म्हणत रावबा पुढं आला.

‘ रावबा, मागं हो- ’

रावबा थांबला.

आप्पासाहेब म्हणाले,

‘ मी बोललो, तर चालेल. पण तू हे कधीही विसरू नकोस, आज तुझा तो सासरा नसता, तर त्याला काका म्हणावं लागलं असतं. तू ह्यात तोंड घालू नको.’ त्या नोकराकडं वळून ते म्हणाले, ‘ काय, रे, काही पत्र दिलंय् का? ’

‘ न्हाई जी. ’

‘ बस? येवढा आहेरच? ’

‘ व्हय, जी. ’

‘ तुमच्या आक्कासाहेबांनाही पत्र नाही?

‘ न्हाई, जी. ’

आप्पासाहेब रावजीला म्हणाले,

‘ रावजी, पाहुणे आलेत. त्यांची व्यवस्था तुझ्याकडं ... ’ नोकराकडं वळून ते म्हणाले, ‘ जा तुम्ही याच्याबरोबर. काही लागलं, तर सांगा त्याला. ’

‘ जी. ’ म्हणत तो नोकर गेला.

जयवंत तिथंच उभा होता.

आप्पासाहेबांनी त्या आहेराकडं बोट दाखविलं व ते म्हणाले,

‘ जया, एवढं ताट तुझ्या वहिनीकडं दे आणि सांग, कोल्हापूरहून आलं आहे, म्हणून.... ’

जयवंत ते ताट घेऊन आत गेला.

आप्पासाहेब आपल्या खोलीत गेले आणि त्यांनी खोलीचं दार लावून घेतलं.

उमेच्या खोलीत कोंदटलेला वारा दरवळत होता. दुपार असूनही खोलीत दिवा होता. साऱ्या खिडक्या बंद होत्या. जयवंत जाताच स्त्रिया तिथून उठून गेल्या. जयवंतनं ते ताट खाली ठेवलं.

उमा म्हणाली,

‘ काय, भावजी, कालपासून सवड नाही तुम्हांला? ’

‘ तर! जेव्हा बघावं, तेव्हा तुझ्याजवळ बायका! कसं यायचं? ’

‘ अग बाई! मोठे झालात, तर! काय ते? ’

‘ कोल्हापूरहून आहेर आला आहे. तो द्यायला आबांनी सांगितलाय्. ’

‘ कोण आलंय्? ’

‘ कोणतरी नोकर आहे, वैनी! ’

‘ नोकर? ’

‘ हो. ’

उमा काही बोलली नाही.

जयवंत म्हणाला,

‘ दादा फार चिडला होता. आहेर परत करणार होता. आबांनी आडवलं. आबा म्हणाले- ’

जयवंतचं उमेकडं लक्ष गेलं. ती रडत होती. त्याचे शब्द तिथंच थांबले. तो जवळ गेला व म्हणाला,

‘ रडतेस तू,वैनी? ’

‘ नाही! ’ उमा डोळे टिपीत हसायचा प्रयत्न करत म्हणाली, ‘ रडू कशाला, भावजी? ’

‘ मी सांगू? कोल्हापूरहून मामा आले नाहीत, म्हणून रडतेस ना तू? ’

‘ नाही, भावजी, इथं काय मी एकटी आहे? तुमच्यासारखे दीर आहेत. मामासाहेबांच्यासारखे सासरे आहेत. काय कमी आहे मला? ’

‘ आणि आमचे चिरंजीव कुठं, आहेत? ’

उमा खुदकन हसली....

‘ झोपलाय्. ’

‘ जेव्हा येतो, तेव्हा झोपतो- ’ उमेच्या अंगावार रेलून तिच्या शेजारी झोपलेल्या मुलाकडं पाहत जयवंत म्हणाला,

‘ रडतो का, ग, तो? ’

‘ आता रडला, की बोलावीन! ’

‘ रडवू नको त्याला. ’

‘ अरे, वा! येवढ्यात काळजी वाटायला लागली?’ सारजा आत येत म्हणाली.

‘ जातो मी, वैनी... ’ म्हणत जयवंत वळला.

उमा म्हणाली,

‘ भाऊजी. तो माणूस कसा आहे?’

‘ कोल्हापूरचा?’

‘ हो.’

‘ म्हातारा आहे.’

‘ नाव काय त्यांचं?’

‘ माहीत नाही.’

‘ माझं एक काम करा, भाऊजी. त्याला नाव विचारून या. पण कुणाला सांगू नका.’

‘ छे! एवढ्यात येतो, बघ.’

जयवंत गेला. उमा म्हणाली,

‘ महादू आला असावा.’

‘ मला पण तसंच वाटतं. ’

जयवंत आला. तो येताच म्हणाला,

' महादू ! जातो, वैनी ! '

' भाऊजी, त्याला बोलवा.'

' इथं?'

' हो.'

महादू आला. उमेला मुजरा करून तो उभा राहिला.

उमा म्हणाली,

' महादूमामा, बरा आहेस ना? '

' व्हय, आक्कासाब. '

' आबा कसे आहेत? आई कशी आहे?'

' बरी हाईत, जी! '

' महादूमामा ओळख विसरला आमची? '

' न्हाई, आक्कासाब, साऱ्यांनी सरकारांस्नी सांगितलं, पन ऐकलं न्हाई तेनी. आहेर देताना डोळं भरलं व्हतं त्येचं. तुमची आठवण काढली न्हाई, असा दिवस गेला न्हाई घरात. देवाच्यान् खोटं कशाला बोलू? सुटली, म्हना. '

' सुटली. '

' तुमांस्नी मुलगा झाला, ऐकून लई आनंद झाला त्यांस्नी. अंबाबाईला पेढं ठिवायला सवता गेलं व्हतं. आवंदा जोतीबाला सासनकाठी चढवनार हाईत सरकार! '

' का, रे! '

' मागून घेतलं व्हतं, म्हनं! '

सारजा आत आली व म्हणाली,

' सरकार, थोरलं सरकार हाक मारत्यात. '

जयवंत पळत बाहेर गेला.

आप्पासाहेब सोनारसोप्यात उभे होते. त्यांचे डोळे तांबूस दिसत होते. ते जयवंतला म्हणाले,

' दिलंस ताट? '

' दिलं. '

' काय म्हणाली? '

' काही नाही. मी सांगितलं, तसं रडायला लागली. '

' रडतेय् ती? काय झालं रडायला? कोण आहे तिथं? '

' महादू! '

' कोण महादू? '

' कोल्हापूरचा माणूस. ' जीभ चावीत जयवंत म्हणाला.

' चल. ' आप्पासाहेब म्हणाले.

जयवंतबरोबरच ते उमेच्या खोलीत शिरले. आप्पासाहेबांना पाहताच महादू उठला. आप्पासाहेब म्हणाले,

' चहा घेतला? '

' जी. '

' भेटल्या आक्कासाहेब तुमच्या? '

' जी. '

' इथं घरच्यासारखं राहा. समजलं? '

' जी. '

महादू बाहेर गेला. पाठोपाठ सारजा गेली. उमा उभी होती. आप्पासाहेब म्हणाले,

' जया म्हणाला, तू रडतेस, म्हणून. पोरी, तू मनाला लावून घेऊ नको. नाही आले, तर नाही येऊ देत. त्यांची मर्जी. पण जोवर मी आहे, तोवर काळजी करू नको. मनात झुरू नको. मान साऱ्यांना असतो. पण माणुसकी असली, तर त्याला शोभा. एवढा हट्टही बरा नव्हे. तो तसा येणार नाही. मी मेलो, म्हणजे येईल धावत. आम्ही दोघे कितीही भांडलो, तरी कुणाचं बरं-वाईट झालं, तर दुसऱ्याच्या डोळ्यांत पाणी आल्याशिवाय राहायचं नाही. नंतर पावलोपावली आठवेल त्याला. मी त्याची मिजास सोसतो ना? म्हणून चाललीय् ही घमेंड! '

आप्पासाहेबांनी उमेकडं पाहताच शब्द आवरले. ती मान खाली घालून उभी होती. ते गडबडीनं म्हणाले,

' जातो मी. जास्त वेळ उभी राहू नको. काय म्हणतो आमचा नातू? '

' झोपलाय्. '

' झोपू दे! आणि हे बघ, मी बाहेरचं सारं पाहतो. तू आतले आहेर तेवढे बघ. काल बासनं पाठवलीत ना? '

' जी. '

' ती ठेवून घे. सगळ्यांना आहेर कर. चांगले कर. मग राहतील, ती लुगडीखण परत करू. '

' जी. '

' उद्या बारसं. डोळ्यांत पाणी आणू नको. शपथ आहे तुला. समजलं? '

' जी. '

संध्याकाळी दोन बैलगाड्या वाड्यासमोर थांबल्या. बेळगावहून आप्पासाहेबांनी मागविलेला बँड आला होता. बँडवाले आले. गल्लीची पोरं गोळा झाली. रात्री वाड्यातली हंड्या-झुंबरं पेटली. पाहुणे मंडळींबरोबर आप्पासाहेब गप्पा मारीत बसले.

दुसरे दिवशी पहाटे सनई-चौघडा वाजू लागला, आणि वाडा जागा झाला. गडबड, धावपळ सुरू झाली. बेळगावहून आणवलेल्या फुलांच्या माळा टांगून पाळणा सजवला जात होता. बँडचा आवाज गावावर उठत होता. सारं गाव वाड्यात गोळा झालं होतं.

दहा गावचे रयत, ओळखीचे लोक जमले होते. देवदर्शन करून मंडळी वाड्यात आली.

तात्या म्हणाले,

' आप्पासाहेब, लोक फार आले, नाही? '

' येऊ देत, तात्या. आणखीन येऊ देत. मला त्यात आनंद आहे. '

दोन प्रहरी सारं गाव वाड्यात जेवलं. बाहेरच्या चौकात बँड वाजत होता. सोप्यावर सनई-चौघडा वाजत होता. आत बायकांची रीघ लागली होती.

संध्याकाळी आप्पासाहेब सदरेत उभे असता जयवंत पळत आला व त्यानं विचारलं,

' आबा, वैनीनं बाळाचं नाव काय ठेवायचं, म्हणून विचारलंय्. '

आप्पासाहेबांनी रावबाकडं पाहिलं व ते म्हणाले,

' अरे, मला काय विचारतोस? तुझ्या दादाला विचार! तो बाप आहे ना? '

सारे हसले. रावबा लाजला.

' लाजतोस काय? सांग ना! खरं, की नाही, तात्या? '

' हो. खरं आहे. '

रावबा कचेरीकडं पळाला. आप्पासाहेब हसले. ते म्हणाले,

' तू सांग ना! तुझ्या वैनीला म्हणावं, तुला आवडेल, ते ठेव. '

परत जया आला.

' का, रे? ' आप्पासाहेबांनी विचारलं.

' वैनी म्हणते, तुमचं नाव ठेवू का? '

' माझं? '

' आजोबांचं नाव ठेवणं हेच योग्य. ' तात्या म्हणाले.

' ठेव, म्हणावं, तिला आवडत असेल, तर- ' आप्पासाहेब म्हणाले.

जया वळला. तो थोडा अंतर गेला असेल, नसेल, तोच आप्पासाहेबांनी हाक मारली-

' जया, इकडं ये. '

जयवंत जवळ आला.

आप्पासाहेब म्हणाले,

‘ जया, तुझ्या वैनीला सांग, म्हणावं, बाळाचं नाव ‘यशवंत’ ठेवा. दररोज उठून शिव्या द्यायला मला बरं पडेल! आजोबांचंच नाव आहे ते, म्हणावं. ’

सारे मोठ्यानं हसले. जया पळत गेला.

बाळाचं नाव यशवंत ठेवण्यात आलं. बँडच्या, सनईच्या सुरात वाड्यावर बंदुकीचे बार झाले आणि गावाला बारसं झाल्याचं कळलं.

१७

यशवंत झाल्यापासून आप्पासाहेबांना एक नवीनच उद्योग मिळाला होता. ते यशवंतला बाहेर आणवीत, घेत आणि त्याला खेळवीत बसत. आलेल्या लोकांना त्याची गंमत वाटे. जयवंत किंवा आप्पासाहेबांकडंच यशवंत जास्त वेळ असे. जयवंत, शाळेची वेळ सोडली, तर बहुतेक वेळ यशवंतला खेळवण्यात घालवी.

एके दिवशी संध्याकाळी जयवंत शाळेतून आला, तो थेट वहिनीच्या खोलीत गेला. जयवंतला पाहताच छोटा यशवंत रांगत पुढं आला. त्याला कडेवर घेऊन त्याचा मुका घेत जयवंत म्हणाला,

' बघ, वहिनी, ओळखतोय् मला तो! '

' ओळखील तर! स्वार्थ माणसाला उपजतच कळतो, भावजी! '

आपलं पाटी-दप्तर पलंगावर फेकून जयवंत बसला.

यशवंत त्याच्या तोंडाकडं पाहत होता.

उमा म्हणाली,

' पुरे झाले लाड, दूध घ्या जा. '

' तू आणून दे. ' जयवंत म्हणाला.

' भावजी, आता लहान नाहीत तुम्ही! तुमचं दप्तर घ्या. खोलीत ठेवा. हातपाय धुवा आणि स्वयंपाकघरात सारजा असेल, तिच्याकडून दूध घेऊन मग या. '

' त्यापेक्षा जा म्हणून सांग ना! ' जयवंत म्हणाला. ' मला माहीत आहे, हा झाल्यापासून तुला नुसतं माझ्यावर रागवायलाच येतं! '

यशवंताला जयवंतनं खाली ठेवलं आणि तो चालू लागला. दरवाज्यात त्याला हाक ऐकू आली,

' भाऊजी- '

क्षणभर जयवंतचं पाऊल अडखळलं. दुसऱ्याच क्षणी त्यानं हाक न ऐकलंसं करून पाऊल बाहेर टाकलं.

' भाऊजी, मागं फिरा. शपथ आहे बाहेर पाऊल टाकाल, तर! '

जयवंत माघारी वळला. उमा जिथं बसली होती, तिथंच होती. मान वर केली, तिचे डोळे भरून आले होते. त्यांत संताप दडला होता. ती म्हणाली,

' काय म्हणालात तुम्ही? '

' मग काय खोटं सांगितलंय्? खरंच आहे ते! '

' अलीकडं शाळा सुरू झाल्यापासून जीभ फार बोलतेय् तुमची! शाळा शिकून शहाणे व्हा. देवानं बत्तीस दात आणि एकच जीभ माणसाला दिलीय्. निदान बत्तीस वेळा विचार करून एकदा बोलत चला. समजलं? '

' हो. ' जयवंतलाही राग अनावर झाला होता. तो तसाच माघारी वळला आणि सरळ तात्यांच्याकडं गेला.

तात्या आप्पासाहेबांच्याबरोबर फिरायला गेले होते. एकटी काकी गवारीच्या शेंगा मोडीत बसली होती.

' ये, जया. '

जयवंत काकीशेजारी बसला.

' अरे, पाट घे. '

' राहू दे. '

' जया, तुझी वहिनी काय करतेय् रे? '

' आहे खोलीत. '

' यशवंत? '

' तिथंच आहे. '

' शाळा सुटली? '

' हो. '

' शाळा चुकवू नको हां! '

' नाही. '

' आज बोलेनास बरा! नाहीतर दररोज वटावटा करणारा तू! काय झालं? '

' काही नाही- ' जयवंत शेंगा मोडीत म्हणाला.

' दादा रागावला? '

' नाही, मळ्यात गेलाय् तो. '

‘ मग उमा रागावली? ’

जयवंत काही बोलला नाही.

काकी हसली. ती म्हणाली,

‘ अरे, चालायचंच! तिचा हक्कच आहे रागवायचा! आणि उगीच रागावणार नाही ती- ’

‘ तर तर! उगीचच रागावली. ’ जयवंत म्हणाला.

‘ तू काहीतरी केलं असशील! ’

‘ तू पण तिचीच बाजू घेणार! मला माहीत आहे. ’

‘ नाही, रे राजा! तिची कड कशाला घेऊ? सांग बघू, काय झालं, ते! ’

‘ काही नाही, काकी, मी शाळेतनं आलो. ती म्हणाली, दूध पिऊन या. मी म्हणालो, तू आणून दे. बस्स. तेवढ्यावरून काय पायजे ते बोलली! ’

‘ काय पाहिजे ते बोलली? काय म्हणाली? ’ हसू दाबीत काकी म्हणाली.

‘ उलट बोलतोस? म्हणाली. ’ काकीकडं न पाहता शेंगा मोडीत जयवंत म्हणाला.

काकी म्हणाली,

‘ अरे, शिरा काढून शेंगा मोड. असं म्हणाली तुला? मी रागावते तिला, मग तर झालं? ’

हसत जयवंत म्हणाला,

‘ खरं? ’

‘ खरं. ’

संध्याकाळी जयवंत आपल्या वाड्यात आला, पण उमेच्या खोलीकडं गेला नाही. रात्री उमा वाढीत असता जयवंतकडं पाहत होती. तो तिची नजर चुकवीत होता.

सकाळी तो जागा झाला. त्याचा राग गेला होता. तो उमेच्या खोलीत गेला. यशवंतबरोबर खेळला, पण उमा त्याच्याशी बोलली नाही. जयवंत तिच्याशी बोलला, पण तिनं तुटकपणे उत्तरं दिली. जयवंतला ते जाणवलं. त्या दिवशी शाळेत त्याचं मन रमलं नाही.

संध्याकाळी तो शाळेतून आला, तो उमेच्या खोलीत गेला. उमा जयवंतला पाहताच बाहेर जाऊ लागली. जयवंत जोरानं म्हणाला,

‘ मला दूध हवंय्! ’

उमा काही न बोलता बाहेर गेली.

यशवंत जयवंताकडं धावला. त्याला घेऊन जयवंत बसला. त्याला तिथं थांबू

नये, असं वाटत होतं, पण यशवंत एकटा होता. त्याला सोडून जयवंतला जाववेना.

उमा खोलीत आली. तिनं दुधाचा पेला समोर ठेवला. जयवंत दूध प्याला आणि दप्तर घेऊन बाहेर गेला...

दुसऱ्या दिवशी जयवंत शाळेतनं लवकर आला आणि खोलीत जाऊन झोपला. संध्याकाळी उमा दूध घेऊन आली.

जयवंत उठला नाही. उमा म्हणाली,

‘ उठा! ’

जयवंत उठला. उमेनं विचारलं,

‘ शाळा लवकर सुटली? ’

‘ डोकं दुखतंय्. ’

उमेचा चेहरा घाबरा झाला. ती गडबडीनं पुढं आली आणि तिनं जयवंतच्या कपाळाला हात लावला. तो हात झिडकारीत जयवंत म्हणाला,

‘ काही नको. ’

‘ असं काय करता, भावजी! ’

‘ तू बोलणार नव्हतीस ना माझ्याशी? ’ जयानं विचारलं.

‘ कोण म्हणतं? ’

‘ मला माहीत आहे. ’

‘ मलाही माहीत आहे, तुम्ही काकींना सांगितलं आहे, ते. ’

जयवंत चपापला. चमकून त्यानं उमेकडं पाहिलं.

‘ भावजी, तुम्हांला आवडत नाही, तर कशाला बोलू मी? ’

‘ काकीनं खोटं सांगितलं तुला. ’

‘ हो, भाऊजी, मला खोटं ठरवलंत, आता काकींना खोटं ठरवू नका! ’

‘ मग का म्हणालीस तसं? ’

‘ पुन्हा नाही म्हणणार! ’

‘ खरं? माझी शपथ? ’

‘ हो; तुमची शपथ! ’ उमा हसून म्हणाली.

‘ वैनी! खरं सांगू? ’ जयवंत तिच्याकडं बघत म्हणाला, ‘ तू मला मार, पण रुसू नकोस, ग, माझ्यावर! ’ जयवंतचे डोळे पाणावले.

उमा झटकन पुढं झाली आणि जयवंतला पुढं घेत म्हणाली,

‘ नाही, राजा, तुझ्यावर कशाला रुसू? ’

‘ मग पाज तर दूध! ’

‘ हसतील, कुणी बघितलं, तर! ’

‘ हसू देत! ’

‘ आला का मूळपदावर? ’ म्हणत उमेनं पेला उचलला आणि जयवंतच्या तोंडाला लावला. जयवंत दूध प्याला.

उमा म्हणाली,

‘ आता यशवंतला घ्या आणि देवळात जा. दररोज फिरायला न्यायची सवय लावलीत. काल त्यानं जीव खाल्ला माझा. ’

‘ मग कशाला भांडलीस? ’ म्हणत जयवंत दारापर्यंत गेला.

उमा हसून म्हणाली,

‘ डोकं दुखत होतं, नाही, तुमचं? ’

चपापून जयवंतनं मागं पाहिलं. उमा हसत होती. ती म्हणाली,

‘ आता परत शाळा चुकवू नका! ’

हसत जयवंत बाहेर पळाला.

यशवंतच्या बोबड्या बोलांना आता धार येत होती. आप्पासाहेबांच्याकडं तर त्याच्या तक्रारी वाढत होत्या. ‘ आईनं माललं, काका असं म्हनाला, दादा बंदूक देत नाही. ’ अनेक तक्रारी. त्या साऱ्या आप्पासाहेबांना खऱ्या वाटत. ते उमेला रागावत. उमा जयवंतला म्हणे,

‘ भाऊजी, आता हे शहाणे झाले. आता आणखी यांच्यामुळं शिव्या खायच्या. कार्टा जीव खायला आलाय्! ’

‘ का! ’ डोळे विस्फारून यशवंत म्हणायचा, ‘ काल्टा म्हनतीस? सांगू आज्योबांना? ’

‘ नको, ग, बाई! ’ उमा हसत म्हणायची आणि यशवंत हसायचा....

जयवंत तिसरी यत्ता पास झाला. चौथीत गेला.

एक दिवस नाईक मास्तर वाड्यात आले. आप्पासाहेब, तात्या बसले होते. आप्पासाहेबांनी विचारलं,

‘ काय, मास्तर, काय म्हणतोय् आमचा जया? ’

‘ चांगला अभ्यास आहे त्याचा. ’

‘ माझा मुलगा, म्हणून सांगता, वाटतं? ’

‘ नाही, सरकार, तसं कशाला सांगू? आजवर एकदाही बोट लावून घेतलं नाही त्यांनी. चालू वर्षी बोर्डाची परीक्षा आहे. बघा, मी सांगतोय्. ते खरं, की नाही! ’

‘ ही तात्यांची कृपा! ’

‘ माझी कसली? ’ तात्या म्हणाले.

‘ तुम्हीच त्याला शिकवलंत! तुम्ही म्हणालात, म्हणून, नाहीतर मी काही शाळेत घातला नसता त्याला. देवानं दिलंय्, काय कमी आहे? शिकून तरी नोकरी करणार थोडाच? ’

‘ म्हणजे आता परीक्षा पास झाला की, घरात बसवून ठेवणार, की काय? ’ तात्यांनी विचारलं.

‘ मग काय करणार तो? ’

‘ छे! आप्पासाहेब, हे पटायचं नाही आपल्याला. येवढा शिकतोय्, तर त्याला इंग्रजी शाळेत घालायचा, बी. ए. करायचा, निदान मॅट्रिक तरी. ’

‘ काय, रे, जया, शिकणार काय? ’

जयवंतनं होकारार्थी मान हलवली.

‘ शीक, त्याला काय! ’

चौथीचं वर्ष असल्यानं उमेचं लक्ष जयवंतवर सारखं असायचं. ती त्याला पहाटे उठवी. नेहमी मास्तरांना निरोप पाठवून त्याच्या अभ्यासाची चौकशी करी.

एके दिवशी रावबा म्हणाला,

‘ उमा, तू शिकली का नाहीस? ’

‘ शिकवलं नाही, म्हणून! ’

‘ कुठवर शिकलीस? ’

‘ घरी मास्तर ठेवला होता लहानपणी. त्यानं लिहायला-वाचायला शिकवलं, तेच त्याचे मोठे उपकार! ’

‘ मग शिकायचं होतंस! ’

‘ केव्हा शिकणार! चौदाव्या वर्षीतर तुमच्या घरी आले. ’

‘ बरं झालं, आलीस, ते. नाहीतर माझं काय झालं असतं? ’ रावबा हसून म्हणाला.

‘ काही बिघडलं नसतं. दुसऱ्या दहा मुली आल्या असत्या घरी. ’

रावबा मोठ्यानं हसला,

‘ खरं आहे बघ! पण तुझी सर आली नसती त्यांना.’

‘ पुरे झालं. कुणीतरी ऐकेल, म्हटलं! ’

जयवंतची परीक्षा जवळ आली. नाईक मास्तर दररोज सकाळी येत होते. जयवंत जोरात अभ्यास करीत होता. तो परीक्षेला बेळगावला जाणार होता. परीक्षेच्या आधी रावबा जयवंतला घेऊन परीक्षेसाठी बेळगावला गेला. जाताना तो उमेच्या पाया पडण्यासाठी आला, तेव्हा ती म्हणाली,

' भाऊजी, काळजी करू नका. भिऊ नका. पास व्हाल तुम्ही. '

' तुझा आशीर्वाद असल्यावर भिऊ कशाला? ' म्हणत, हसत जयवंत बाहेर गेला.

चार दिवस उमेला चैन पडलं नाही.

जयवंत जेव्हा परत आला, तेव्हा उमेनं विचारलं,

' काय, भाऊजी, कशी झाली परीक्षा? '

' त्यात काय? सोपं होतं सगळं! ' जयवंत म्हणाला, ' उगीचच मास्तरांनी भारूड पाठ करून घेतलं! '

' जा आता, मास्तरांना भेटून या. बिचाऱ्यांनी फार मेहनत घेतली. '

जयवंत मास्तरांच्या पाया पडला. मास्तरांना प्रश्नपत्रिका दाखवल्या. मास्तर त्या पाहून आनंदले. ते म्हणाले,

' तुम्ही पास होणार! '

जयवंतचा निकाल लागला. त्या दिवशी उमेनं आप्पासाहेबांना सांगून मुद्दाम बेळगावला माणूस पाठवला होता. तो जयवंत पास झाल्याची बातमी घेऊन संध्याकाळी आला. जयवंत आप्पासाहेबांच्या पाया पडला. आप्पासाहेबांनी प्रेमानं त्याच्या पाठीवरून हात फिरवला. तो सरळ उमेकडं गेला. उमा स्वयंपाकघरात चुलीपुढं बसली होती. यशवंत तिच्या पाठीवर रेलला होता. जयवंतला पाहताच तो ओरडला,

' जयाकाका! '

तिकडं लक्ष न देता ता सरळ वहिनीजवळ गेला आणि तिच्या पाया पडला.

' काय, भावजी? '

' वैनी, मी पास झालो! '

' खरं? देव पावला! ' उमेनं हात जोडले.

' आणि पेढे, हो? ' सारजानं विचारलं.

' पेढे? ' जया म्हणाला.

उमा हसली.

त्याच वेळी आप्पासाहेब आत आले व म्हणाले ,

' उमा, हे घे तू सांगितलेले पेढे. तुझ्या दिरानं पराक्रम गाजवला. तू थोडंच ऐकणार? '

उमा डोक्यावर पदर घेऊन उभी होती. जयवंत यशवंतचं बोट धरून उभा होता. आप्पासाहेब जाताच यशवंत पिशवीकडं धावला. म्हणाला,

' मला पेला! '

' हां! ' उमानं दटावलं. ' आत्ता नाही. उद्या देवाला दाखवल्यावर, भावजी तात्यांना, काकींना, मास्तरांना भेटून या. बिचारे काळजीत असतील. बाकीचे पास झाले काय, हो? '

' चौघे पास झाले. दोघे नापास झाले. '

' बिचारे! '

उमेच्या खोलीत उमा, रावबा बसली होती.

जयवंत आला.

तो येताच उमेनं विचारलं,

' भेटले तात्या-काकी? '

' हो. '

' आणि मास्तर? '

' हो. '

' आता सकाळी सगळ्यांना पेढे द्या. '

जयवंत पुढं झाला आणि तो रावबाच्या पाया पडला. रावबा म्हणाला,

' छान, जया, आता थांबायचं नाही. आम्ही अडाणी राहिलो, ते ठीक, पण तू बी.ए.व्हायला पाहिजेस. '

' अहो, बी.ए. नंतर! आता ते पास झालेत, त्यांना काही तरी द्या. '

' माग, माग, जया! भितो काय? हवं ते माग. '

' घ्या, हो, भाऊजी, मागून! '

जयवंत हसला. डोकं खाजवीत तो एकदम म्हणाला,

' मला ऐंशी रुपये दे, दादा! '

' ऐंशी रुपये? ते, रे, कशाला? ' रावबानं विचारलं.

उमा गोंधळात पडली.

जयवंत एक वेळ झोपलेल्या यशवंताकडं पाहून खाली मान घालून म्हणाला,

' तीन चाकी सायकल बघून आलोय् मी! '

' आता लहान का आहेस तीन चाकांच्या सायकलवर बसायला? हवी, तर मोठी घे. '

' मला नको! यशवंतला! ' जयवंत म्हणाला.

-आणि त्या वाक्याबरोबर उमेच्या डोळ्यांच्या कडा अकारण पाणावल्याचा भास झाला. दुसऱ्याच क्षणी तिचं हसू रावबाच्या हास्यात मिसळलं.

ଈଃଈଃଈଃ

१८

आप्पासाहेब व जयवंत देवाला जाऊन परत आले. आतल्या चौकात येताच आप्पासाहेबांनी पुढ्यातील छोट्या यशवंतला समोरून आलेल्या देवजीच्या हातांत दिलं.

घोड्यावरून उतरताना आप्पासाहेब म्हणाले,

' जयवंत, आता घोडं लहान होत नाही? हे घोडं आता यशवंतला द्यायचं; काय, यशवंत? '

देवजीचा हात सोडवून घेत तो आप्पासाहेबांच्या जवळ आला आणि म्हणाला,

' मी बसनाल घोड्यावल! '

' तर तर! म्हणे, घोड्यावर बसनाल. ' जयवंत म्हणाला, ' तुला गाढव घेऊ या! '

आप्पासाहेब मोठ्यानं हसले.

यशवंत जयवंतला मारायला धावला. जयवंत पळाला. त्याच्या पाठोपाठ यशवंत पळू लागला.

आप्पासाहेब ओरडले,

' अरे, घोडं लाथ मारील! '

यशवंत थबकला. एकदम त्यानं मोठ्यानं रडायला सुरुवात केली.

आप्पासाहेब म्हणाले,

' जया, दिवसातून किती वेळा रडवतोस त्याला? ' म्हणत त्यांनी यशवंतला कडेवर घेतलं आणि ते समजावू लागले. पण यशवंत थांबेना. आप्पासाहेब म्हणाले,

' खुळा आहे काका! त्याला मारू या? '

' हो! ' यशवंत एकदम म्हणाला.

दूर उभ्या असलेल्या जयवंतला आप्पासाहेबांनी हाक मारली,

' जयवंत, इकडं ये बघू. तुला मार देऊ या. '

जयवंत हसत जवळ आला.

आप्पासाहेब म्हणाले,

' पाठ कर. '

जयवंत पाठ करून उभा राहिला.

आप्पासाहेबांनी पाठीवर थापा मारल्या व यशवंतला विचारलं,

' पुरे? '

' पुले. ' यशवंतनं मान डोलावली.

' तू मालनाल? '

' मालनाल. '

' बघ हां, येशा... ' जयवंत म्हणाला.

' आजोबा! '

' मार तू, मी आहे. ' म्हणून आप्पासाहेब वाकले.

जयवंतच्या पाठीवर यशवंतनं दोन बुक्क्या मारल्या.

आप्पासाहेब म्हणाले,

' जया, ह्याला घेऊन जा आणि ह्याच्या आईकडं दे. '

जयवंतनं यशवंतला पाठीवर घेतलं आणि तो उमेच्या खोलीकडं पळत सुटला.

उमा खोलीत केस विंचरीत होती. यशवंत तिच्या पाठीला बिलगत म्हणाला,

' काकाला माल दिला. '

' कुणी? ' त्याचा मुका घेत उमेनं विचारलं.

' मी आणि आजोबा– '

' का, रे? '

' मला गालव म्हनाला. '

' होय, हो? गाढव म्हणालात यशवंतला? '

' नाही, वैनी, मी म्हणालो, तुला बसायला गाढव आणू या! '

' गालव म्हनाला. '

' येशा– ' जयवंतनं हाक मारली, ' इकडं ये. '

' काय? ' यशवंत त्याला बिलगत म्हणाला.

' तू मोठा का, मी? '

' मी! ' आपल्या छातीवर हात ठेवून यशवंत म्हणाला.

‘ तुझे कान मोठे, का माझे? ’

‘ माजे. ’

‘ मग झालं तर, तू गाढव! ’

‘ आई, बग, ग- ’

‘ आता जाता भाऊजी, का देऊ दोघांनाही मार? ’

जयवंत पळत बाहेर गेला. बाहेर जाताच त्याची नजर सदरेत गेली. सदरेत रंगराव पाटील, रामजी उभे होते. जयवंत तिकडं धावला. तो जवळ जाताच रामजीनं विचारलं,

‘ सरकार कुठं हाईत? ’

‘ कोण, दादा? आंघोळ करतोय्. ’

‘ न्हवं, थोरलं सरकार. ’

‘ पूजा करताहेत. ’

मंदिरातून आप्पासाहेब बाहेर आलं त्यांना पाहताच रंगराव, रामजी यांनी मुजरा केला.

आप्पासाहेब म्हणाले,

‘वा, पाटील! किती दिवसांनी येणं केलंत? गावात असून आठ-आठ दिवस भेटत नाही? ’

‘ तसं नाही, सरकार ही शेतीची कामं... गावकीची कामं... ’

‘ आप्पासाहेब जाऊन बैठकीवर बसले. रामजी, रंगराव उभे होते.

आप्पासाहेब म्हणाले,

‘ बसा, पाटील. ’

दोघेही बसले.

‘ आज सकाळीच येणं केलंत? ’

‘ सरकार, काल बागिलग्यावर दरोडा पडला. ’

‘ खरं? ’

‘ व्हय, सरकार, गावात एक ढोर राहिलं न्हाई! ’

‘ गावचे लोक काय करीत होते? ’

‘ गाव केवढं? लई लई तर शंभर उंबरा असंल गावात. दरोडा आला, तशी सोडून पळाली सगळी मानसं आन् सकाळी शिरली गावात. ’

‘ अरेरे! जनावरं गेली? काय करावं बिचाऱ्यांनी!! चार दिवसांमागं असंच कल्याणपूर गेलं, नव्हे? ’

‘ व्हय, सरकार, त्यापायीच आलू व्हतो. ’

‘ म्हणजे? ’

' हे दरोडेखोर इथले न्हाईत, सरकार, देशावरचे रामोशी हाईत, म्हनं, भारी बंदोबस्तात येत्यात, म्हनं. टोळीबी लई मोठी हाय. कोन म्हंतय् पाचशे, तर कोन म्हंतय् हजार! '

' हं! गप्पा आहेत सगळ्या. हजार यायला मोगलाई लागलेय् का काय? '

' काय करायचं, सरकार? '

' काय करणार? रिपोर्ट केला नव्हे? '

' व्हय! त्या गावाच्या पाटलांनी रपोट केलाय्. '

' मग झालं तर. '

' पन आपलं गाव- '

' पाटील, वेड लागलं काय? येवढं मोठं गाव. ह्यावर चालून आले, तर दात पाडू एकेकाचे. बारकी गावं होती, म्हणून झालं हे! '

' व्हय. तेबी खरंच. ' रामजी म्हणाला, ' बहुशा इकडं येनार न्हाईत ते. '

आतून रावबा आला. आप्पासाहेबांच्या पाया पडत तो म्हणाला,

' आबा, आज पाटील कुणीकडनं उगवले? '

' रावबा, दरोड्याची बातमी घेऊन आलेत हे. '

' कुठं पडला? '

' बागिलग्याला. सारी जनावरं नेली, म्हणे! आणि आमच्या गावावरही दरोडा येणार आहे, म्हणतात, हे. '

रावबा हसला आणि म्हणाला,

' मग गावानं काकणं भरलीत, का काय? येऊ देत! एकटा झोपवतो साऱ्यांस्नी! बघा तरी- '

' शाब्बास! काय, पाटील? ' आप्पासाहेब अभिमानानं म्हणाले.

' मग आम्हांला तरी कसली काळजी! ' पाटील उठताना म्हणाले, ' येतो तर, जी. '

' बसा, हो; जाल, म्हणे. '

पाटील बसले.

रावबा म्हणाला,

' आबा, मळ्यात जातो. '

' हं! जेवायला येणार, नव्हे? '

' नाही, आबा; पावनेर केलाय्. औतं सांगितल्यात. '

' किती? '

' चाळीस. '

' मग बकऱ्याची जोडणी? '

‘ केलीय् की! सिद्दा गेलाय् पुढं. ’

‘ बरं, मग जा तर! उगीच वेळ नको. ’

रावबा निघून गेला.

आप्पासाहेब पाटलांच्याबरोबर बराच वेळ बोलत बसले. जेव्हा पाटील आणि रामजी आप्पासाहेबांचा निरोप घेऊन गेले, तेव्हा आप्पासाहेब एकटेच सदरेत कितीतरी वेळ बसले होते. दरोड्याच्या बातमीला त्यांनी उडवून लावलं होतं खरं; पण त्यांच्या मनाला ती एक काळजी लागून राहिली होती. नकळत ते दरोड्याबद्दल विचार करीत बसले होते. तोच आतून जयवंत आला आणि तो आप्पासाहेबांच्या शेजारी बसला. त्याच्याकडं पाहत आप्पासाहेब म्हणाले,

‘ जया, तात्या आहेत का, बघ! असले, तर तातडीनं या, म्हणावं. ’

जयवंत पळाला. जेव्हा तो तात्यांच्या घरी पोहोचला, तेव्हा तात्या कट्ट्यावर उभे होते. जयवंतला पळत येताना त्यांनी पाहिलं. तो जवळ येताच त्यांनी विचारलं,

‘ काय, रे, जया? ’

‘ आबांनी बोलावलंय्? ’

‘ का रे? कोण आलंय्? ’

‘ रंगराव पाटील आणि रामजी आले होते. गेले ते मघाशीच. आबा एकटेच आहेत. ’

‘ थांब हां, आलो. ’

तात्या आत गेले. त्यांनी बंडी चढवली आणि ते जयवंतबरोबर वाड्याच्या रोखानं चालू लागले. अर्ध्या वाटेवर येताच जयवंत अचानक थांबला आणि तो तात्यांना म्हणाला,

‘ तात्या, काकींना भेटून येतो. ’

‘ ये. ’ तात्या म्हणाले.

जयवंत पळत माघारी गेला.

सदरेवर तात्या आले. त्यांनी पाहिलं. आप्पासाहेब लोडाला टेकून बसले होते. तात्यांकडं नजर वळताच आप्पासाहेब म्हणाले,

‘ या, तात्या, बसा. ’

‘ आज सकाळीच बरं बोलवणं केलंत! ’ तात्यांनी बसत विचारलं.

‘ काकींचं कसं आहे? ’

‘ आहे तसंच आहे. ताप आहे. जाईल तो. बरं, का बोलावलं होतंत? ’

‘ पाटील आत्ता हेच येऊन गेले. गेल्या चार दिवसांत बागिलगं, कल्याणपूर लुटलं दरोडेखोरांनी. गावचं गाव रिकामं केलं. ’

‘ हो, मीही ऐकलं. ’

' तेच म्हणतो, तात्या. दरोडेखोर देशावरचे रामोशी आहेत, म्हणे. आपणही विचार करायला हवा. '

' छे, हो, आप्पासाहेब! आपलं गाव केवढं मोठं! असल्या गावावर यायचा नाही दरोडा. '

' मलाही तसंच वाटतं. ही नसती काळजी लागलीय्, बघा. '

' काळजी करून काही प्रश्न सुटत नाहीत! येईल, तेव्हा बघू. आज हवेत लाथा मारून काय करायचं? '

' ते खरं, तात्या. पण चैन पडेना बघा समजल्यापासून- '

' मलाही कळतंय् ते. पण काळजी करण्यासारखं त्यात काय आहे? हे मला नाही खरं वाटत. दोन गावांवर दरोडे पडलेत, म्हणजे सरकारही बंदोबस्त करील.'

पण तो अंदाज खरा ठरला नाही. चार-दोन दिवसांनी एक एक गाव लुटल्याची बातमी येई. एके दिवशी पाच-पंचवीस माणसं वाड्यात गोळा झाली. पाटीलही बरोबर होते. आप्पासाहेबांना उठवण्यात आलं. नुकतचं उजाडायला लागलं होतं. आप्पासाहेबांना पाहताच पाटील पुढे आले. दरवाज्यातून येणाऱ्या तात्यांनाही वाट करून देण्यात आली. आप्पासाहेबांनी विचारलं.

' काय आहे, पाटील? '

' सरकार, हे बघा! ' म्हणत पाटील पुढं आले. त्यांच्या हातात शेंदूर फासलेला एक गोल दगड होता.

' काय हे? ' आप्पासाहेबांनी विचारलं.

तात्यांनी तो दगड पाहिला.

सारे स्तब्ध उभे होते. प्रत्येकाच्या चेहऱ्यावर काळजी उमटली होती.

तात्या म्हणाले,

' आप्पासाहेब, ह्यालाच आरगल म्हणतात. '

' आरगल? '

' होय! पाटील म्हणाले, ' सरकार, ही ताकीद आहे. '

' कुणाची? '

' रामोश्यांची! आता आमचं गाव धरलंय् त्यांनी. '

' मग आजच दरोडा येईल, म्हणता? '

' बहुशा अजून चार-पाच दिवस तरी जातील. ' रामजी म्हणाला.

' कशावरून? '

' धनी, आज ह्यो धोंडा गावला, न्हवं? तसं नेमानं गावाय पायजेत. गावाला धडकी भरायपायी असचं करत्यात. गाव हादरलं की, मग येत्याल, बगा. '

आप्पासाहेबांनी सर्वांकडं पाहिलं.

‘ ठीक आहे. पाहू काय होतंय्, ते! ’

‘ संध्याकाळी सारं गावं गोळा करा वाड्यात. ’

सारे परतले.

आप्पासाहेब तात्यांना म्हणाले.

‘ माझं एक ऐकाल का? ’

‘ काय? ’ तात्यांनी विचारलं.

‘ आजच्या आज रावबा, जया आणि घेऊन तुम्ही बेळगावला जा. काकींनाही बरोबर घ्या. ’

‘आणि तुम्ही. ’

‘ मला गाव कसं सोडता येईल, तात्या? मीच जर गाव सोडून गेलो, तर फावलंच दरोडेखोरांचं! गाव बिचारं काय. ऐवज लपवून ठेवील. दरोडेखोर आले की, रानात पळून जाईल. जनावरं लुटली जातील. शेतकऱ्यांची जनावरं गेली, की जीव राहील का? तात्या, मरण चुकत नाही कुणाला! रोगराईत टाचा घासून मरण्यापेक्षा गावासाठी जीव गेला, तर फार चांगलं मरण येईल ते! ’

‘ खरं आहे. ’

‘मग जाता ना आज? ’

‘ कोण, मी! ’ तात्या दचकून म्हणाले, ‘ नाही, आप्पासाहेब, गाव जसं तुमचं आहे, तसंच ते माझंही आहे. मला तरी कसं जाता येईल? जे व्हायचं असेल, ते आपल्या दोघांचं होईल. ’

आप्पासाहेबांनी दीर्घ उसासा सोडला. आपली नजर फिरवीत ते म्हणाले,

‘ तात्या, कुठल्यातरी जन्मीचं फार मोठं देणं राहिलंय् तुझं. त्याशिवाय का तू हे बोलतोस? जितेपणाची सोबत मिळायची कठीण, तिथं मरणाची सोबत कोण देणार, बाबा! ’ गडबडीनं आपले डोळे पुशीत आप्पासाहेब म्हणाले, ‘ ठीक आहे. काकींना आता बरं वाटतं ना? ’

‘ ताप अद्याप नाही. मुदतीवर नाही गेला, तर मिळवली. ’

‘ तात्या, जर थांबा. मी आजच मुलांना आणि सूनबाईला बेळगावला पाठवतो. काकींना पण मेण्यातून पाठवू या. ’

‘ नको, आप्पासाहेब! तिला ते सहन होणार नाही. सूनबाईला आणि यशवंत, जयवंतला आज पाठवाच! रावबाला बरोबर द्या. बहुतेक एक-दोन दिवसांत गावाबाहेर कुणाला सोडलं जाणार नाही. ’

‘ मी करतो व्यवस्था. ’

आप्पासाहेब गडबडीनं आत गेले. त्यांनी हाक मारली,

' गोविंदा! '

' जी... ' म्हणत गोविंद आला.

' सिद्दाला सांगून गाडी तयार करायला सांगा. '

' जी! '

' रावबा, जया, मुलगी, साऱ्यांना बेळगावला पाठवतो आहे. '

रावबा बाहेर आला. त्याला आप्पासाहेब म्हणाले,

' रावबा! मुलीला घेऊन तू बेळगावला जा. आजच्या आज परत यायला पाहिजे.'

' जी! पण का, आबा?

' गावात आज दरोड्याची सूचना आलीय. '

' आणि मी एकटा जाऊ? '

' बरोबर जया, यशवंत आहेत की! '

' आणि तुम्ही? '

' गाव सोडून गेलो, तर लोक शेण घालतील की तोंडात! '

' मग मी जाऊ सोडून? मीही जाणार नाही! ' रावबा म्हणाला.

' शाब्बास ! तेच म्हणत होतो मी. तू मुलीला पोहोचवून टाकोटाक परत ये. बघू या, काय दरोडेखोर आहेत, ते! '

' पण, सरकार! ' गोविंदा म्हणाला, ' गाडी जायची, तर दहा-पाच माणसं तरी बरोबर राहू देत. '

' का? '

' कदाचित गाडी अडवली जाईल. '

' मग बंदूक शोभेची आहे का? ' रावबानं विचारलं.

' रावबा, तू रहा. मी पोहोचवून येतो मुलीला. गोविंदा, चार माणसं जास्त सांग. शिल्लक रक्कम असेल, ती दे बरोबर. '

' जी. ' म्हणत गोविंद वळला.

गाडी तयार करण्याची गडबड सुरू होती. आप्पासाहेब माणसांना सूचना करत होते. ते जयवंतला म्हणाले,

' जया, तुझ्या वहिनीकडं जा आणि तिला म्हणावं, ' लवकर तयारी कर. फार काही घेऊ नको. काही विसरलंच, तर नंतर पाठवता येईल. तसंच, तुझ्या दादाची बंदूक आणि काडतुसांचा पट्टा घेऊन ये. '

थोड्याच वेळात जयवंत परत आला आणि तसाच उभा राहिला.

' काय, रे, बंदूक कुठं आहे? '

' दादाच्या खोलीत आहे. '

' मग का आणली नाहीस? आणि तुझ्या वहिनीची तयारी झाली का? '

' नाही. '

' का, रे? '

' ती म्हणाली..... '

' काय म्हणाली? '

' ती म्हणाली, सांगा, म्हणावं, की, मी जाणार नाही! ..... '

आप्पासाहेबांनी तो निरोप ऐकून मान डोलावली आणि दुसऱ्याच क्षणी त्यांच्या ध्यानी आलं. ते किंचाळले ,

' असं म्हणाली ती? '

तोच रावबा तिथं आला.

ते रावबाला म्हणाले,

' काय, रे, काय म्हणते सूनबाई? काय सांगतोय् हा? '

' खरं आहे, आबा; ती जाणार नाही, म्हणते. '

' अरे, पण तू सांगायचं का नाही? '

' ऐकणार नाही ती. '

' लाज नाही वाटत, बायको ऐकणार नाही, म्हणून चारचौघांत सांगायला? ती नाही, तिचा बाप ऐकेल! '

उमेच्या बापाचा उल्लेख होताच आप्पासाहेबांनी शब्द आवरले. ते जयाला म्हणाले,

' चल, रे, जया. '

उमेच्या खोलीसमोर येताच आप्पासाहेब खाकरले आणि त्यांनी खोलीत पाऊल टाकलं. जया पुढंच होता.

आप्पासाहेबांना आत येताना पाहताच उमा पदर सावरून उभी राहिली आणि वाकून ती आप्पासाहेबांच्या पाया पडली.

तिला पाहताच आप्पासाहेबांचा राग कुठल्या कुठं गेला. ते म्हणाले,

' मुली, तुझी तब्येत ठीक आहे ना! '

' जी. '

' हा जया सांगत आला की, तू जाणार नाहीस, म्हणून! खरं? '

उमा काही बोलली नाही. ओठ आवळून ती उभी राहिली.

' बोल ना! '

' जी! '

' तू जाणार नाहीस? '

' जी. '

' जी जी काय? ' एकदम आवाज चढवून आप्पासाहेब म्हणाले, ' तू असं म्हणशील, अशी अपेक्षा नव्हती. हवं, तर रावबाला पाठवून देतो, बरोबर. '

' नाही. मी जाणार नाही. '

उमेनं प्रथमच मान वर केली होती..

तिच्या डोळ्यांकडं पाहत आप्पासाहेब म्हणाले,

' का? आता कशात घोडं अडकलं? नवरा येतोय् ना तुझ्याबरोबर! '

उमेच्या डोळ्यांत पाणी तरळल्याचा भास झाला. शांतपणे ती म्हणाली,

' मी जाणार नाही. '

' तर तर ! माहिती आहे मोठ्या काळजीची तू! ' हात उडवीत आप्पासाहेब म्हणाले, ' मग कॉलऱ्याच्या वेळी कशी गेलीस? तेव्हा नव्हती वाटतं काळजी? बऱ्या बोलानं गाडीत जाऊन बस, नाही तर... '

उमेच्या डोळ्यांतून थोपवलेल्या धारा सुटल्या. ती मान उंचावून आप्पासाहेबांच्याकडं पाहत होती. तिच्या पाणावलेल्या डोळ्यांत निराळं तेज होतं. संतापानं तिचे ओठ थरथरत होते.

' जाते मी! मला कुणाबद्दल काहीच वाटत नाही. दोन वेळा पोटापाण्याची सोय झाली की, माणसं जगतात मानानं. सारे घरचे मालक आहेत. मी मात्र कोणीच नाही!'

आप्पासाहेब स्तंभित होऊन उभे होते. त्यांच्या कानांवर विश्वास बसत नव्हता. आजवर पाहत आलेली सून आणि तिचं स्वरूप ह्या दोहोंमध्ये जमीन-अस्मानाचा फरक होता.

आप्पासाहेब ओरडले,

' उमा! कोणाला बोलतीस हे? '

आज इतक्या वर्षांमध्ये प्रथमच आप्पासाहेब उमेला त्या एकेरी नावानं हाक मारीत होते.

उमेनं चमकून आप्पासाहेबांच्याकडं पाहिलं. ती शांतपणे म्हणाली,

' आजवर मी काही मागितलं नाही तुमच्याकडं. द्यायचं झालंच, तर एवढं द्या. पुन्हा काही मागणार नाही. '

आप्पासाहेब उमेकडं पाहत होते. क्षणात त्यांचा गळा दाटून आला. पाणावलेल्या डोळ्यांनी ते म्हणाले,

'ठीक आहे, मुली! जाऊ नको, पण हेही लक्षात ठेव; जसे आम्ही घरचे मालक आहोत, तशी तूही घरची लक्ष्मी आहेस....आम्ही तिघं आहो, पण तू मात्र एकटीच या घरची शोभा. आज बोललीस, ते ठीक. पण पुन्हा असं बोलू नकोस. मी गाडी सोडायला सांगतो, एका अर्थी अशा प्रसंगी आपण एकत्र असावं, हे ठीक. पूस ते

डोळे. ' एवढं बोलेपर्यंत आप्पासाहेबांच्या डोळ्यांच्या कडाही पाणावल्या होत्या. त्या पुशीत ते वळले. त्याच वेळी त्यांच्या कानांवर शब्द पडले,

' जरा थांबावं- '

आप्पासाहेब फिरले, उमा चटकन पुढं आली आणि तिनं आप्पासाहेबांच्या पायांवर डोकं टेकलं. गडबडीनं आप्पासाहेबांनी तिचे खांदे धरून तिला उभी केली. तिच्या पाठीवरून हात फिरवीत ते म्हणाले,

' पाया पडायची जरुरी नव्हती, पोरी! काही चुकलं नाही तुझं. आज तुला पाहायला तुझी सासू हवी होती. मीठ-मोहऱ्यांनी तुझी तिनं दृष्ट काढली असती... '

आप्पासाहेब झटकन वळले आणि खोलीबाहेर पडले.

जया वहिनीकडं पाहत होता. तो म्हणाला,

' आहे, बुवा! '

' काय? ' उमेनं रागानं विचारलं.

' सारजाला बोलावू? '

' कशाला? '

' तुझी मीठ-मिरच्यांनी दृष्ट काढायला! '

' आता जाता, का बऱ्या बोलानं- '

उमा खुदकन हसत म्हणाली,

' अकरा वर्षांत पहिल्यांदा मामंजींनी माझी दृष्ट काढली, तर एवढ्या मिरच्या झोंबल्या. पण गेली अकरा वर्षं दररोज तुमची दृष्ट काढीत आले. ते नाही कुठं आठवलं? '

उमेजवळ येऊन जयवंतनं विचारलं,

' रागावलीस? '

' नाही, भाऊजी, तुमच्यावर मला रागावताच येत नाही! '

' का? '

' तुमची आई असती, तर तुम्हांला सांगितलं असतं तिनं. '

' मग तूच सांग की! '

' आता जाता, की सरकारांना हाक मारू? '

' मार! '

उमेनं डोळे मोठे केले. हात उगारला आणि तिचे ओठ पुटपुटले, त्याबरोबर टाळ्या वाजवीत जयवंत म्हणाला,

' रागावलीस, की नाही? '

उमेनं पुढं टाकलेलं पाऊल पाहताच तो खोलीबाहेर पळाला.

आप्पासाहेब कचेरीत येताच गोविंदानं सांगितलं, गाडी तयार आहे. '

‘ मग वाजंत्री सांगा आणि गाडीत बसून जा तुम्ही! म्हणे, गाडी तयार आहे! शहाण्याचं चाकर व्हावं; पण तुमचे धनी होऊ नये, म्हणतात, ते येवढ्यासाठीच! येवढं लक्षात येत नाही तुमच्या? जा, सोडायला सांगा गाडी. ’

‘ मग कोणी जाणार नाही? ’

आप्पासाहेब नुसते गोविंदाकडं पाहत राहिले! गोविंदा झटकन वळाला आणि दरवाज्याबाहेर पडला.

संध्याकाळी सारं गाव वाड्याच्या चौकात गोळा झालं. आप्पासाहेब, तात्या कट्ट्यावर होते. सारेजण जमताच आप्पासाहेबांनी वाचा फोडली. ते म्हणाले,

‘ मग काय करायचं? ’

कोणी काही बोललं नाही.

तात्या म्हणाले,

‘ अरे, बोला की! काहीतरी एक गावानं ठरवायला पाहिजे! ’

‘ व्हय, व्हय. ’ साऱ्यांनी माना डोलावल्या.

‘ अरे, पण काय ते? ’

कृष्णा मंतरे गावचा म्हातारा गडी. तो बसल्या जागेवरून म्हणाला,

‘ सरकार, काय करायचं? बाकीच्या गावांनी जे केलं, तेच करूस पायजेत. ’

‘ म्हणजे दरोडा आला, की गाव सोडायचा? ’

‘ व्हय, जी. ’

‘ आणि जनावरं? ’

जनावरांचं नाव काढताच चुळबूळ उडाली. आपापसांत बोलाचाली सुरू झाली. प्रत्येकाला आपली जनावरं डोळ्यांसमोर दिसत होती. ती गेली, तर.... खरंच, ती गेली, तर करायचं काय? खायचं काय? कशी करायची शेती?

धोंडीबा उठला. तो म्हणाला,

‘ सरकार! काय बी हुंदेत. गाव सोडायचं न्हाई! ’

‘ शाब्बास, रे, वाघा! ’ आप्पासाहेब ओरडले, ‘ मी तेच म्हणतोय्. होऊन जाऊ देत दोन हात. आपण पळून गेलो, तर बाकीची गावं हां हां म्हणता जातील. ’

आप्पासाहेबांच्या त्या शब्दांनी एक नवीनच हुरूप चढला. सारे अवसानानं बोलू लागले.

धोंडीबा म्हणाला,

‘ पन, सरकार, ते तयारीनं येनार .... आपल्यापाशी काय? ’

‘ त्याची काळजी करू नका. सकाळी कुणी शिवारात जाऊ नका. साऱ्यांनी इथं या. ’

‘ जी. ’ म्हणत माणसं उठली.

सारे गेले.

रंगराव, रामजी व तात्या एवढेच मागं राहिले. आप्पासाहेब म्हणाले,

‘ उद्यापर्यंत समजेल आपल्याला! कदाचित कुणी चेष्टाही केली असेल. तात्या, माझ्या मनात एक आहे.’

‘ काय? ’

‘ आपण काळूला निरोप धाडू या. ’

‘ होय, आप्पासाहेब! तो असला, तर बरंच होईल. ’

‘ कुणाला पाठवू या? ’ आप्पासाहेबांनी विचारलं.

‘ रामजी, जाशील तू? ’

‘ जातो की. ’

‘ नको. ’ आप्पासाहेब म्हणाले, ‘ रामजी इथं पाहिजे. निशाणबाज जेवढे आहेत, तेवढे पाठवायचे नाहीत बाहेर. पाटील, तुम्हीच कुणाला तरी काढा आणि माझा निरोप देऊन पाठवा. म्हणावं, असतील, तेवढी माणसं घेऊन ये. ’

तात्या म्हणाले,

‘ उद्या पोलिस पार्टीही मागवावी.. ’

‘ हो! उद्या कुणाला तरी पाठवून देऊ. ’ आप्पासाहेब म्हणाले.

दुसऱ्या दिवशी दोन आरगल सापडले! दरोडा येणार, हे निश्चित झालं. बोलवायच्या आधी सारा गाव वाड्यात गोळा झाला. कालचं अवसान कुठंच नव्हतं. साऱ्यांच्या डोळ्यांत भीती होती. आप्पासाहेबही चिंतातुर होते. गावकरी गोळा होताच आप्पासाहेब म्हणाले,

‘जेवढी तरणी पोरं आहेत, त्यांनी पुढं या. ’

शे-पन्नास पोरं उमेदीनं उठली. उरलेल्या गावकऱ्यांकडं पाहत आप्पासाहेब म्हणाले,

‘ बंदूकवाले कोणकोण आहेत? ’

पाज-सहाजण उठले. त्यांच्याकडं पाहत आप्पासाहेब, ‘ थांबा’ म्हणून उठले आणि रावबासह आत गेले. त्यांनी जामदारखाना उघडला. दिव्याच्या उजेडात जामदारखाना न्याहाळीत आप्पासाहेबांनी एक पेटी उघडायला लावली. ती लाकडी पेटी जवळ जवळ तीन हात रुंद व सहा हात लांब अशी होती. त्या पेटीचं जाड झाकण रावबा व आप्पासाहेबांनी उघडलं. आतून भराभरा बंदुका, तलवारी आप्पासाहेब बाहेर काढू लागले. भाले, फरश्या बाहेर आल्या. रावबा ते सर्व जामदारखान्याबाहेर नेऊन ठेवीत होता. पेटी रिकामी झाल्यावर आप्पासाहेबांनी ते झाकण पूर्ववत बंद

केलं. देवजी, रामजीला बोलावून ती हत्यारं त्यांनी चौकात नेली. त्या फरश्या, भाल्यांची पाती, लांबसडक माचायच्या बंदुका, तलवारी पाहताच गावकरी गोळा झाले. आप्पासाहेबांनी हाक मारली,

‘ रामजी. ’

‘ जी. ’

‘ गोविंदाला हाक मार. ’

‘ गोविंदा येताच आप्पासाहेब म्हणाले,

‘ गोविंदराव, ह्यांची यादी करा. ’

‘ जी. ’

जमलेल्या लोकांवर नजर फिरवीत आप्पासाहेब म्हणाले,

‘ जेवढी तरुण पोरं आहेत, त्यांनी दररोज संध्याकाळी वाड्यात यायचं आणि तलवारी घेऊन जायचं. सकाळी परत आणून ठेवायच्या. ह्या फरश्या, भाले आणि बरच्या घेऊन चला. पाटील... ’

‘ जी. ’

‘ आजपासून गस्त सुरू करा. भरायच्या बंदुका, दारूसामान इथं राहील. जेव्हा वेळ येईल, तेव्हा काढू. गावातनं कुणी बाहेर जायचं नाही. गावात कुणी परका माणूस दिसला, तर त्याला आडवू नका. पण माहितीशिवाय कुणाला घरात घेऊ नका. बुरुजावर रात्रंदिवस पहारा ठेवा. चावडीतला तास सुरू करा. कुणी भ्यायचं नाही. समजलं? ’

‘ तुमी असल्यावर कशास भ्यायचं, जी? ’ धोंडीबा म्हणाला.

‘ काय, रे, पोरांनो! ’ आप्पासाहेब म्हणाले.

‘ एवढं झाल्यावर कुणाची माय व्यालीय् गावावर यायला? ’

‘ शाब्बास, पोरांनो! लक्षात घ्या, दिवसभर ह्या फरश्या, कुऱ्हाडी वेशीत, घराच्या दारात, चाळी बसायचं. बाहेरचा कोण आला, तर त्याच्या नजरेला सारं पडावं. पाटील...’

‘जी. ’

‘ पोलिस पार्टीसाठी माणूस गेला का? ’

‘ जी! दोन्हींकडं माणसं पाठवलीत. ’

‘ छान! ’

सारी मंडळी निरोप घेत होती. हत्यारं घेत होती. गोविंदा नावं लिहून हत्यारं स्वाधीन करीत होता. तोच भैरू गडबडीनं आत आला. त्यानं सगळ्याच्यांकडं नजर टाकली. पाटील पुढं झाले. ते भैरूशी काहीतरी बोलले. साऱ्यांच्या नजरा भैरूकडं वळल्या.

आप्पासाहेबांनी विचारलं,

‘ काय ते, पाटील? ’

‘ हा भैरू, जी! पोलिसपार्टी आणायला बेळगावला धाडला होता याला. ’

‘ मग? ’

‘ सांग, रे, भैरू. ’

भैरूनं आप्पासाहेबांना मुजरा केला व म्हणाला,

‘ सरकार, सोडूस न्हाईता, जी! ’

‘ कुणी? ’

‘ वाकड्या व्हळ्यालगतच दोघंजन भेटले. तेनी आडवलं. आणि म्हनालं, सांग, गावात आमी येऊन जाईपातूर गावच्या बाहेर पडायचं न्हाई. गावच्या साऱ्या वाटा रामोश्यांनी बेंदल्यात, जी. ’

‘ तुझ्याबरोबर दिलेलं पत्र? ’ तात्यांनी विचारलं.

कनवटीला खोवलेलं पत्र काढून तात्यांच्या हातात ते देत तो म्हणाला,

‘ लई खोदून खोदून इचारलं तेनी मला. पन देऊस नाय म्यां. ’

‘ छान केलंस! पाटील, काळूचा मनुष्य तरी गेला असेल ना? ’ तात्यांनी विचारलं.

‘ पार पडला त्यो. न्हाईतर येव्हाना परत आला असता त्यो. ’

त्या दिवशी पुऱ्या गावचं वातावरण बदललं. तालमीच्या पोरांत एक नवीनच हुरूप संचारला. बुरुजावर रात्रंदिवस माणूस उभा असे. रात्रभर गल्ल्यांतून पोरांची मिरवणूक सुरू झाली. गावचे म्हातारे काळजीत होते, तर तरुण पोरांच्या उत्साहाला भरती आली होती. आप्पासाहेब रात्रीतून एक-दोन वेळा गावातून चकरा मारीत. गस्त घालणारांना उत्साह देत. एवढी गस्त असूनही गावात आरगलांची संख्या दुसऱ्या दिवशी एकानं वाढली.

गावच्या वेशीवर, घराच्या कड्ढ्यावर दिवसभर कोणी ना कोणी हत्यारं उजळीत बसलेलं दिसे. शनिवारचा बाजार असूनही गावात कोणी परगावचं आलं नाही. बाजारच्या दिवशी गावात शुकशुकाट होता. त्या दिवशी मात्र गाव पुन्हा पुरं अस्वस्थ झालं.

दोन प्रहरी तात्या काकीजवळ बसले होते. काकीचा ताप वाढत होता. तिची काहिली होत होती. तात्यांनी कसलं तरी भस्म आणलं आणि पाण्याचं पंचपात्र हातात धरून ते म्हणाले,

‘ तोंड उघड. ’

‘ नको, कंटाळा आलाय् मला. ’

‘ साध्या तापाला कोणी कंटाळतात काय? ’

‘ उगीच फसवू नका मला. मला माहीत आहे. आता कुठली आशा राहिली नाही. भरल्या कपाळानं गेले, तर सुटेन मी. ’

‘ हे बघ, जन्ममरण कधी कुणाला चुकत नाही. पण जोवर हे शरीर आहे, तोवर त्याचे धर्म पाळलेच पाहिजेत. उघड पाहू तोंड! ’

काकींनी तोंड उघडलं. तात्यांनी पुडी टाकली आणि पाणी सोडलं.

काकींनी तोंड पुसलं. ती म्हणाली,

‘ सकाळी जया आला होता. तो म्हणत होता. दरोडा येणार, म्हणून- खरं काय ते? ’

‘ हो! असं वाटतं खरं. ’

‘ मग? ’

‘ काळजी कसली करतेस? अग, आप्पासाहेब आहेत. सारं गाव उभं केलंय् त्यांनी. ’

‘ तात्या- ’ बाहेरून हाक आली. ’

‘ कोण? ’ म्हणत तात्या उठले.

बाहेर घामाघूम झालेला एकजण उभा होता. तात्यांना नमस्कार करत तो म्हणाला,

‘ तात्या, माझी आई लई जेर हाय. तुमी येऊस पायजे. ’

‘ अरे, पण कुठं? ’ तात्या त्या अनोळखी माणसाकडं पाहत म्हणाले.

‘ होसूरला. रामा म्हंत्यात मला. ’

‘ काय होतंय् आईला? ’

‘ दोन दीस तापानं फनफनलीया. कलापासनं निपचीत पडून हाय. चला, तात्या, तुम्ही. ’

‘ खुळा आहेस का? अरे, गाव अडवलंय्. एक माणूस बाहेर जात नाही. तू असं कर. मी औषध देतो, ते घेऊन जा. ही भानगड संपली, की मग येईन. ’

तो चटकन पुढं आला. तात्यांचे पाय धरीत तो म्हणाला,

‘ असं म्हनू नगासा, तात्या. तुमांस्नी हातगुन हाय. तुमीच येऊस पायजेत. न्हाईतर माझी म्हातारी टिकत न्हाई, बगा. ’

त्याच्या डोळ्यांतील पाणी पाहताच तात्यांचा जीव कालवला. ते म्हणाले,

‘ अरे, पण सोडील कोण? कसं जायचं? ’

‘ तेची काळजी नगं. म्या वाट काडलीया. पत्त्या न्हाई ते नेतो आन् आनून सोडतो. ती जिम्मेदारी माजी. ’

‘ अरे, पण माझ्या घरात आजारी माणूस आहे.... ! ’

'तात्या, सांजपातूर आनून सोडतो तुमांस्नी. काय मागशीला, ते देतो. '

' बरं बरं, थांब जरा. '

तात्या आत गेले. काकीनं सारं ऐकलं होतं. ती म्हणाली,

' जाऊ नये आपण! वाटेत कुणी आडवलं, तर... '

' येईन परत. पण तुझ्याजवळ कोण? '

काकींनी उसासा सोडला. तिला सारं माहीत होतं. ती म्हणाली,

' वाड्यात कळवून जावा. सारजा येईल. '

वाड्यात येताच तात्यांनी हाक मारली,

' आप्पासाहेब! '

ती हाक ऐकून गोविंदा बाहेर आला.

' गोविंदा , सरकार कुठं आहेत? '

' झोपलेत, जी. '

' मग उठव, जा, सांग, मी आलोय्, म्हणून. '

गोविंदा गेला. त्यानं दार ठोठावलं व तात्या आल्याचं सांगितलं. दरवाजा उघडून आप्पासाहेब बाहेर आले. तात्यांना पाहताच त्यांनी विचारलं,

' काय, तात्या? '

' आप्पासाहेब, मी जरा होसूरला जाऊन येतो. '

' होसूरला? '

' हो. '

' पण जाणार कसे? '

' एक इसम आलाय्. त्याची आई आजारी आहे, म्हणे. नेतो म्हणतोय् तो. कुणी आडवलं, तर परत येईन. '

' काकींचं आता बरं आहे ना? '

' ताप आहेच! तेवढ्यासाठीच आलो होतो. घरी कोणी नाही. '

' त्याची काळजी करू नका. आता सारजा आणि जयाला पाठवतो पण दिवस मावळायच्या आत या. नाहीतर आणखीन् एक काळजी लावून ठेवाल! '

' छे! छे! येतो मी. '

तात्या वळले आणि बघता-बघता वाड्याबाहेर पडले. त्यांच्या जोड्यांची फरशीवर चटपट ऐकू येत होती....

तात्या त्या माणसाबरोबर वाट चालत होते. रामा मार्ग दाखवत होता.शिवारातून आडव्या वाटेनं तो तात्यांना नेत होता. तात्या झरझर पावलं टाकीत त्याच्या मागून काही न बोलता चालले होते. शेवटी एका पांदीत ते उतरले. आणि पांदीतून

ओढ्याकडेनं जाऊ लागले. प्रत्येक पावलाला ते तोल सावरीत जात होते. तात्यांनी विचारलं,

' ही, रे,कुठली वाट? '

ह्याच वाटेनं आलो मी. पुढचं मुगळ गेलं, की सपय वाट हाय. '

पुढच्या वळणावर ते वळले असतील, नसतील, तोच त्यांच्या कानांवर खाकरण्याचा आवाज आला. रामा एकदम थांबला. पायांत पाहून चालणारे तात्या थबकले. रामा भयभीत होऊन समोर बघत होता. वळणावरच्या दगडावर एक माणूस उभा होता. काळेला, शेलाटा, उंचापुरा, आपल्या मिश्यांवरून पालथी मूठ फिरवीत तो दोघांच्याकडं पाहत होता. त्याच्या उजव्या हातात फरशी होती. तो मिस्किलपणे हसत होता. दोघांना थांबलेलं पाहताच तो गुरगुरला,

' का, ये की पुढं! ' रामाकडं नजर फेकीत तो म्हणाला, ' लई शाना समजतोस सव्ताला, न्हाई? रामोशी म्हंत्यात मला. सारं बगत हुतो- गेलास कुटनं, आलास कुटनं! तुमचीच वाट बघत व्हतो. '

रामानं हात जोडले आणि तो म्हणाला,

' ठावं हाय मला; पन माजी आई मराय टेकलीया. तिला वशीद देऊ साटनं ह्यांस्नी घेऊन चाललूया. दुसरं काय न्हाई.'

' आल्या वाटंनं मागं वळा. आनी जीव पायजे असल, तर घरात गुमान बसा. जावा परत. '

' असं नगा करू ! पाया पडतू तुमच्या. ' रामा डोळ्यांत पाणी आणून म्हणाला, ' माजी आई मरंल, वो! लई जेर हाय ती. '

' मरंना! ' पचकन थुंकत रामोशी म्हणाला.

तात्या झटकन् पुढं झाले. त्याच्या डोळ्याला डोळा देत ते म्हणाले,

' मरंना? कोण मरंना? तू काय बेडकीसारखा आभाळातनं पडलास, होय, रे? तुला कोणी आईबहीण आहेत, की नाहीत? तुझी आई कधी आजारी पडणार नाही? त्या वेळेला काय देणार तिला? दरोड्यांचे पैसे? उठेल त्यानं? म्हणे, मरंना! '

तात्या आवेगानं बोलत होते. रामोशी तात्यांकडं ताठरलेल्या डोळ्यांनी पाहत होता. भानावर येऊन तो म्हणाला,

' काय, बामना, जीव नको झालाय् व्हय तुला? आता जातोस माघारी, का...'

रामोशी एक पाऊल पुढं आला.

त्याच्या नजरेला नजर देत तात्या म्हणाले,

' जातो परत. पण असा नाही. रामू, माझा बटवा दे इकडं. '

रामूनं बटवा तात्यांच्या हातात दिला. तात्यांनी तो बटवा रामोश्याच्या अंगावर फेकला. तो त्यानं पटकन झेलला.

‘ उघड तो बटवा. ’

रामोश्यानं बटवा उघडला. आत मात्रा-भस्माच्या बाटल्या होत्या. तात्या म्हणाले,

‘ त्यातली लांबडी पुडी आहे ना? ती ह्याच्या आईला दे. ’

‘ मी ? ’

‘ हो! तू! गाईच्या दुधातनं बरोबर तीन वेळा उगाळून द्यायची. घाम थांबला, तर ठीक! नाहीतर परत तासाभरात द्यायची, समजलं? ’

‘ काय? ’ रामोशी किंचाळला. तो गोंधळला होता.

‘ रामू, जा त्याच्याबरोबर मी इथंच थांबतो. ’

‘ आं! ’

‘ मी इथं थांबतो. ’ रामोश्याच्या डोळ्याला डोळा देत तात्या म्हणाले, ‘ तू येईपर्यंत मी इथं राहतो. वचन देतो की, तू औषध देऊन येईपर्यंत कुणाला आत सोडणार नाही, की कुणाला बाहेर जाऊ देणार नाही. जा, रामू, वेळ होतोय्... ’

‘ मी न्हाई जानार! तू कोन सांगनार? ’ रामोशी उफाळला.

‘ आण तो बटवा. ’ म्हणत तात्यांनी तो बटवा त्याच्या हातून घेतला. ‘ रामू, चल पुढं, त्याला मारायचं असेल, तर मारू दे. उचल पाऊल. ’

रामूनं पटकन रामोश्याला ओलांडलं. तात्या रामोश्याच्या देखत पुढं गेले.

रामोशी ओरडला,

‘ थांबा- ’

तात्या थांबले. रामोशी जवळ गेला. त्यानं विचारलं,

‘ खरंच त्याची आई आजारी हाय? ’

‘ मग खोटं सांगतोय् काय? ’

‘ बरं तर ,जा, पण लौकर माघारी ये. न्हाईतर नाइक कवडं काढंल माजी. ’

‘ त्याची काळजी करू नकोस तू. इथंच राहा तू. येताना ह्याच वाटेनं परत येईन मी.’

.... आणि खरोखरच तात्या संध्याकाळी त्याच वाटेनं परतले. रामोशी तिथंच उभा होता. तात्यांना तो म्हणाला,

‘ बरी झाली आई? ’

‘ कुठली बरी, बाबा? त्याच्या सांगण्यावरून जी औषधं नेली, ती उपयोगाची नव्हती. सारंच वाया गेलं. ’

‘ मग आतं, वं? मेली?

‘ नाही, पण औषध नाही लागू पडलं, तर मात्र मरेल. त्याचसाठी परतलोय्. ’

‘ म्हंजे? ’

' म्हणजे काय, औषध घेणार आणि परत जाणार? '

' आत्ता? मग त्यो बरा न्हाई आला? ' रामोश्यानं संशयानं विचारलं.

तात्या गडबडले. स्वतःला सावरीत ते म्हणाले,

' त्याची आई घटका मोजत आहे आणि त्याला चल कसं म्हणू? तो येतो म्हणाला, पण मीच बस म्हणालो, जातो गावाला. ' तात्यांनी पावलं उचलली.

' अवो! '

' काय? '

डोकं खाजवीत तो म्हणाला,

' आज दोन वर्सं झाली असतील, बगा... न्हाऊन न्हाऊन पोटात कळ हाय. उठली, की ठो बोंब उठतीया. ' पोटावरची जागा दाखवीत तो म्हणाला.

' किती दिवसांनी येते कळ? '

' मागींदीचं दोन-चार म्हैन्यांतनं एकदा यायची. आता पंधरवड्याला ठेवल्यागत हाय.'

' असं कर. मी देतो, चल, औषध. '

' कुठं? '

' गावात! '

' छा: ! जागा सोडली, तर जीव जाईल माजा. '

' मग असं कर. मीच आता येताना औषध घेऊन येतो. दररोज एक गोळी घ्यायची. महिनाभर. न चुकता औषध घे. बरा होशील. '

' खरं? '

' आजवर मी कधी खोटी औषधं दिली नाहीत. '

' देव पावला, म्हनायचा! '

' जाऊन येतो. ' म्हणत तात्या त्याच्याकडं न पाहता चालू लागले.

गावात शिरताच घरी न जाता ते सरळ वाड्यात गेले.

आप्पासाहेब तालमीच्या पोरांना तलवारी देत होते. तात्यांनी त्यांना बाजूला घेतलं.

' काय, तात्या? '

' मी आता बेळगावला जाऊन येतो. '

' का? '

'मला लक्षण ठीक दिसत नाही. पोलिसपार्टी घेऊन उद्या सकाळी येतो. '

' पण, तात्या, जाणार कसं? '

' वाट काढलीय्. '

' मग बरोबर कुणाला तरी घेऊन जा. '

' कुणाला बरोबर नेता येणार नाही. मला एकट्यालाच गेलं पाहिजे. '

' माझं नाव सांगा. पार्टी चटकन मिळेल. '

' हो! घरी लक्ष ठेवा. '

' त्याची काळजी करू नका, तात्या. जया, सारजा तिकडंच आहेत. आत्ता हेच सूनबाई तेथून आली. '

' ठीक! येतो तर. '

' या! पण, तात्या, सांभाळून. '

तात्या गडबडीनं घरी गेले. त्यांनी काकीला सर्व सांगितलं, तिचा ताप पाहिला. सारजाला औषधं सांगितली आणि बटवा भरून घेऊन बाहेर पडले.

देवघर सोप्यावर आप्पासाहेब, रावबा, जया जेवायला बसले होते. उमा वाढीत होती. आप्पासाहेबांनी विचारलं,

' रावबा, तुझी शिकारीची बॅटरी चांगली आहे ना? '

' आहे, आबा. '

' मला या दरोड्यांचं काही समजेनासं झालं आहे. चार दिवस गेले. एकदा काय तो सोक्षमोक्ष लागला, म्हणजे बरं. '

' कुठले येताहेत, आबा! त्यांनी गावची तयारी बघितली असेल. त्यांना कळल्याशिवाय राहतंय् होय? '

' असेल! तसंही असेल. तसं झालं, तर बरंच म्हणायचं. '

रावबा म्हणाला,

' चपाती. '

' मला पण. ' जयवंत म्हणाला.

चपाती वाढीत रावबा म्हणाला,

' फार भूक लागलीय्, कशानं कुणास ठाऊक! किती खाल्लं, तरी पोटच भरत नाही आज! '

' माझंही तसंच झालंय्. ' जयवंतनं साथ दिली.

उमा म्हणाली,

' उठा बघू! '

जयवंत बघतच राहिला.

उमा पुन्हा म्हणाली,

' उठा बघू! '

जयवंत उठला.

आप्पासाहेब म्हणाले,
‘ अग, जेवू दे त्याला! त्याला का उठवलंस? ‘
‘ बसा आता. जेवा. ’ उमा म्हणाली.
जयवंत गोंधळला. त्याच्या ताटात चपाती वाढून उमा आत गेली.
साऱ्यांची जेवणं होऊन गेल्यानंतर उमा सारजेला म्हणाली,
‘ सारजा, मला हे काही बरं दिसत नाही. ’
‘ काय? ’
‘ ह्यांची आणि भाऊजींची भूक. ’
‘ म्हणजे? ’
‘ अशी भूक लागू नये, म्हणतात, बाई. ’
‘ कायतरीच तुमचं! चला, जेवा, चला. ’
‘ मला भूक नाही, ग! ’
‘ आक्कासाब... ’
‘ हां, सारजा, शपथ बिपत घालायची नाहीहं! खरंच मला भूक नाही. दूध दे आणून. ’
‘ आज शिक्कूरवार, तुमचा उपवास. सकाळधरनं पोटात काय न्हाई. उपास सोडा तरी- ’
‘ तुला न्हाई समजायचं. माझ्या खोलीत दूध पाठवून दे. ’

रात्री चावडीत एकाचा तास पडून काही वेळ झाला आणि धोंडीबा धावत आला. आप्पासाहेब गडबडीनं उठले. पाठोपाठ रामजी आला.
‘ सरकार, आले ते.’ रामजी म्हणाला.
‘ कोण? ’
‘ रामोशी! ’
‘ कुठं? ’
‘ मी आज खडीवर गेलो व्हतो. जरा संशोय आला, म्हणून चढलो खडीवर.खडीच्या टेकावर गोळा व्हाया लागल्यात. ’
‘ किती आहेत? ’
‘ रातीचं काय दिसनार? डोळ्यात बोट घाटलं, तरी दिसत न्हाई. पन मायंदाळ असतील, जी... ’
‘ असू देत. आधी खबर आणलीस, ते ठीक झालं. रामजी, तू राहा. गावात घरपती जाऊन सांगा, वाड्यात गोळा व्हायला. गस्तकऱ्यांनाही बोलवा. बंदूकवालेही येऊ देत. मी तोवर तयार होतो. ’

धोंडीबा पळाला. रावबाला उठवण्यात आलं. काही वेळातच रावबा तयार होऊन आला. कमरेला काडतुसांचा पट्टा होता. हातात रायफल होती. काखेत अडकवलेली बॅटरी त्याच्या चालण्याबरोबर मागं-पुढं होती.

आप्पासाहेब म्हणाले,

' रावबा, माचायच्या बंदुका भरून ठेवल्यात, त्या खात्रीच्या माणसांना दे. दारू, गोळ्या सारं सामान कचेरीत आहे. ते घ्या. मी बारा नंबर घेतो. तू रायफल घे.'

तोवर संध्याकाळची जनावरं चरून यावीत आणि घरात एकदम घुसावीत, तशी माणसं वाड्यात भरली. गस्तकरी पोरांतली निवडक पाच-दहा पोरं आप्पांनी निवडली आणि बाकीच्यांना ते म्हणाले,

' काही झालं, तरी आपापल्या गल्ल्या सोडू नका. परका इसम दिसला, तर सरळ हत्यार चालवा. तुम्ही गावातली गस्त चालू ठेवा. सुगावा लागल्याचं रामोश्यांना समजता कामा नये. जा तुम्ही.... '

आप्पासाहेबांच्या पाया पडून गस्तकरी गेले. ते जाताच निवडलेल्या आठ-दहा पोरांना ते म्हणाले,

' तुम्ही वाड्याच्या पहिल्या चौकात फक्त बसून राहायचं... हलायचं नाही... प्रत्येकाच्या हातात तलवारी आहेतच... '

रावबा बंदूकवाल्यांना बंदुका देत होता. जमलेल्या प्रत्येकाच्या हातात काही ना काही शस्त्र दिसत होतं.

आप्पासाहेब म्हणाले,

' लक्षात ठेवा! उगीच पुढं जायचं नाही. कुणी हकनाक दगावलं, तर मला खपायचं नाही. कुठनं येणार, हे नक्की झालं की, मग उठायचं इथनं. तोवर देवाला गाऱ्हाणं घालून घेऊ या. '

सारे उभे राहिले. गुरवानं गाऱ्हाणं घातलं. रावबानं दिलेल्या बंदुका पाहत बंदूकवाले उभे होते. त्यांना आप्पासाहेब म्हणाले,

' चांगला नेम धरून मारा. गडबड करू नका. बार उडाला, की पडलाच पाहिजे! रामजी- '

' जी. '

' तू ह्या बंदूकवाल्याबरोबर राहायचं. तुझी बंदूक आहे, की नाही? '

' व्हय, जी- ' बंदूक दाखवीत रामजी म्हणाला.

' रावबा, ह्याला गोळीची काडतुसं दे. '

' जी. '

' लक्षात ठेवा. मी सांगितल्याखेरीज कुणी बार काढायचा नाही. समजलं? '

' जी. '

आप्पासाहेबांनी आपला काडतुसांचा पट्टा तपासला. खिशात काडतुसं घातली आणि ते म्हणाले,

' रावबा, चल, देवाच्या पाया पडून येऊ. '

देवघरात जाताच आप्पासाहेबांचे पाय थबकले. देव्हाऱ्याच्या दोन्ही बाजूंना समया तेवत होत्या. त्या प्रकाशात चांदीचा देव्हारा उजळून निघाला. देव्हाऱ्यातल्या लक्ष्मीची चांदीची मूर्ती डोळ्यांत भरत होती. तेव्हाऱ्यासमोर उमा गुडघे टेकून, हात जोडून बसली होती. आप्पासाहेब, रावबा ते पाहून जागच्या जागी खिळून उभे राहिले. उमा उठून बाजूला उभी राहिली. आप्पासाहेब, रावबा आत आले. त्यांनी देवापुढं डोकं टेकलं. ते दोघेही उठून उभे राहिले आणि परतणार, तोच हाक मारली,

'थोडं थांबावं. '

दोघे वळले. उमेनं आरती पेटवली. दोघांच्या कपाळी कुंकू लावलं, हातात विडे दिले आणि आरती ओवाळली. उमेच्या डोळ्यांतून अश्रू ओघळत होते. विडे परत आरतीत ठेवले गेले. आप्पासाहेबांनी आपल्या करंगळीकडं पाहिलं. ते हसले. आपल्या करंगळीतील अंगठी त्यांनी बाहेर काढली आणि आरतीत घालीत ते म्हणाले,

' ही तुझ्या सासूची अंगठी. ठेव तुझ्याजवळ. '

उमेनं आरती खाली ठेवली. दोघांच्याही हातांवर दही घातलं. सासऱ्यांच्या पायांवर मस्तक ठेवलं. गडबडीनं तिला उठवीत आप्पासाहेब म्हणाले,

' मुली! मराठ्याची पोर तू. अशा प्रसंगी डोळ्यांत पाणी आणू नये, रावबाची काळजी करू नको. पूस ते डोळे. '

उमेनं गडबडीनं डोळे पुसले. तिच्या पाठीवर हात फिरवीत आप्पासाहेब म्हणाले,

' जया कुठं आहे? '

' झोपलेत! '

' झोपू दे. '

त्याच वेळी रामजी आत आला व म्हणाला,

' सरकार, ते आले!- '

' चला, ' म्हणत गडबडीनं आप्पासाहेब बाहेर पडले. चालता-चालता त्यांनी विचारलं,

' कुठून येताहेत? '

' गंजीखान्याकडनं, खडीवरनं उतरताहेत. वाजत येताहेत! '

' येऊ देत. '

चौकात जाताच ते म्हणाले,

' चला, रे! घ्या देवाचं नाव! पण मोठ्यानं नको. मी आहेच बरोबर... ' साऱ्यांनी हात जोडले आणि वाड्याबाहेर पडले.

गावात कुत्रं देखील भुंकत नव्हतं. सारे उत्तरेला असलेल्या लक्ष्मी टेकाकडं जात होते. वरच्या वेशीत जाताच आप्पासाहेब म्हणाले,

' भालेवाले आणि बर्चीवाले मागे राहा! तलवारवाल्यांनी वरपासून खालपर्यंत आडोसा धरून राहा. मशाली तयार आहेत, नव्हे? '

' व्हय, जी. '

' सगळे बंदूकवाले पुढं चला. '

रावबा, आप्पासाहेब, रामजी वगैरे आठ-दहा बंदूकवाले पुढं सरकले.

गाव संपलं आणि शिवारात त्यांनी पाऊल टाकलं. खडीवर हलगी वाजत होती. ' चांगभलं- ' चा अस्पष्ट आवाज येत होता.

आप्पासाहेब म्हणाले,

' बांधाकडेनं जागा घ्या. रामजी, बंदूकवाल्यांजवळच राहा. माझा बार झाल्याखेरीज कुणी बार काढायला नाही. जवळ येऊ देत, मग बघू. मशालवाले टिपून काढा. घाई करू नका. चला... '

रावबा-आप्पासाहेब बांधाकडेला डोकं वर काढून बघत होते. क्षणाक्षणाला मशाली जवळजवळ येत होत्या. ' चांगभलं' चा आवाज उठत होता. ' टिम्टिम् टिमाक' हलगीचा आवाज त्या काळोख्या शांततेत भयाण वाटत होता. पलोते स्पष्ट दिसू लागले, तसे आप्पासाहेब घोगऱ्या आवाजात म्हणाले,

' रावबा, तयार राहा. '

दोघांनीही बंदूका उचलल्या. आप्पासाहेबांनी नेम धरला. क्षणात एक गोळी काळोख भेदीत सणाणली. एक मशाल विझली. त्या शांततेचा भंग करत एक किंकाळी उठली. आप्पासाहेब ओरडले,

' ठोका! '

रावबाच्या रायफलीतून गोळ्या सुटू लागल्या. मशाली विझत होत्या. बंदूकवालेही साथ करू लागले. रामोश्यांमध्ये एकच गोंधळ उडाला. मशाली विझल्या. टिमकी बंद पडली. क्षणात सारीकडं शांतता पसरली.

' च्यायला! लपले भडवे... ' रावबा म्हणाला. आणि त्यानं बॅटरीचा झोत टाकला.

आप्पासाहेब गडबडीनं जवळ गेले. तोच एक गोळी रावबा-आप्पासाहेबांच्या मधून गेली. दोघेही जमिनीवर पडले. रावबा धापा टाकीत होता. बॅटरी विझली होती.

' मूर्खा, मरायचं काय? '

काही वेळ गेला. सगळीकडं भयानक शांतता पसरली होती. आप्पासाहेब जरा दूर गेले आणि रावबाला बांधावर नुसता हात काढून बॅटरी पेटवायला सांगितली. आप्पासाहेबांनी नेम धरला. एकदम प्रकाशझोत दूरवर फैलावला. त्या उजेडात

गवताची प्रचंड गंजी उजळून निघाली. एक रामोशी पळत जात होता. आप्पासाहेबांनी बार काढला. त्याच वेळी पाच-सहा बार वरून आले. बॅटरी विझली. वरून अधून मधून बार होत होते. आप्पासाहेब त्रस्त होते. एकदा का रामोश्यांना सुगावा लागला, तर ते पुढं यायला कचरणार नाहीत, हे आप्पासाहेबांना माहीत होतं.

त्याच वेळी रंगराव पाटील तिथं आले. ते म्हणाले,

‘ सरकार, रामोशी खालच्या बाजूला उतराय लागल्यात. ’

‘ पळा, रामजीला पाठवा. ’

थोड्याच वेळात तिथं रामजी आला.

‘ कोण ते? ’

‘ मी रामजी. ’

‘ रामजी, बरोबर कोण आहे? ’

‘ मी. ’ पाटलांनी उत्तर दिलं.

‘ रामजी, तुझी एक नळीची बंदुक कुणाला तरी दे आणि ये.येताना पलोता आण. ’

‘ जी. ’

थोड्याच वेळात रामजी पलोता घेऊन आला. तो पलोता आप्पासाहेबांनी आपल्या हातात घेतला. रावबा नजीक आला. बांधाला टेकून रामजी, आप्पासाहेब, रावबा आणि रंगराव बसले. रंगराव म्हणाले,

‘ काय करायचं, जी? ’

‘ सांगतो- रामजी, तू माझी बंदूक घे. ’आप्पासाहेबांनी बंदूक आणि काडतुसांचा पट्टा रामजीच्या हातात दिला आणि म्हणाले, ‘ रावबा, तू आणि रामजी आमच्या भागातले नेमबाज! आज तुमचं कसब बघू. एकापाठोपाठ माणसं टिपा. रंगराव, तुम्ही आणि रामजी रावबाला सोडू नका. ’

‘ आबा, तुम्ही? ’

‘ गप्प बस, सांगतो, तेवढं कर. जावा, जागा घ्या आपापल्या. रावबा, शपथ आहे तुला जगदंबेची- जीव धोक्यात घालशील, तर. ’

‘ आबा... ’

‘ जा म्हणतो ना? ’

साऱ्यांनी जागा घेतल्या. रामजी बंदूकवाल्यांना निरोप देऊन आला. आप्पासाहेबांनी काड्याची पेटी काढली आणि मशाल पेटवली. ते काय करणार, हे ध्यानात यायच्या आत आप्पासाहेबांनी बांधावरून उडी घेतली आणि ते वेगानं धावत सुटले. त्यांच्या हातातील मशाल फरारत होती. बघता-बघता ते गंजीजवळ जाऊन भिडले.एका पाठोपाठ त्यांनी तिन्ही गंजींना आग लावली.

रावबा, रामजी, श्वास राखून हे सारं बघत होते...

.... गंज्या क्षणात धडाडू लागल्या! साऱ्या खडीचा उतार प्रकाशात न्हाऊन निघाला. रामोशी सैरावैरा पळताना दिसत होते. ते पाहताच रावबा सारं विसरला. तो ओरडला,

' बघता काय? ठोका! '

रावबाच्या हातातील पाचबारी रायफल कडाडत होती. रामजी, रंगराव रामोशी टिपीत होते. गंजींनी पुरा पेट घेतला होता. त्याच्या ज्वाला आकाशाला भिडत होत्या. सूर्यप्रकाश पडावा, तसा उजेड फाकला होता. धुराचे लोट ज्वालांना सोबत करीत वर चढत होते. सारं गाव हे सारं भारावलेल्या नजरेनं पाहत होतं. आप्पासाहेबांनी आसरा शोधण्यासाठी पळत असलेल्या रामोश्यांकडं एकवार पाहिलं आणि त्यांनी हातातील पलोता फेकून ते परत धावत सुटले. आप्पासाहेब बांधापासून थोड्या अंतरावर आले असतील, नसतील, तोच एक गोळी सणसणत आली. आप्पासाहेबांचा तोल गेला. पाच-सहा कोलांट्या खात ते स्थिर झाले.

रावबा ओरडला-

' आबाऽऽ '

- आणि तो धावत सुटला. पाठोपाठ रामजी, रंगराव होते. आप्पासाहेबांच्या जवळ जाताच रावबा खाली वाकला.

' आबाऽऽ '

आप्पासाहेबांनी रावबाकडं पाहिलं. पण क्षणात ते उसळले,

' काही झालं नाही मला. गोळी लागून कुणी मरत नाही. आधी त्या चोरांकडं बघा... जा.. '

रावबानं त्वेषानं बंदूक उचलली. गावाकडं पाहून त्यानं आरोळी ठोकली.

' बोला शिवाजीमहाराज की जय - हरहर महादेव- '

' जय ऽ ऽ ऽ ! ' गगनभेदी आरोळी उठली. अंतराला चढणाऱ्या ज्वालांपेक्षाही थोर!

बांधावरून सारं गाव पुढं सरकत होतं. रामोशी टिपले जात होते. खडीच्या चढतीला ते धावत सुटले होते. एखादा बार त्यांच्याकडून होता होता. अचानक खडीवरून बार झाला. पळणारे रामोशी थबकले. वरून पाच-पन्नास माणसं उतरत होती. रामोश्यांनी एकदम दुसरी बगल दिली. आणि बघता-बघता त्यांनी टेक पार केलं. त्याच्या पाठोपाठ वर दिसलेले लोकही दिसेनासे झाले. रावबा गोंधळला होता. रामजी म्हणाला,

' सरकार, ते बघा! '

टेकावरून एकच माणूस परत येत होता.

तो जवळ येताच रावबानं ओळखलं.

रावबा धापा टाकीत म्हणाला,

‘ सरकार, रामोशी परतले! ’

‘ कोण आलं? ’

‘ काळू आला, जी. मी तेलाच सांगणं कराय गेलो व्हतो. ’

‘ कुठं आहे काळू? ’

‘ रामोश्यांच्या मागं गेलाय्. ईल येवढ्यात. ’

रावबानं मागं पाहिलं.

सारं गाव गोळा झालं होतं.

रावबा धापा टाकीत सुटला. गर्दीतून वाट काढीत तो आत गेला. आप्पासाहेब पडले होते. कुणीतरी उशासाठी मुंडासं दिलं होतं. त्यांचा माखलेला शर्ट पाहताच रावबा किंचाळला.

‘ आबा ऽऽऽ ’

आप्पासाहेब हसले.

‘ गेला दरोडा? ’

‘ हो! ’

‘ बार कुणी काढले? ’

‘ काळू आला, आबा! ’

‘ वेळेवर आला. ’

रामजी पुढं झाला. त्यानं आप्पासाहेबांचा शर्ट वर केला.

साऱ्या पोटावर रक्ताचं थारोळं झालं होतं. रामजीनं झटक्यात पटका काढला, आणि मधोमध फाडून त्यानं आप्पासाहेबांच्या पोटाला लपेटायला सुरुवात केली. पोट बांधून होत असता हाक आली,

‘ धनीऽऽ ’

काळू समोर दिसताच आप्पासाहेब हसले,

‘ ये, काळू, वेळेवर आलास, बघ. ’

‘ धनी, कसलं येळेवर? काय केलंसा हे? कुठं पळत व्हते व्हय रामोशी? ’

त्याच्या खांद्यावर हात ठेवीत आप्पासाहेब म्हणाले,

‘ आता लौकर घरी घेऊन चला मला. फार वेळ नाही आता- ’

रामजी, रंगराव, काळू, रावबा पुढं झाले, त्यांनी आप्पासाहेबांना हातावर घेतलं. त्याच वेळी कुणीतरी म्हणालं.

‘ पडलेल्या रामोश्यांचं काय? ’

‘ खाऊ देत गिधाडं- ’ पाटील म्हणाले,

‘ थांबा! ’ आप्पासाहेब म्हणाले.

सारे थबकले.

‘ पाटील, कुणी जखमी झालंय् का, बघा. जिवंत असला, तर औषधपाणी करा. बाकीच्यांना पंचनामा करून मूठमाती द्या- ’

‘ जी. ’

‘ आपल्यापैकी कुणी- ’

‘ न्हाईत, जी. फक्त दादूच्या मांडीला गोळी चाटून गेली.. तेवढा एकच... ’

‘ चला. ’

सारे वाड्याकडं चालत होते. प्रकाश कमी कमी होत होता. गंज्या विझू लागज्या होत्या. त्या प्रचंड गंज्या आता मूठभर आकार घेत होत्या. त्या विझू लागलेल्या गंज्यांच्या प्रकाशात सारं गाव ठेचाळत चाललं होतं... विजय मिळवूनही समाधान नव्हतं.... आनंद नव्हता.

आप्पासाहेबांना आणून सोनारसोप्यात झोपवलं होतं. आप्पासाहेबांचा पोटावरचा शर्ट रक्तानं भरला होता.... पण आप्पासाहेब कण्हत नव्हते. सगळ्यांकडं ते नजर टाकीत होते. रावबानं उशी आणून मानेखाली दिली. मान उंचावताना त्यांच्या चेहऱ्यावर वेदनेची छटा क्षणभर पसरली. रावबा, जयवंत, रामजी, गोविंदा-सारे भोवती जमले होते. गावकरी दिसेल त्या जागी उभे होते. साऱ्यांचे चेहरे भांबावले होते.

आप्पासाहेबांनी एकवार रावबाकडं पाहिलं व हाक मारली,

‘ रावबा! ’

रावबा जवळ सरकला. त्याचे डोळे डबडबले होते. आप्पासाहेब म्हणाले,

‘ रडू नको. वेळ थोडा आहे, ’ रावबावर आपली नजर रोखून, त्याच्या खांद्यावर थोपटत आप्पासाहेब म्हणाले, ‘ चुका साऱ्यांच्याच हातून होतात. पण त्या वेळीच सुधारल्या, तर ठीक; नाहीतर... जाऊ दे. वेळ थोडा आहे. आता जबाबदारी तुझ्यावरच आहे- ’

त्याच वेळी सोनारसोप्यातला दरवाजा खाडकन उघडला गेला. एकदम उमा आत शिरली. तिचा पदर तिच्या डोक्यावर नव्हता. तिचं लक्ष आप्पासाहेबांच्याकडं गेलं. क्षणात तिचे हात तोंडावर गेले. डोळे विस्फारले गेले. ‘ आबाऽ ’ म्हणून तिनं जोरानं टाहो फोडला आणि जयवंतला बाजूला ढकलून ती आप्पासाहेबांच्या छातीवर पडली. आप्पासाहेबांच्या डोळ्यांत त्या हाकेनं पाणी तरळलं. त्यांची कापरी बोटं उमाच्या केसांतून फिरत होती.आयुष्यात उमेनं ‘ आबा ’ म्हणून हाक मारली होती. उमा हुंदके देत होती. आप्पासाहेब म्हणाले,

‘गप, पोरी, रडू नकोस. काही वाईट झालं नाही. झाडावरून पिकलं पान होऊन पडण्यापेक्षा हे मरण कितीतरी चांगलं... गप, पोरी, गप... ’

‘ असं बोलू नका... ’ उमा पुटपुटली.

‘ भिऊ नको. सारं काही बघितलं, नातू बघितला,... पोरी, यशवंत कुठं आहे?’

‘ झोपलाय्! ’ उमा मान उचलीत , ‘ आणू? ’

‘ झोपू दे. जप त्याला... रावबा... ’

रावबा पुढं झाला. छातीवर हुंदके देत पडलेल्या उमेच्या कपाळावर थोपटीत ते म्हणाले,

‘ वाईट वाटतं, ते ह्या पोरीपायी... माझा जीव तिच्यात गुंतलाय्, तिला सांभाळ.... घरची लक्ष्मी आहे... ’

‘ आबा, जास्त बोलू नका, मेणा आणवतो... ’

‘ खुळा आहेस! फार वेळ राहिला नाही. आता मला बोलू दे. जया.... ’

जयवंत पुढं आला.

त्याच्या डोळ्यांत पाणी पाहून आप्पासाहेबांनी त्याच्या हनुवटीला हात लावला व ते म्हणाले,

‘ पोरा, एक काम करशील? ’

जयवंतनं मान हलवली.

‘ काकींचं कसं आहे? ’

‘ बरं आहे. ’ नाक ओढीत जयवंत म्हणाला.

‘ ... तात्या भेटला नाही. त्याला म्हणावं, न भेटता गेलो, म्हणून रागावू नकोस ... मुली, तुझ्या बापाला तार करून बोलाव.... म्हणावं, आला नाहीस, तर माझ्या पिंडाला कावळा शिवणार नाही. तो येईल. त्याला सारं समजेल; उमा, आत जा...’

सारजा व एक-दोन बाया आत होत्या. त्यांनी उमेला बळंच उभी केली आणि आत नेली.

आप्पांनी एकवार सर्वांच्याकडं पाहिलं. सिद्दा फरशीवर उभा होताा. त्याला ते मोठ्यानं म्हणाले,

‘ सिद्दा, येतो, रे ’

ते ऐकताच सिद्दा बाहेर पळाला.

‘ मंडळी येतो... काही चुकलं असलं, तर विसरून जा... रामराम ऽ रा ऽ मऽऽऽ... ’

थरथरत्या हातांनी आप्पासाहेबांनी हात जोडले. नकळत साऱ्यांचे हात जोडले गेले. अनेक हुंदके फुटले.

रामजी किंचाळला.

‘ धनीऽऽऽ ’

त्याच वेळी आप्पासाहेबांच्या ओठांच्या कोपऱ्यातून रक्ताची गुळणी बाहेर ओघळली. हात खाली आले. मान कलंडली.

-आणि वाड्यात एकच आकांत उसळला!

ဆဆဆ

११

पोलिसांची बैलगाडी मध्येच सोडून तात्या कानवाटेनं पुढं आले होते. सूर्य कासराभर वर आला, आणि तात्या ताम्रपर्णीच्या काठावर आले. त्यांनी मान वर करून वेशीकडं पाहिलं. वेशीत सारा शुकशुकाट होता. एकही पोर दिसत नव्हतं. दिवसाउजेडी गावावर एवढी नीरव शांतता आजवर कधी पसरली नव्हती. तात्या गडबडीनं पाणवठा ओलांडून वेशीत आले. तरी कोणीही दिसत नव्हतं. सारी दुकानं बंद होती. कानोसा घेऊनही आवाज येत नव्हता. आवाज येत होता, तो जनावरांचा -घरात बांधलेल्या. अद्याप जनावरं चरायला गेली नव्हती. त्याच वेळी गावाचा तराळ गल्लीतून आडवा जाताना दिसला. तात्यांनी हाक मारली-

‘ मारुती! ’

मारुतीनं वळून पाहिलं. तात्यांना पाहताच त्यानं खाली मान घातली आणि तो सावकाश पावलं उचलीत पुढं आला. जवळ येताच खालच्या मानेनचं त्यानं विचारलं,

‘ कवा आलासा? ’

‘ आत्ता हेच. ’

‘ पोलिस आलं? ’

‘ होय! पार्टी घेऊनच आलो. ’

मारुती काही बोलला नाही. त्याच्याकडं पाहत तात्यांनी विचारलं,

‘ आज गाव एवढं शांत का? ’

पण त्यांच्या प्रश्नाकडं दुर्लक्ष करून मारुती म्हणाला,

‘ लई उशीर केलासा, तात्या. ’

‘ का, रे? ’

‘ काल रातीच्याला दरोडा पडला. ’

‘ काय सांगतोस! ’

‘ व्हय, तात्या. ’

‘ आणि- ’

‘ गावानं दरोडा परतवला, पन... ’

‘ पण काय? ’

‘ घात... ’ मारुतीचे ओठ थरारले. त्याच्या ओठांतून शब्द बाहेर पडले नाहीत. डोळ्यांत खळकन पाणी गोळा झालं. थरथरत्या पायाच्या अंगठ्यानं तो जमिनीची माती कोरीत होता.

‘ अरे, बोल की ... सांग की, काय झालं, ते? ’ तात्या कासावीस होऊन थरथरत म्हणाले.

‘ घात झाला, तात्या... गाव लुटलं गेलं.... ’ म्हणत मारुतीनं धोतराचा बोळा तोंडात कोंबला.

‘मग रड...सांग अगोदर, काय झालं, ते. ’ तात्यांनी त्याचे खांदे पकडून विचारलं.

‘ थोरलं धनी... ’

‘ कोण रावबा? ’

‘ न्हाई- सरकार... त्यांस्नी गोळी.... ’

तात्यांनी मारुतीला ढकललं आणि ते वाड्याच्या दिशेनं पळत सुटले. वाडा दिसताच त्यांच्या पायांतलं सारं अवसान गळालं. त्यांनी भरल्या डोळ्यांनी वाड्याकडं पाहिलं. दारात सिद्दा खांबाला मिठी घालून रडत होता. तात्यांना पाहताच तो उभ्या उभ्या खांबाबरोबर सरकत खाली बसला आणि रडू लागला.

तात्या पायरीजवळ थांबले. त्यांनी सिद्दाकडं एक वेळ पाहिलं आणि आत नजर फेकली. सारी माणसं खाली माना घालून बसली होती. तात्या तसेच पुढं सरकले. त्यांना पाहताच लोकांनी वाट करून दिली. खाली मान घालून तात्या एकएक पाऊल उचलीत होते. जेव्हा त्यांनी मान वर केली, तेव्हा आतल्या चौकात जयवंत दारात उभा असलेला त्यांना दिसला. तात्यांना पाहताच तो धावला आणि चौकातच तात्यांच्या पायाला त्यानं मिठी घातली आणि हंबरडा फोडला.

त्याच्या डोक्यावरून हात फिरवीत तात्या म्हणाले,

‘ आप्पा गेला! रडतोस तू? तुझा बाप गेला, म्हणून दुःख करतोस तू?..... ’ तात्यांच्या डोळ्यांतून घळाघळा धारा वाहत होत्या. ते अश्रू जयवंतच्या मस्तकावर

ओघळत होते.... ‘ अरे, गावचा आधार गेला.... छाया गेली..... गाव पोरकं झालं, तिथं तुझे डोळे कोण पुसणार, बाबा.... रडू नकोस, गप्प... ’

जयवंतला घेऊन तात्या सोनारसोप्यावर आले. आप्पासाहेबांना तिथं बसवलं होतं. त्यांच्या अंगात रेशमी शर्ट होता. डोईला जरीचा पटका होता. चेहरा अगदी शांत होता. कुणालाही वाटावं की, तक्क्याला टेकून शांत झोपले आहे. इतका शांत... ते पाहत असताना तात्यांचं भान हरपलं. कपाळावर हात मारीत ते ओरडले...

‘ आप्पा,कुठं गेलास, रे, बाबा... ? जायचंच होतं, तर मला भेटून जायचं होतंस... फसवलंस ना मला... ? ’

तात्या पुढं धावले आणि आप्पासाहेबांच्या शेजारी मटकन बसले, त्यांचा रुमाल सुटला होता. रामजीनं त्यांच्या पाठीवर हात ठेवला. जयवंत जवळ गेला... सोनार-सोप्याच्या खोलीतून आक्रोश उठला....

‘..... तात्या! आबा गेले, हो.... ’

- आणि कुणाचा ठाव कुणास राहिला नाही.

थोडा वेळ गेला, जरा शांतता पसरली.

जयवंत म्हणाला,

‘ तात्या, आबांनी सांगितलं की, तात्यांना म्हणावं, न भेटता गेलो, म्हणून रागावू नको! ’

‘ आता कुणावर रागवायचं, बाबा? आता कोण रागावून घेईल?... ’ तात्यांनी दीर्घ उसासा सोडला.

रामजी म्हणाला,

‘ तात्या, तुम्हीच असं केलंसा तर, ह्या पोरांस्नी कोन समजावंल? उठा , काकींस्नीबी बरं न्हाई.... ’

त्याच वेळी साऱ्यांच्या नजरा फिरल्या. तात्यांनी पाहिलं... बजाबा येत होता. बोडका. पांढरे केस विस्कटलेले, डोळे तांबरलेले... थरथरत्या पावलांनी तो पुढं आला. आप्पासाहेबांच्या चेहऱ्याकडं त्यानं टक लावून पाहिलं. तिथंच तो आप्पासाहेबांच्या पायांशी बसला, आणि चेहऱ्याकडं पाहत म्हणतात,

‘ धाकलं धनी, हे बरं न्हाई केलंसा.... बरं न्हाई केलंसाऽऽ ’ आणि तो नाक ओढू लागला. डोळे टिपू लागला.

तात्यांनी त्याच्या पाठीवर हात ठेवला व एक उसासा सोडून म्हणाले,

‘ गप्प, बजाबा, रडतोस कशाला? वाटोळं झालं, ते आमचं.. त्यांनी आपल्या आयुष्याचं सोनं करून घेतलं. त्यांच्यासाठी रडायचं नाही, बाबा... आपल्यासाठी रडायचं... ’

‘ खरं हाय... ’ बजाबा पुटपुटला आणि आप्पासाहेबांच्या पायांवरून नकळत हात फिरवू लागला.

तात्यांना ते असह्य झालं. ते उठले.

घरात शिरताच त्यांना काकींचा खोकला ऐकू आला. ते गडबडीनं आत गेले. परसदार मोकळंच होतं. पधल्या सोप्यात काकी अंथरुणावर पडली होती. कण्हत होती. तात्यांचा सपळ लागताच तिनं विचारलं,

‘ कोण ते? ’

‘ मी. ’

‘ केव्हा येणं झालं? ’

काकीजवळ बसत तात्या म्हणाले,

‘ आत्ता हेच आलो. ’

‘ काय झालं हे? म्हणत काकी रडू लागली.

‘ गप. ’ तात्या नकळत म्हणाले, ‘ रडू नको, ऋणानुबंध होता... तुटला... गजाननाची मर्जी! तुझ्याजवळ कोणी नाही? ’

‘ ते का? सारी होती. सारजा, जया, रामजी दिवसभर बसून होते... असं झाल्यावर कोण राहील? ’

‘ कसं वाटतंय् आता? ’

‘ आता काय वाटायचं? आहे भोग म्हणून तडफडायचं! ’

तात्यांनी काकींच्या कपाळाला हात लावून पाहिलं. अंग फणफणून तापलं होतं. तात्यांनी नाडी बघितली आणि ते म्हणाले,

‘ थांब, मात्रा देतो. ’

‘ नको, वाड्यात जा तुम्ही. रावबा, जया लहान आहेत. काय करू? मी अशी पडले! त्या पोरीकडं पाहायला कोणीही नाही. ’

‘ तुला मात्रा देतो आणि जातो. ’ म्हणत तात्या गडबडीनं उठले आणि मात्रा काढून ती सहाणेवर उगाळू लागले.

२०

आप्पासाहेबांचा आज तिसरा दिवस. त्यांची उरली सुरली राखही ताम्रपर्णीत मिसळून गेली. सारा गाव स्मशानात लोटला होता. आप्पासाहेब आपल्याला टाकून एकटेच गेले, हे अद्यापही गावाला खरं वाटतं नव्हतं. पटत नव्हतं.

नदीहून परत आल्यानंतर तात्या रावबा-जयवंतला वाड्याजवळ सोडून माघारी वळले. जयवंत रावबाबरोबर आत गेला. पाठोपाठ जमलेले पाहुणे आत शिरले. कोणीच काही बोलत नव्हतं. सारा वाडा गपचीप उभा होता. भयानक अवकळा वाड्यावर पसरली होती.

सोनारसोप्याच्या खोलीत उमा बसली होती. जयवंत पुढं झाला आणि खोलीत शिरला. त्याला पाहताच उमेला एकदम हुंदका फुटला.

अश्रू ढाळीत जयवंत उमेच्या समोर बसला. सारजा उमेला सावरण्याचा प्रयत्न करीत होती.

‘ आक्कासाब! गपा, आता गपा... ’

-आणि तिच्याही डोळ्यांतून घळाघळा अश्रू ओघळत होते...

सदरेत रावबा बसला होता. जयवंतही तिथंच होता, गावातली मंडळी येत होती. पण कोणी काही बोलत नव्हतं. सगळीकडं शुकशुकाट पसरला होता. न राहवून रामजी रावबाला म्हणाला,

‘ सरकार असतानी काय गडबड असायची वाड्यात? हालायचा नुसता वाडा. एक मानूस गेलं आणि काय कल आली वाड्याला! ’

‘ आबा गेले, त्यांच्याबरोबरच संपलं सगळं. ’

‘ असं म्हनू नका, सरकार. ’ रामजी म्हणाला, ‘ आता तुमीच गावाला... गाव कुठं बघंल? ’

तोच देवजी दाराशी आला आणि म्हणाला,

‘ कोल्हापूरचं सरकार आल्यात, जी. ’

‘ कोण यशवंतरावमामा? ’

‘ व्हय, जी! ’

‘ बरोबर आहे, ’ तात्या म्हणाले, ‘ परवा दिवशी तार मिळाली असेल त्यांना.’

रावबानं विचारलं,

‘ कुणी सांगितलं? ’

‘ सिद्दा आलाय्, जी! येशीतनं गाडी बघिटली त्यानं. ’

रावबा गडबडीनं उठला. तात्या म्हणाले,

‘ बस तू. मी जाऊन घेऊन येतो त्यांना. ’

रावबा परत बसला. तात्या उठले आणि बाहेर आले, मोठ्या दरवाज्याजवळ ते उभे राहिले. वारंवार ते रस्त्याकडं पाहत होते. सिद्दा येताना दिसला, तसे तात्या पायरी उतरले. सिद्दापाठोपाठ सवारी बांधलेली गाडी येत होती. गाडी वाड्यासमोर येऊन थांबली. गोविंदा पुढं झाला. यशवंतराव गाडीतून खाली उतरले.

उंच, छिडछिडीत देहयष्टी, लंबसडक नाक, बारीक जिवणीचा लांबट चेहरा नजरेत भरत होता. डोईला पांढरा साधा पटका त्यांनी बांधला होता. अंगात साधाच शर्ट होता.

खाली मान घालून यशवंतराव दोन पावलं पुढं झाले. काही क्षण ते तसेच उभे राहिले आणि नंतर वर मान केली. गोविंदानं गडबडीनं मुजरा केला. यशवंतरावांनी गोविंदावरून नजर काढली आणि त्यांनी तात्यांकडं पाहिलं. तात्या म्हणाले,

‘ मी जोशी; सारे मला तात्या म्हणतात. दैवानं आप्पासाहेबांचा स्नेह लाभला होता. चलावं. ’

यशवंतरावांनी दरवाज्याकडं एक वेळ पाहिलं. क्षणभर ते तिथंच घोटाळले. एक दीर्घ नि:श्वास सोडून ते पायरी चढले.जणू स्वत:शी बोलावं, तसं ते बोलत होते,

‘ तार मिळाली! खरंसुध्दा वाटलं नाही. असं काही होईल, याची कल्पना तरी कशी यावी? ’

‘ मी सुध्दा नव्हतो. माझीही भेट झाली नाही. मी पोलिसांना आणायला बेळगावला गेलो होतो. ’

‘ वेळ म्हणायची! तात्या, काय सांगू! आज अकरा वर्षांनी मी या घरात येतो आहे! आमची अत्यंत दोस्ती. ह्या घरात मी येत असे, तेव्हा आप्पाला भान राहत नसे. शिकार काय! मेजवान्या काय! काय नव्हेच ते! आपली मैत्री टिकावी म्हणून

ह्या घरात पोर दिली आणि खुळ्या रागापायी आज अकरा वर्षं संबंध तोडून बसलो! आता जोडायचं म्हटलं, तरी कुठं? '

बाहेरचा चौक ओलांडून ते आतल्या चौकात आले. यशवंतरावांनी सोनारसोप्याकडं पाहिलं. त्यांचे डोळे भरून आले. ते म्हणाले.

' हा सोनारसोपा, नव्हे? '

' हं! '

' तात्या, इथंच लग्नाच्या याद्या झाल्या. आप्पा म्हणाला होता. आता सुखानं मेलो, तरी चालेल. आता आपली दोस्ती फुटणार नाही. '

यशवंतरावांनी पायांवर पाणी घेतलं. तात्यांच्या पाठोपाठ ते सोनारसोप्यात आले. सोनारसोप्याचा दरवाजा मोकळाच होता. यशवंतरावांनी आत पाऊल टाकलं.

रावबानं बसल्या जागेवरूनच मान वर केली, परत मान खाली घातली, आणि तो मुसमुसून रडू लागला.

यशवंतराव मटकन खाली बसले. बसल्या जागेलाच त्यांना हुंदका फुटला.

काही क्षण असेच गेले.

तात्या म्हणाले,

' असं करून कसं चालेल, सरकार? आता ह्या पोरांना तुम्हीच आप्पासाहेबांच्या जागी ! तुम्हीच त्यांचे डोळे पुसा. '

' नाही, तात्या. ती माझी योग्यता नाही. तो अधिकार मीहून गमावला. '

काही वेळ कुणीच बोललं नाही.

यशवंतरावांनी डोळे पुसले. ते म्हणाले,

' रावसाहेब, झाल्या गोष्टीला इलाज नाही. आता सर्व जबाबदारी तुमच्यावर. तुम्ही मनावर दगड ठेवून आता उठलं पाहिजे. '

' आमीबी तेच सांगतुया! ' रामजी म्हणाला.

तात्या म्हणाले,

' चलावं, सरकार. '

यशवंतरावांनी प्रश्नार्थक मुद्रेनं पाहिलं.

' आत जाऊन मुलीला भेटून या. '

' कोणत्या तोंडानं तिच्यासमोर जाऊ? जो बाप कित्येक वर्षांत तिला भेटला नाही, त्यानं काय समजवायचं?.... चला. '

' जया, सरकारांना आत घेऊन चल.... '

जयवंत नाक ओढीत उठला. यशवंतराव पाठोपाठ चालत होते. जयवंत पुढं गेला. यशवंतराव उमेच्या खोलीच्या पोहोचवायच्या आधीच खोलीतल्या स्त्रिया

बाहेर पडल्या. दरवाज्याजवळच जयवंत उभा राहिला. यशवंतरावांनी आत पाऊल भरल्या आवाजात हाक दिली-

' पारू ऽऽ '

उमा भिंतीला टेकून बसली होती. त्या हाकेनं ती भानावर आली.

उमेच्या अंगावरून सरारून काटा गेला. किती वर्षांनी, किती अचानक ती ते माहेरचं नाव ऐकत होती. उभ्या जागेलाच तिच्या मनाचे बांध फुटले. दोन्ही हातांनी तोंड झाकून ती हुंदके देऊ लागली.

यशवंतराव पुढं धावले. दाराशी उभ्या असलेल्या उमाला त्यांनी आपल्याकडं ओढलं आणि आपल्या मिठीत घेतलं. त्यांना पुष्कळ बोलावंसं वाटत होतं. पण जीव गुदमरत होता. तोंडून शब्द फुटत नव्हता. कसेबसे ते म्हणाले,

' गप,- ग ऽ प. '

उमा मुसमुसून बापाच्या मिठीत रडत होती. बापाच्या मिठीचं सुख आज कित्येक वर्षांनी ती अनुभवीत असता आप्पासाहेबांची आठवण जागी होत होती. त्या मिठीत बापाच्या भेटीचं सुख होतं. सासऱ्याच्या वियोगाचं दुःख होतं.

स्वतःला सावरीत यशवंतराव म्हणाले,

' पारू, रडू नकोस, गप. का रडतेस तू? सासरा गेला, म्हणून? तुला इतक्या वर्षांचा सहवास मिळाला, हे काय थोडं झालं? तू अशी रडतेस, तर मी काय करावं?'

यशवंतरावांनी रुमालानं नाक शिंकरलं, आणि उमेच्या पाठीवर हात फिरवीत ते म्हणाले,

' ... त्याच्या आयुष्याचं सोनं झालं. त्यानं नातू बघितला. मानाचं मरण मिळवलं. मुली, आम्ही दोघे मित्र. आमची मैत्री कायम राहावी, दोन्ही घराणी रक्ताच्या नात्यानं जखडली जावी, म्हणून तुला ह्या घरात दिली. पण लग्नाच्या वेळी गोळा झालेल्या आप्तस्वकीयांनी आग पेटवली आणि आम्ही दोघं बळी पडलो. कैक वर्षांची मैत्री एका क्षणात विसरली. आणि भावनेच्या भरात आयुष्यात तोंड पाहायचं नाही, अशी शपथ घेतली. आप्पानं बारशाला पत्र पाठवलं. त्यानं मान गिळला. पण मला तेवढं मोठं मन नव्हतं. निदान त्या वेळी जरी आलो असतो, तर आज पश्चात्ताप करायची पाळी आली नसती. आता क्षमा मागायची म्हटली, तरी जागा नाही! '

उमेनं डोळे पुसले.

यशवंतराव म्हणाले,

' कुठं आहे आमचा नातू? '

' येईल येवढ्यात. '

' बरी आहेस ना? '

उमेनं होकारार्थी मान हलवली.

एक उसासा सोडून यशवंतराव म्हणाले,

' पोरी, हे विचारताना देखील लाज वाटते. इतक्या वर्षांत साध्या पत्रानं देखील मी तुझी चौकशी केली नाही. तुला वाटलं असेल की, मी तुला विसरलो. पण, पोरी, ते ख़रं नाही. बाप एक वेळ आपल्या मुलाला विसरू शकतो, पण मुलीची आठवण तो विसरू शकत नाही. तू स्त्री आहेस, ते तुला कळायचं नाही. '

नाक ओढीत उमा म्हणाली,

' पण मी तसं म्हटलं नाही. '

' तू कशाला म्हणायला हवंस? तुझी आठवण मला सदैव होत होती. पण, पोरी, त्याचबरोबर मी बेफिकीरही होतो. म्हणूनच माझा हा अभिमान, ही माझी ईर्ष्या टिकून राहिली. नाहीतर केव्हाच मी तुझ्याकडं धावत आलो असतो. '

उमेनं यशवंतरावांच्याकडं पाहिलं.

तिच्या नजरेला नजर देत ते म्हणाले,

' खरं आहे. ह्या घरात इतर सर्व गोष्टींची एकवार तुला उणीव भासली असती, पण तुला बापाच्या प्रेमाची उणीव एक क्षणभरही जाणवली नसती, याची मला पुरेपूर खात्री होती. आप्पाची आणि माझी काही दोन दिवसांची ओळख नव्हती... '

त्याच वेळी सारजा आतून आली. कडेवरच्या यशवंतला खाली ठेवीत ती गडबडीनं यशवंतरावांच्या पाया पडली व म्हणाली,

' पाया पडते, जी, दादासाब. '

' सारजा- '

' जी. '

' औक्षवंत हो, बरी आहेस ना? '

' जी. '

यशवंतराव छोट्या यशवंताकडं टक लावून पाहत होते. पुढं वाकून हात पुढं करीत ते म्हणाले,

' अरे, मी तुझा आजोबा! ये. '

यशवंतरावांनी पुढं केलेले हात पाहताच छोटा यशवंत बिचकला आणि आईला बिलगला. उमा म्हणाली,

' अरे, जा ना आजोबांकडं! '

' राहू दे! येईल तो. नाव काय याचं? '

' तुमचंच नाव ठेवलंय् मामंजींनी. '

यशवंतरावांच्या डोळ्यांत पुन्हा एकदा चटकन पाणी आलं. ते गहिवरून म्हणाले,

'मुली, आयुष्यात पातक केलं नाही. पण एवढं एकच पातक हातून घडलं की, ज्याबद्दल परमेश्वरही मला क्षमा करणार नाही. '

छोटा यशवंत जयवंतला बिलगला होता.

सारजा आत आली. ती म्हणाली,

' आक्कासाब, पाणी काढलंया. '

' जा, पारू, आंघोळ करून घे. ' यशवंतराव डोळे टिपीत म्हणाले, ' कितीही रडलं, तरी आता त्याचा उपयोग नाही. ' आणि जयवंतकडं वळून ते म्हणाले,

' चला. '

सोनारसोप्यातल्या खोलीत येताच तात्या उठून उभे राहिले.

यशवंतराव म्हणाले,

' बसा, बसा. '

रावबा म्हणाला,

' हे तात्या. आबांचे जिवाभावाचे दोस्त, आबांचा भारी विश्वास होता यांच्यावर. तात्यांच्याशिवाय काही चालायचं नाही. '

' आप्पाला जी पारख होती, ती मला नव्हती. '

' असं म्हणू नका. ' तात्या म्हणाले, ' साऱ्याच गोष्टी आपल्या हाती नसतात. तुम्ही एकमेकांना भेटला नाहीत, तरी तुमच्यामध्ये अंतर नव्हतं, हे आम्हांला नेहमी जाणवायचं. आप्पासाहेब असता आपली ओळख झाली असती, तर दुधात साखर पडली असती. '

' योग हवा ना? ' खिन्नपणे यशवंतराव म्हणाले,

' योगायोगाच्याच गोष्टी असतात ह्या. बरं झालं, तुम्ही आलात, ते. सारीच भांबावून गेलीत. एकच कर्ता पुरुष असला आणि तो अचानक गेला, तर भारी अवघड होऊन चातं. सूनबाईला तर धीर द्यायला कोणी नाही. आप्पांचा भारी लळा होता पोरीवर... बरं, येतो मी. '

' बसा ना, तात्या, थोडा वेळ. ' रावबा म्हणाला.

' नको. सकाळपासून इथंच आहे. घरी तिच्याकडं पाहायला कोणी नाही. '

' काकींचं कसं आहे? ' रावबानं विचारलं.

' कसलं आणि काय.... ' उसासा सोडून तात्या म्हणाले, ' वय झालंय्. काहीतरी निमित्त ते लागतंच. ताप हटत नाही. काय होईल, ते खरं. '

यशवंतरावांनी विचारलं,

' तात्यांची मंडळी आजारी आहेत? '

' जी. ' रावबा म्हणाला, ' काकींना ताप येतो. जया, तू गेला होतास का, रे?'

जयवंतनं होकारार्थी मान हलवली.

छोटा यशवंत त्यांच्या मांडीवर बसला होता. आळीपाळीनं तो साऱ्यांचे चेहरे निरखीत होता.

' येतो तर. ' तात्या म्हणाले, ' त्याला कुठलं चैन पडायला? सारीच गुंतवण झालीय्. '

सारजा आत आली. यशवंतरावांच्या पाया पडून ती उभी राहिली.

' का, पोरी, का आलीस? ' यशवंतरावांनी विचारलं.

' दादासाब, चार दिवसांत आक्कासाबांनी तोंडात काय घाटलं न्हाई. तुमी तरी सांगा. '

यशवंतरावांनी रावबाकडं पाहिलं.

रावबा म्हणाला,

' मी सांगून पाहिलं; पण ऐकत नाही ती. माझ्यापेक्षाही आबांचा तिच्यावर जीव होता. '

' खरं आहे ते, ' तात्या म्हणाले, ' आता तुम्हीच तिला समजावायला हवं. मला तर त्या पोरीकडं पाहायचाही धीर होत नाही. आता तो अधिकार तुमचा आहे. '

' माझा? ' यशवंतराव चमकून म्हणाले. पाहता-पाहता त्यांचे डोळे भरून आले. त्यांना हुंदका फुटला. स्वतःला सावरीत ते म्हणाले, ' तात्या, आज आप्पा असता आणि कोणत्याही कारणानं मला ह्या घरात अधिकार गाजवावा लागला असता, तर त्याचा आप्पाला केवढा आनंद झाला असता! तो अधिकार मीहून गमावला. ज्या घरात आप्पा नाही, त्या घरात कुठला अधिकार आलाय्! नाही, तात्या, ते मला जमायचं नाही. ते माझ्या हातनं व्हायचं नाही... ' आणि एवढं बोलून यशवंतराव मुसमुसून रडू लागले.

तात्यांनी डोळ्याला उपरणं लावलं.

रावबानं मान वर केली. त्याचे डोळे भरून आले होते; तो म्हणाला,

' सारजा, जयाला घेऊन जा. जया, जा! तुझ्याशिवाय ती आता कोणाला ऐकायची नाही. '

डोळे पुसून जयवंत उठला. छोट्या यशवंतला त्यानं रावबाकडं दिला आणि सारजापाठोपाठ तो जाऊ लागला.

जेव्हा जयवंत परत सोनारसोप्यात आला, तेव्हा रावबानं विचारलं,

' काय, जया...? '

' हो, दादा! वैनी जेवली. '

दोन दिवसांत छोट्या यशवंताची यशवंतरावांबरोबर खूप दोस्ती जमली. तो सदैव त्यांच्याबरोबर असे. हळूहळू घरचे पाहुणे कमी होत होते.

एक दिवस सारजा म्हणाली,

‘ आक्कासाब! ’

‘ काय, ग? ’ उमेनं विचारलं.

‘ काकींना धाप लागलीय्. ’

‘ धाप? ’

‘ व्हय. ’

‘ काय नशीब, बघ! गावन् गाव तात्यांचं औषध घेऊन बरं होतंय् आणि काकीला तेवढा गुण येत नाही. ’ उमा उसासा सोडून म्हणाली.

जयवंत आत आला. काही न बोलता तो पलंगावर बसला. त्याच्या चेहऱ्याकडं पाहताच उमा अस्वस्थ झाली.

‘ काय, भाऊजी? ’

जयवंतनं मान वर केली. त्याच्या डोळ्यांत पाणी होतं. तो भरल्या आवाजात म्हणाला,

‘ वैनी, काकींचं जास्त आहे. तात्या निराळंच बोलतात. ’

उमा जयवंतजवळ गेली आणि म्हणाली,

‘ गप बसा, भाऊजी, बरं वाटेल काकीला. ’

दोन प्रहरी वाड्यात निरोप आला. जयवंतला तात्यांनी बोलावलं होतं. जयवंत पळत सुटला. उमा सुन्न होऊन उभी होती. आज सकाळपासून ती खिडकीत बसून तात्यांचं घर पाहत होती.

सारजा धावत आली.

‘ आक्कासाब! काकी टिकंल, असं सांगता येत न्हाई, लई झालंय्. ’

‘ काय सांगतेस? ’ उमेनं विचारलं.

‘ व्हय. तिथनंच आलू. तात्या बसून हाईत, सरकारबी तिथंच हाईत. ’

उमेनं डोळे पुसले. ती म्हणाली,

‘ कसं करू, सारजा? काकींचं दर्शनसुद्धा मिळणार नाही, असं दिसतंय्. हे सुतक नसतं, तर... ’

‘ गप बसा, आक्कासाब!’ म्हणत सारजा पुढं आली, आणि दोघी एकमेकींना मिठी मारून स्फुंदून रडू लागल्या.

जयवंत तात्यांच्या घरी गेला, तेव्हा घरासमोर राबवा, रामजी आणि गावकरी लोक खाली माना घालून उभे होते. परसदारात स्त्रियांचा घोळका जमला होता. तात्या अस्वस्थ होते. त्यांचे डोळे तांबरले होते. पण पण त्या डोळ्यांत पाणी नव्हतं. काकींच्या उशाशी ते बसून होते.

काकी डोळे मिटून पडली होती. तिच्या कपाळावर सारखा घाम उठत होता. तात्या तो टिपीत होते.

जयवंत आत गेला. काकी दर्भशय्येवर झोपली होती.

तात्यांनी एकवार पाहिलं आणि म्हणाले,

‘ ये, जयवंत, तुझी काकी तुला बोलावते आहे. ’

जयवंत पुढं धावला. सकाळी तो जेव्हा तात्यांच्या घरी आला होता, तेव्हा काकी त्याच्याबरोबर बोलली होती. तिनं सर्वांची चौकशी केली होती. तीच काकी आता निपचीत पडून होती.

जयवंत काकीजवळ बसत म्हणाला,

‘ काकी, मी आलोय्. ’

काकींनी डोळे उघडले नाहीत. जयवंतनं पुन्हा हाक मारली.

‘ काकी, मी जया! ’

काकीच्या पापण्यांची उघडझाप झाली. तिनं डोळे उघडले. क्षणभर तिच्या चेहऱ्यावर यत्किंचितही बदल झाला नाही. पण दुसऱ्याच क्षणी ती किंचित हसली. तिचा हात उंचावला गेला. जयवंतनं आपलं तोंड खाली केलं. तिनं जयवंतच्या गालाला स्पर्श केला. जयवंतनं तो हात आपल्या गालाशी धरला. त्याचे अश्रू काकींच्या छातीवर पडत होते. एकटक लावून ती जयवंतकडं पाहत होती. तात्यांकडं वळून जया म्हणाला,

‘ तात्या, काहीच का औषध नाही? ’

तात्यांनी बाजूला ठेवलेल्या सहाणेकडं पाहून म्हटलं,

‘ जेवढं होतं, तेवढं केलं, बाबा. शेवटची वेळ आहे. अधिक त्रास देऊ नये, म्हणतात. ’

काकी एकटक जयवंतकडं पाहत होती.

तात्या म्हणाले,

‘ जया, तुझ्या काकीला मांडी दे. आम्हांला पोर ना बाळ. तुलाच तिनं मुलगा मानला. दे मांडी. ’

काकीनं ते ऐकलं. ती थोडी हसली आणि सारं बळ एकवटून मान वर केली. गडबडीनं जयवंतनं मांडी दिली. काकीच्या कपाळावरचा घाम टिपला. तात्यांनी काकींच्या समाधानी चेहऱ्याकडं पाहिलं आणि देव्हाऱ्यातून तुळशीपत्र व गंगोदकाचा चंबू आणला. काकीजवळ बसत ते म्हणाले,

‘ तोंड उघड. ’

काकीनं तोंड उघडलं. तात्यांनी तुळशीपत्र काकीच्या जिभेवर ठेवलं.

‘ गंगोदक घे- ’ म्हणत तात्यांनी त्या चंबूचं तोंड मोकळं केलं आणि चार थेंब काकीच्या तोंडात सोडले.

‘ देवाचं नाव घे. राऽ मऽऽ ’

काकीचे ओठ हलले. तिनं एकवार तात्यांकडं व जयवंतकडं पाहिलं आणि डोळे फिरविले.

जयवंत ओरडला,

‘ तात्याऽऽऽ ’

तात्यांनी पाहिलं. ते पुढं वाकले. नाडी पाहिली. नाकापुढं सूत धरलं, आणि हात सोडीत ते म्हणाले,

‘ जया, काकी गेली तुझी! ’

‘ काकीऽऽ’ जया रडू लागला.

‘ रडू नको, जया, भरल्या कपाळानं गेली ती! मी शब्दातून मोकळा झालो. सांगितलं होतं. तुझ्या काकीला की, तुझ्या आधी मी जाणार नाही. जया, ऊठ. ’

तात्यांनी दोन्ही हातांनी काकीचं मस्तक अलगद वर उचललं व जया बाजूला सरकताच ते अलगद खाली ठेवलं. तात्या काकीशेजारी बसले. काकीच्या केसांवरून हात फिरवीत निश्चल नजरेनं काकीचा चेहरा पाहत ते बसून राहिले. काही वेळानं त्यांनी मधेच मान वर केली. जमलेल्या लोकांवरून एकवार नजर फिरवली आणि जयवंतला ते म्हणाले,

‘ जया, गावात जा. आमची घरं आहेत, त्यांना कळव. ते सर्व व्यवस्था करतील, तोवर मी जरा पडतो. ’ म्हणत तात्या कोपऱ्यात ठेवलेल्या झोपाळ्याकडं वळले. परसदारी आणि पुढच्या दारी गर्दी वाढत होती.

जयवंत गडबडीनं बाहेर गेला. रामजीला त्यानं कसंबसं सांगितलं आणि तो कट्ट्यावर मान खाली घालून बसला.

रावबा त्याच्याजवळ उभा होता.

हळूहळू सारं गाव गोळा होत होतं. पण घरात कुणी जात नव्हतं. कोणी रडत नव्हतं. सारं कसं शांत होतं, ऐकू येत होती, ती माणसांची कुजबूज.

सूर्य झरझर क्षितिजाकडं सरकत होता. रामजी गावात जाऊन बराच वेळ झाला. होता. कोणीच काही बोलत नव्हतं. घरासमोर मर्तिकाचं सामान आणून टाकलं होतं.

इतक्यात रामजी आला. त्याच्याबरोबर गावातले सारे ब्राह्मण आले होते.

रावबा म्हणाला.

‘ जया, आत जा आणि तात्यांना सांग, सारी मंडळी आलीत, म्हणून. ’

जयानं मान वर केली. ब्राह्मण मंडळी दरवाज्यात गोळा झाली होती. जयवंत उठला आणि आत गेला. काकीला पांढऱ्या कांबळ्यावर झोपवली होती. तिच्या गळ्यापर्यंत पासोडी घातली होती. काकीकडे पाहताच त्याचे पाय थबकले. काकीच्या उशाजवळ सारजा बसून होती. एक-दोन बाया पाठीमागं उभ्या होत्या.

जयवंतनं तात्यांकडं नजर टाकली.

तात्या भिंतीकडं तोंड करून मानेखाली हात घेऊन झोपले होते.

जयवंत जवळ गेला आणि त्यानं हाक मारली,

'तात्या-'

पण तात्या जागे झाले नाहीत. जयवंतनं त्यांना हलवून जागं करण्यासाठी म्हणून हात लावला. त्यांना हालवीत त्यानं परत हाक मारली,

'तात्या!'

तात्यांची मान हातावरून निसटली आणि खाली मुरचडली.

जयवंतचे डोळे विस्फारले गेले, तो खच्चून ओरडला,

'दादा ऽऽऽ'

रावबा-रामजी त्या हाकेसरशी आत धावले. जयवंत भिंतीला टेकून विस्फारित नेत्रांनी तात्यांकडं पाहत होता. रावबानं विचारलं,

'काय, रे?'

जयवंतनं तात्यांकडं बोट दाखवलं, पण तो काही बोलला नाही.

रावबानं एकवार तात्यांकडं पाहिलं. पण त्याला काहीच समजलं नाही. त्यानं भ्यालेल्या जयवंतचे खांदे धरले व विचारलं,

'काय, रे, काय झालं?'

जयवंतला एकदम हुंदका फुटला, रावबाला मिठी मारत तो म्हणाला,

'दादा, तात्या उठत नाहीत!'

रावबाचं अंग एकदम शहारलं. त्यानं जयवंतला दूर सारलं आणि तो तात्यांच्याकडं धावला. तात्यांना रावबानं हाका मारल्या,

'तात्या ऽ तात्याऽ'

- पण तात्या हलले नाहीत. रावबा पुढं झाला. तात्यांना स्पर्श करताच त्याचा हात मागं आला. तात्यांचं अंग काल्यासारखं गार पडलं होतं. रामजी पुढं झाला. त्यानं तात्यांना हालवलं. तात्या एकदम उताणे झाले. त्यांचा चेहरा दिसताच रामजी एकदम आश्चर्यचकित झाला! तात्यांचं तोंड उघडं होतं. डोळे मिटलेले होते. रामजी म्हणाला,

'सोपले कारभार!'

आँ!' रावबा म्हणाला,

'व्हय, सरकार! तात्या गेले. काकींच्या मागं ऱ्हानार न्हवता त्यो. लक्ष्मी नारायणाचा जोडा व्हता!'

जयवंत सरकत-सरकत दारापर्यंत आला. पुढच्या दारात चिक्कार माणूस जमा झालं होतं. सारी गल्ली माणसांनी भरून गेली होती. जयवंतला लोकांनी वाट करून दिली. खाली मान घालून जयवंतनं कसाबसा वाडा गाठला. वाड्याच्या

दारात येताच तो तडक पळत सुटला. वहिनीच्या खोलीत तो आला. वहिनी खिडकीत बसली होती. तिच्याकडं एकवार जयवंतनं पाहिलं आणि उभ्या उभ्या पलंगावर अंग टाकून तो मुसमुसून रडू लागला.

उमा उठली. पलंगाच्या काठावर बसून ती जयवंतच्या पाठीवरून हात फिरवीत होती. जयवंत त्या मायेच्या स्पर्शानं जास्तच रडत होता.

उमा म्हणाली,

' रडू नका, भाऊजी. रडून काय येणार आहे? बिचारे तात्या... '

जयवंतला एकदम हुंदका फुटला. उमा दचकली.

' भाऊजी, काकी गेली, म्हणून रडता ना? '

जयवंतनं नकारार्थी मान हलवली.

' मग? ' उमेनं विचारलं.

क्षणभर जयवंतनं मान उंचावली व तो म्हणाला,

' वहिनी, नुसती काकी गेली नाही; तात्याही... ! '

उमा जागच्या जागी खिळली. जे ऐकलं, त्याचा अर्थही तिला कळेनासा झाला होता! तिनं जयवंतला बळच बसवून विचारलं,

' खरं हे? '

' हो! ' जयवंत म्हणाला.

' काय झालं? '

' काकी गेली. तात्यांनी माणसं बोलवायला सांगितली आणि झोपतो, म्हणाले. माणसं आली. मी उठवायला गेलो, तर तात्याही... '

उमेच्या डोळ्यांतून अश्रू ओघळत होते. पण ती हुंदके देत नव्हती.

त्याच वेळी रावबा आत आला. उमेकडं व जयवंतकडं नजर टाकून तो म्हणाला,

' सारंच अजब! असला चमत्कार मी पाहिला नव्हता! '

' चमत्कार? कसला चमत्कार? ' उमेनं विचारलं.

' चमत्कार नाही तर काय? अशी कधी माणसं जातात काय? '

' जातात बरं, जातात! तुम्हांला ह्या आयुष्यात ते कळायचं नाही.... '

एवढं बोलून उमा उठली आणि तडक खोलीबाहेर पडली. स्तंभित होऊन रावबा ती गेलेल्या दरवाज्याकडं पाहत होता. जयवंतही डोळे पुसून उभा राहिला. त्यानं विचारलं,

' दादा, वहिनी कुठं गेली? '

त्या प्रश्नानं रावबा भानावर आला. तो नकळत खिडकीपाशी गेला. तात्यांचं परडं बायांनी ठेचून भरलं होतं. रावबा गडबडीनं जयवंतकडं वळून म्हणाला,

' जया, पळ! तुझी वहिनी तात्यांच्या घरी गेली. मी पण येतोच पाठोपाठ. सारजाऽऽ सारजा ऽऽ '

‘ ती पण तिकडंच आहे. ’

‘ आणि यशवंत? ’

‘ मामांच्याकडं आहे.’

‘ जा पळ. आलोच मी.... ’

जयवंत पुढच्या दारानं पळत सुटला. थोरल्या दरवाज्यात तो गेला आणि थांबला.

सारी गल्ली खालपासून वरपर्यंत गच्च भरली होती. येवढी माणसं असूनही सारं कसं चुपचाप होतं. जयवंतला पाहताच लोक बाजूला सरकले. तात्यांच्या घरासमोर दोन तिरड्या बांधल्या जात होत्या. जयवंत आत गेला. मधल्या पडवीत तात्या-काकींना स्नान घालून बसवलं होतं. नवं धोतर व उपरणं घातलेला तात्यांचा देह पाहताच जयवंतला भडभडून आलं. काकींचा मळवट भरला होता. खणा-नारळानं सारं गाव ओटी भरीत होतं. तात्याच्या कपाळावर आडवं गंध होतं. काकींचा कुंकवाचा मळवट वाढत होता. उदबत्त्यांचा घमघमाट पसरला होता. उमा नाक ओढीत एका बाजूला उभी होती.

सारी तयारी होताच तात्या-काकींचे देह उचलण्यासाठी मंडळी पुढं सरसावली. उमा झटकन् पुढं झाली. तिनं पुन्हा तात्या काकींच्या पायांवर डोकं टेकलं. रावबा तोपर्यंत दाराशी आला होता. तो आणि जयवंत पुढं झाले. त्यांनी मस्तक नमवून तात्यांना नमस्कार केला. जयवंतला रावबानं मिठीत घेतलं आणि तात्या, काकींचे देह महायात्रेसाठी बाहेर पडले.

कशी, कुणास ठाऊक, पण तात्या-काकींसमोर दिंडी उभी राहिली. गुलाल उधळला गेला. कुणीतरी भजनाला सुरुवात केली-

‘ आम्ही जातो आमुच्या गावा,

आमुचा रामराम घ्यावा! ’

भजनाचे चरण उचलले गेले. टाळकऱ्यांची पावलं मागं-पुढं पडू लागली. पखवाज घुमू लागला. सूर्य अस्ताला जात होता. पण कुणाला त्याची फिकीर नव्हती. मुंगीच्या पावलानं जमाव पुढं सरकत होता. टाळांच्या किणकिणाटात सूर उठत होते....

‘ आता असो द्यावी दया,

तुमच्या लागतसे पायाऽऽ ’

सारा गाव त्या अभंगाच्या पवित्र सुरांनी भरून गेला होता. मृदंगाच्या बोलांना धार येत होती. टाळांना हात साथ देत होते. टाळकऱ्यांच्या तोंडांतून शेकडोंच्या मुखांवर चरण खेळत होते. सारं दुःख, प्रसंग विसरून, बेभान होऊन गाव तात्या-काकींना निरोप द्यायला जमला होता....

२१

आप्पासाहेबांच्या तेराव्या दिवशीच तात्या-काकींचा तिसरा दिवस येत होता. हाही एक योगायोगच. वाडा पाहुण्यांनी भरला होता. सारे आप्तस्वकीय गोळा झाले होते. रावबानं बेळगावहून आचारी आणवले. जेवणाची सिद्धता झाली.

पिंडाच्या वेळी रावबाला यशवंतरावांनी दुखवट्याचा आहेर केला. पिंडदानानंतर यशवंतरावांनी ते जरीचं वस्त्र रावबाच्या मस्तकी गुंडाळलं. साऱ्यांच्याच डोळ्यांत पाणी उभं राहिलं. यशवंतराव म्हणाले,

' रावसाहेब! आता रडायचं नाही. हे दुःख साऱ्यांनीच विसरायचं. त्याच्यासाठीच हा आहेर आहे. तुमचं माणूस गेलं, असं समजू नका. तुम्हांला शक्य झालं, तर आप्पासाहेबांच्या ठिकाणी मी आहे... असं बेलाशक समजा-'

दोन-चार दिवस उलटल्यानंतर रावबाच्या सांगण्यावरून यशवंतरावांनी गोविंदरावांच्याकडून हिशेब घेतले. हिशेब तपासून होताच यशवंतराव म्हणाले,

' आप्पासाहेबांनी सारं कसं स्वच्छ करून ठेवलं आहे. तशी फारशी शिल्लक नाही. पण सारं व्यवहार कसे अगदी चोख आहेत. कर्ज नाही. तुम्ही जर हे असंच चालवलंत, तर तुम्हांला काही काळजीच करायचं कारण उरणार नाही. '

तात्या गेल्यापासून जयवंतला करमत नव्हतं. उठल्या सुटल्या तात्यांकडं जायचं, काकींबरोबर बोलायचं, ह्यातच त्याचा सारा वेळ जात असे. एखादे दिवशी

कारण नसताना तो तात्यांच्या घरासमोर जाई. पण त्या घराला लागलेलं कुलूप पाहून अस्वस्थ होई. हे सारं उमेला कळत होतं.

एक दिवस ती म्हणाली,

‘ भाऊजी... ’

‘ काय? ’

‘ तुम्ही शिकार का करत नाही? छोटी बंदूक आहे; सिद्दाला घेऊन जात जा ना!’

‘ नाही, वहिनी, मला शिकार आवडत नाही. ’

‘ होय! तात्यांना ते आवडत नसे. ते म्हणत- ‘ जया, अरे, हे जंगलाचे रहिवासी. परमेश्वरानं निर्माण केलेले. माणसांनी त्यांच्या राज्यात शिरून त्यांना मारायचा काय अधिकार? अकारण काय म्हणून त्यांचा जीव घ्यायचा? ’

उमा काही बोलली नाही.

दोनप्रहरी देवघरसोप्यावर पानं मांडली होती. छोटा यशवंत यशवंतरावांच्या मांडीवर बसला होता. एका बाजूला रावबा होता. दुसऱ्या बाजूला जयवंत बसला होता. उमा वाढीत होती. उमेनं रस्सा केला होता. तो वाढीत असताना छोटा यशवंत म्हणाला,

‘ मला बाऊ पायजे. ’

‘ अरे गुलामा! तुलाही एवढ्यात मटणाची चव लागली, होय? थांब देतो! ’

उमा पुढं झाली आणि म्हणाली,

‘ तो तसा जेवू द्यायचा नाही. द्या त्याला इकडं. चल, रे, जेवू दे आजोबांना.’

‘ नाही ज्या. ’ आपल्या खरकट्या हातांनी आजोबांना बिलगत यशवंत म्हणाला.

सारे हसले. यशवंतराव म्हणाले,

‘ राहू दे, पारू, गुणी पोर आहे! ’

‘ होय तर; जीव खातोय् माझा. सारखा वटवटत असतो. एवढं ऐकत नाही. हवं ते बोलतो. ’ डोळे वटारून यशवंतकडे पाहत उमा म्हणाली,

यशवंत उमेकडं बघत होता. गाल फुगवून हात उंचावत तो म्हणाला,

‘ मालीन बग ऽ ऽ ’

सारे परत हसले. जयवंत म्हणाला.

‘ हा! यशवंत, आई ना तुझी ती? ’

यशवंत चपापला. त्यानं आपला हात खाली घेतला. उमा हसली व म्हणाली,

‘ का, आता मात्रा लागू पडली, वाटतं? ’

‘ काकाला भितो, वाटतं? ’ यशवंतरावांनी जयवंतकडं पाहत विचारलं.

‘ तर! मला भितोय्! दररोज भील. ’ जयवंत म्हणाला.

‘ नाहीच भीत. ’ यशवंत पटकन म्हणाला.

‘ ऐका... ’ जयवंत म्हणाला.

सारे परत हसले.

यशवंतराव जयवंतकडे पाहत म्हणाले,

‘ तुमची शाळा कुठवर झाली? ’

‘ चौथी. ’ जयवंतनं खाली मान घालून उत्तर दिलं.

‘ आता पुढं शिकणार, की नाही? ’

‘ इथं चौथीपर्यंत शाळा आहे. ’ रावबा म्हणाला, ‘ आबा म्हणत होते, बेळगावला पाठवू, म्हणून- इंग्रजी शाळेत. पण गेल्या वर्षी जमलंच नाही आणि यंदा हे असं झालं. ’

यशवंतराव म्हणाले,

‘रावसाहेब, तुमचं ठीक आहे. ते दिवसही निराळे होते. पण ह्यांचं तसं नाही. आता मुलांनी शिकलं पाहिजे. शहाणं झालं पाहिजे. तुम्ही यांना शिकवा. ’

‘ जी. ’

‘ त्यापेक्षा असं का करीत नाही तुम्ही? माझ्याबरोबर ह्यांना कोल्हापूरलाच पाठवा. माझीही मुलं शिकताहेत. हेही शिकतील. माझंही लक्ष राहील. ’

उमा वाढीत होती. ते ऐकताच हात थबकला. तिनं एकवार आपल्या वडिलांकडं पाहिलं.

रावबानं जयवंतकडं पाहिलं व विचारलं,

‘ काय, जया, शिकणार काय? ’

‘ हो! ’ जया खालच्या मानेनंच म्हणाला. उमेनं गडबडीनं ताटात भात वाढला आणि ती निघून गेली.

‘ मग काय ठरलं? ’ यशवंतरावांनी विचारलं, ‘ तुम्ही संकोच करू नका. ह्यांची फी वगैरे सर्व तुम्ही करा, हवं तर. माझी त्याला ना नाही. ’

‘ घेऊन जा ना! ’ रावबा हसून म्हणाला, ‘ पण त्याच्या वहिनीची मात्र परवानगी पाहिजे हं! आमच्यापेक्षा त्यांचाच अधिकार आहे ह्याच्यावर. ’

‘ पारूऽ ? ’

उमा आली नाही.

‘ पारू ऽ ऽ ’

उमा आली. तिच्याकडं पाहत यशवंतराव म्हणाले,

‘ घेऊन जाऊ का जयवंतरावांना? ’

उमेनं उत्तर दिलं नाही.

‘ सांग ना! नको म्हणालीस, तर रागावणार नाही मी! ’

' तसं नाही, आबा. ' उमा गडबडीनं म्हणाली, ' मी कशाला नको म्हणू? येत असतील, तर घेऊन जा तुम्ही. '

संध्याकाळपर्यंत जयवंत उमेच्या खोलीत गेलाच नाही.

संध्याकाळी जेव्हा तो उमेच्या खोलीत गेला, तेव्हा रावबा आणि उमा बोलत बसली होती.

जयवंत तिथं जाताच रावबा म्हणाला,

' हा बघ आलाच. विचारून घे त्याला. मी मामांना घेऊन मळ्यात जाऊन येतो. '

रावबा उठला आणि बाहेर गेला. जयवंत उमेजवळ येऊन बसला.

उमेनं हाक मारली-

' सारजा- '

' बोलावून आणू? '

' तिला तुमचं दूध आणायला सांगा. तेवढं सांगून या. '

जयवंत पळत बाहेर गेला. थोड्याच वेळात तो परत आला, उमेनं विचारलं,

' सांगितलंत? '

' हो. '

' भाऊजी, खरं सांगा. तुम्ही जाणार का? '

' कुठं? '

' कोल्हापूरला! '

जयवंत काही बोलला नाही. त्याला आता बरंचसं कळत होतं.

' सांगा ना, भाऊजी! '

' तू जा म्हणालीस, तर- '

' भाऊजी, तुम्हांला मी नको कशी म्हणेन? किती केलं, तरी तुम्ही माझे दीर. जाणाऱ्याला कुणी अडवलंय् का? '

तेवढ्यात सारजा तिथं आली. जयवंतच्या पुढ्यात दुधाचा पेला ठेवीत ती म्हणाली,

' प्या. '

जयवंतचा चेहरा गोरामोरा झाला होता. तो ताडकन उठला आणि पेल्याला लाथ मारून तो बाहेर पडला. दूध उसळलं.

उमा ओरडली-

' भाऊजी ऽऽ '

पण जयवंतची दूर जाणारी पावलं तेवढी तिला ऐकू आली.

सारजा म्हणाली,

' काय झालं, आक्कासाब? '

एक उसासा सोडून उमा म्हणाली,

' माझंच चुकलं. हे दूध पुसून घे. '

जयवंत जाणार, ह्या कल्पनेनं उमा अस्वस्थ झाली होती. गेला दिवस ती पुरी बेचैन होती. जेव्हा ती लग्न होऊन ह्या घरात आली, तेव्हा जयवंत अवघा पाच वर्षांचा होता.

आप्पासाहेब म्हणाले होते,

' मुली, हे आईविना पोरकं पोर तुझ्या हातांत देतो आहे. तू लहान आहेस, पण ही जबाबदारी तू उचललीस पाहिजेस. ह्याला लळा लावलास. तर ह्याला पोरकेपणाचं दुःख जाणवणार नाही.... '

उमेनं अक्षरश: ती जबाबदारी उचलली. जेवढं प्रत्यक्ष आईला करता येणार नाही, तेवढं तिनं केलं. अकरा वर्षांत एकही दिवस जयवंतनं आपलं काम दुसऱ्याकडून करवून घेतलं नाही. ह्या घरात आल्यापासून आप्पासाहेबांच्या सुखाबरोबरच उमेनं जर काही मिळवलं असेल, तर ते तेवढं एकच सुख होतं. आणि आता ती दोन्ही सुखांना पारखी होणार होती. दैव तरी केवढं विचित्र! अकरा वर्षांपूर्वी तिचे वडील तिला घेऊन ह्या घरात आले. लग्नात झालेल्या अपमानाच्या रागात तिला एकटीला ह्या नवख्या, अनोळखी घरात सोडून गेले होते, ते आज अकरा वर्षांनंतर पुन्हा येत होते! आणि जाताना अकरा वर्षांत उमेनं तो दुवा जोडला, तेवढाच नेमका उचलून जात होते. पुन्हा उमा एकटी-अगदी एकटीच राहणार होती!

जेवल्यानंतर नेहमी जयवंत वहिनीला सांगून झोपायला जाई. पण जयवंत यशवंतरावांच्या बरोबर जो गेला, तो उमेला दुसऱ्या दिवशी सकाळी भेटला.

उमेनं विचारलं,

' रागावलात, भाऊजी? '

' अंहं! ' जयवंत म्हणाला.

उमा जयवंतसमोर जात म्हणाली,

' भाऊजी, काल चुकलं माझं. आता जाणार तुम्ही. जाताना राग करू नका वहिनीवर. ' येवढं बोलेपर्यंत उमेचे डोळे भरले होते.

ते पाहताच जयवंतचा राग कुठल्या कुठं गेला.

' नाही, वहिनी, रागावलो नाही मी. '

उमा खुदकन हसली. जयवंतला जवळ बसवून येत म्हणाली,

' हे बघा, भाऊजी, सांगत्ये, ते लक्षात ठेवा. कोल्हापूरला नीट राहा. तिथं माझे

भाऊ आहेत. एक धाकटी बहीणही आहे. तिला मी अद्याप पाहिली नाही. त्या सर्वांच्यासमोर चांगलं वागा. तुमच्या वहिनीला पश्चात्ताप वाटेल, असं काही करू नका... '

' हं! '

' कराल ना? '

' हो, करीन. '

' माझी शपथ? '

' हो, तुझी शपथ. '

' मला माहीत आहे, भाऊजी, तुम्ही केवढेही लहान असलात, तरी माझी शपथ तुम्ही मोडणार नाही. तिची आठवण सारखी तुमच्या मनात राहील... '

छोट्या यशवंतला घेऊन त्याच वेळी यशवंतराव आत आले.

उमा गडबडीनं उठली.

यशवंतराव म्हणाले,

' दीर-भावजयींच्या गप्पा चालल्यात, होय? आम्हांला सारं रावसाहेबांनी सांगितलं. पारू, तू येत असलीस, तर चार दिवस घेऊन जा, म्हणून सांगितलंय जावईबापूंनी. मी जास्त दिवस ठेवून घेणार नाही. जयवंतरावांनाही थोडं बरं वाटेल. '

माहेरच्या आठवणीबरोबर सारं बालपण उमेच्या नजरेसमोर उभं राहिलं.

तो बंगला..... ती बाग..... नोकर-चाकर... भाऊ... बहीण.... कशी दिसत असेल ती...? भाऊ ओळखतील का आपल्याला?

हे सारं आठवत असताना तिच्या नजरेसमोर आप्पासाहेबांची मूर्ती दिसत होती.

स्वतला सावरून ती कशीबशी म्हणाली...

' नको, आबा. थोडे दिवस जाऊ देत. घरात कोणी नाही. '

' खरं आहे... आता तुझ्यावर आणखीन जास्त जबाबदारी आहे. ' विषय बदलीत ते म्हणाले, ' मग काय, ठरलं ना ह्यांचं? काय, येणार ना, जयवंतराव?'

' जी. ' जयवंत कसाबसा म्हणाला.

' पारू, उद्या पहाटेच आम्ही निघतो. म्हणजे वेळीच बेळगावला पोहोचता येईल. पुढची गाडीही मिळेल. '

धाकट्या यशवंतला खाली ठेवीत ते म्हणाले,

' घे याला! बघ काही भुकेची आठवण येते का? '

' आता उद्या तुम्ही गेलात, की माझा जीव भंडावून सोडील हे पोर.... '

यशवंतराव हसले आणि माघारी फिरले.

यशवंतराव जाताच छोटा यशवंत जयाला बिलगला. तो म्हणाला,

‘ जयाकाका, गोत्त शांग की- ’

‘ आत्ता नको. जेव तू. नाहीतर सारजा रागावेल. ’

‘ माल दीन- ’ यशवंत म्हणाला.

‘ कुनाला ‘माल’ देनार? ’ म्हणत सारजा एकदम आत आली.

तिला पाहताच यशवंत एकदम गोंधळला आणि त्यानं जयवंतला मिठी मारली.

सारजा उमेकडं जात म्हणाली.

‘ आक्कासाब, धाकलं सरकार उद्या जानार? ’

‘ हो! ’

जयवंतकडं पाहत डोळे मिचकावीत सारजा म्हणाली,

‘ चैन आहे, बुवा! बघा, आमचं कोल्हापूर कसं आहे! ’

‘ खरं? ’ जयवंत एकदम म्हणाला.

‘ तर काय! घोड्याच्या गाड्या, मोटरी सारख्या रस्त्यावरनं पळत्यात... ’

‘ सारजा, ह्याचं वाढून आण, बघू... ’

‘ आनते, आक्कासाब! आनी आमच्या कोल्हापूरला- ’ सारजेचं लक्ष उमेकडं जाताच ती एकदम थांबली आणि आत गेली.

यशवंत उठला आणि जयवंतच्या गालांना हात लावून म्हणाला,

‘ काका, तू जानाल? ’

‘ होय. ’

‘ मी पन येनाल! ’

‘ पण तुझी आई येणार नाही. ’

‘ न्हाई ईना, मी येणार! ’

उमा चटकन उठली आणि म्हणाली,

‘ सांगितलेलं एक काम होईल, तर शपथ! सगळे जा. मी आहे इथं. सारजा, तू पण जाणार असशील, तर जा. ’ आणि बोलता-बोलता ती खोलीबाहेर पडली.

जयवंतला काय झालं, ते समजलं नाही. वहिनी रागावल्याचं बघताच तो शरमला. पण आपलं काय चुकलं, हे मात्र त्याला कळलं नाही. सारजाचीही स्थिती तीच झाली. जयवंतनं यशवंतला सारजेकडं दिलं आणि तो बाहेर पडला.

त्यानंतर उमा जयवंतला भेटलीच नाही. जेवताना वाढायला आली, तेव्हाच ती जयवंतला दिसली. नंतर तो तिच्या खोलीवर दोन-तीन वेळा गेला. सारजाला विचारलं, तेव्हा ती सांगे-

‘कोठीत हाईत- स्वयंपाकघरात हाईत. ’

रात्री जेवणं झाली. यशवंतरावांच्या जयवंत झोपायला गेला.

सकाळी जेव्हा तो उठला, तेव्हा सामानाची बांधाबांध झाली होती.

रावबा म्हणाला,

‘ आता उठला, असं कोल्हापूरला उठू नका. जा आत. तोंड धू आणि सामान बांधलं, की नाही, बघा जा. ’

जयवंत गडबडीनं आत गेला. तोंड न धुताच तो स्वयंपाकघरात गेला.

सारजा चुलीपुढं ताट टाकून बसली होती. अंडी तळल्याचा खमंग वास साऱ्या स्वयंपाकघरात पसरला होता.

उमेनं एकदा जयवंतकडं पाहिलं आणि ती परत सारजेकडं पाहू लागली.

जयवंतनं जोरात विचारलं,

‘ दादा म्हणतो, माझं सामान बांधलं का? ’

‘ बांधलं, म्हणावं. ’

‘ कुठं आहे? ’

‘ खोलीत पलंगाखाली. ’

‘ दे चल. ’

‘ हे पाहा, मला आता वेळ नाही. न्याहारीची तयारी अद्याप झाली नाही. ’

‘ माझं दूध? ’

जयवंतकडं न पाहता उमा सारजेला म्हणाली,

‘ भाऊजीचं तोंड धुऊन झालं, म्हणजे त्यानं दूध दे- आणि त्यांचं सामानही गाडीत ठेवायला सांग. ’

पाय आपटीत जयवंत बाहेर पडला.

तोंड धुऊन जयवंत बाहेरच्या उंबऱ्यावर बसला. पण उमा बाहेर आली नाही. सारजा दुधाचा पेला घेऊन आली.

जयवंतनं विचारलं,

‘ आणि वैनी कुठं आहे? ’

‘ त्या कामात आहेत. ’

‘ मला नको दूध. ’

सारजा म्हणाली,

‘ हे बगा, सरकार, आता उगीच वाडवू नका. रातभर डोळ्यातलं पानी खळलं न्हाई तुमच्या वैनीच्या. गप दूध घ्या न् बाहेर जावा. ’

जयवंत थंडपणे सांगणाऱ्या त्या सारजेकडं पाहत होता. त्याला जास्त विचारायचा धीर झाला नाही. दुधाचा पेला त्यानं चटकन रिकामा केला आणि तो बाहेर पडला.

पुढच्या दरवाज्यात सवारीची गाडी उभी होती. जयवंतची ट्रंक आणि वळकटी इतर सामानाबरोबर गाडीत ठेवली. सामान तळाशी लावून होतच सिद्दानं गाडीत

पिंजर भरायला सुरुवात केली.वर बैठक अंथरली. तक्क्ये ठेवले. गाडी तयार झाली.

सूर्य वर येत होता. रावबा म्हणाला,

' जयवंत, ऊन होतंय्. तुझ्या वहिनीला म्हणावं, आटपा लौकर. देवाच्या, तिच्या पाया पडून ये. '

जयवंत आत पळाला. स्वयंपाकघरात तो गेला. तिथं वहिनीनं भरलेला टिफिन कॅरीअर तेवढा दिसत होता. तसाच तो देवघरात गेला. त्यानं देवाला नमस्कार केला.

वहिनीच्या खोलीजवळ त्याचे पाय घोटाळले. वहिनी पलंगावर बसली होती. जयवंतला आत येताना पाहताच ती उठून उभी राहिली.

जयवंत हळूहळू पावलं टाकीत आत गेला आणि उमेच्या पायांना हात लावून पाया पडत तो म्हणाला,

' येतो, वैनी... तू पण कंटाळलीस ऽ ऽ... ' पुढचं त्याला बोलता आलं नाही. खाली मान घालून तो नाक ओढीत उभा होता....

उमा एकदम धावली आणि तिनं जयवंतला मिठीत घेतलं. उमा बेसुमार रडत होती. जयवंत उमेच्या मिठीत हुंदके देत होता. कोणी काही बोलत नव्हतं. सारजा हे सारं पाणावल्या डोळ्यांनी पाहत होती.

त्याच वेळी यशवंतराव तिथं आले. पाठोपाठ रावबा आत आला. यशवंतराव, रावबा हे सारं पाहत होते. रावबा म्हणाला,

' मामा, हे होणार, हे मला माहीत होतं, जया, तू काय लहान आहेस आता रडतोस तो बायकांसारखा! अहो, फार वेळ होतोय्... ऊन होईल अशानं. '

जयवंतनं उमेची मिठी सोडली. उमेनं पटकन त्याच्या कपाळाचा मुका घेतला. यशवंतराव म्हणाले,

' पारू, काळजी करू नकोस. तुझी ही अमानत आहे, हे मला ठाऊक आहे. प्राणापलीकडं जपेन मी तिला.... '

उमेनं डोळे टिपले. ती वडिलांच्या पाया पडली. नाक ओढीत तिनं विचारलं,

' धाकटा कुठं आहे? '

' गाडीजवळ आहे. '

उमेनं दह्याची वाटी घेतली आणि जयवंत-यशवंतरावांच्या हातावर दही घातलं.

' चला, जयवंतराव. ' यशवंतराव म्हणाले.

जयवंतनं एक वेळ उमेकडं पाहिलं आणि तो दरवाज्याबाहेर पडला. पण उमा दारापर्यंतही आली नाही. वाड्याचा दरवाजा ओलांडीपर्यंत जयवंत मागं वळून पाहत होता. पण उमा त्याला कुठंच दिसत नव्हती!

वेशीपर्यंत सारे चालतच निघाले. तात्यांच्या घराजवळ जयवंतचे पाय अडखळले,

रामाच्या देवळाजवळ त्यानं हात जोडले. पाणवठ्यावर तो रावबाच्या पाया पडला.
छोट्या यशवंतला त्यानं जवळ घेतलं. त्याचे पटापट मुके घेतले आणि रावबाच्या
हाती परत देत तो यशवंतरावांच्या पाठोपाठ गाडीत बसला. गाडी चालू लागली...

౸౷౸౷

२२

आज मी हे माझं गाव सोडून जात आहे. आता या गावात माझं असं कोणीच उरलेलं नाही. तरीही गाव सोडून जात असताना कसलीतरी विलक्षण हुरहूर मनाला वाटत आहे. त्या जाणिवेनं मन बेचैन झालं आहे. डोळे भरून येताहेत. वाटतं, की हे गाव सोडून जाऊच नये. मागं वळून पाहायचं नाही, असं कितीही ठरवलं, तरी मागं वळून पाहतोच आहे.

बैलगाडीच्या चाकांमुळं उडणाऱ्या तांबड्या मातीच्या बुक्क्यातून मंद पावलांनी दूर जाणारं ते माझं गाव दिसत आहे. चढत्या सूर्याच्या किरणांनी गावाला लपेटून जाणारा ताम्रपर्णीचा पट्टा उजळून निघाला आहे. त्या तळपत्या उन्हात गाव अस्पष्ट दिसत असलं, तरी गावावर उभ्या असलेल्या पिंपर्णीचे शेंडे स्पष्ट दिसत आहेत. ती झाडं नजरेत येताच मन कसं बेचैन झालं आहे.

त्या झाडांच्याजवळ रामाचं देऊळ आहे. नजीक वाडा आहे. तात्या, काकी, आणि आप्पांच्या आठवणी आहेत. त्या मनात उभ्या राहिल्यानं मन अगदी गोंधळून गेलं आहे. तात्या, आप्पा, काकींसारखी माणसं कोणत्या नात्यानं एकत्र आली आणि अचानक एकापाठोपाठ निघून गेली, हे कोडं मला अद्याप उकलत नाही! ते कधी सुटेल, असंही वाटत नाही. तात्या, आप्पा, काकीसारखी माणसं गेल्यानंतर त्या गावात राहण्याचं

मला धाडस नाही. पण तात्या, काकी, आप्पांची आठवण
जोवर गावावर रेंगाळते आहे, तोवर गावाला काही कमी पडेल,
असं मला वाटत नाही.

जीव ओढतो, तो एकाच माणसासाठी. ती मात्र आता
एकटी आहे. पण तिला माहीत आहे, की, कुठंही असलो, तरी
तिच्यासाठी असेन तिथून धावून येईन.

दिसत होतं, ते गावही आता दिसेनासं झालं आहे. समोर
वळण घेत गेलेला तांबडा रस्ता दिसतो आहे. तो कुठं नेणार
आहे, हे मला माहीत नाही. जाणून घ्यायचीही इच्छा नाही...

৪৩৪৩